హ్యారీ పోటర్

అండ్ ది

కర్స్డ్ చెయిల్డ్

ఒకటి మరియు రెండు భాగాలు

ప్లేస్క్రిప్ట్

WIZARDING WORLD

జె.కె. రౌలింగ్

జాన్ టిఫనీ & జాక్ థార్న్
అసలైన కొత్త కథ ఆధారంగా
నాటకం: జాక్ థార్న్

మొదటగా నిర్మించినవారు
సోనియా ఫ్రీడ్‌మ్యాన్ ప్రొడక్షన్స్, కోలిన్ క్యాలెండర్
& హ్యారీ పోటర్ థియేటరికల్ ప్రొడక్షన్స్

అధికారిక స్క్రిప్ట్
ఒరిజినల్ వెస్ట్ ఎండ్ ప్రొడక్షన్
నిశ్చయాత్మక మరియు తుది ప్లేస్క్రిప్ట్

హ్యారీ పోటర్

అండ్ ది

కర్స్డ్ చెయిల్డ్

ఒకటి మరియు రెండు భాగాలు

ప్లేస్క్రిప్ట్

– అనువాదం –

మునిబాబు సామా

BLOOMSBURY

NEW DELHI LONDON OXFORD NEW YORK SYDNEY

BLOOMSBURY INDIA
Bloomsbury Publishing India Pvt. Ltd
Second Floor, LSC Building No. 4, DDA Complex, Pocket C – 6 & 7,
Vasant Kunj, New Delhi 110070

BLOOMSBURY, BLOOMSBURY INDIA and
the Diana logo are trademarks of Bloomsbury Publishing Plc

First published in print in Great Britain in 2016 by Little, Brown

Telugu translation of *Harry Potter and The Cursed Child*
First published in Telugu, 2019

Telugu Edition co-ordination by TranslationPanacea, Pune
Translated from English to Telugu by Munibabu Sama

ISBN 978-93-89000-63-4

2 4 6 8 10 9 7 5 3 1

Printed and bound in India by Manipal Technologies Limited, Manipal

www.wearelumos.org
www.pottermore.com
www.bloomsbury.com

విషయసూచిక

జె.కె. రౌలింగ్

నా ప్రపంచంలోకి ప్రవేశించి
అక్కడ అందమైన అద్భుతాలు చేసిన
జాక్ థార్న్ కు

జాస్ టిఫనీ

జో, లూయిస్, మ్యాక్స్, సోనీ మరియు మెర్లేల కోసం ... అందరూ
మాంత్రికులే...

జాక్ థార్న్

ఇలియట్ థార్న్, జననం 7 ఏప్రిల్ 2016.
మేము సాధన చేస్తుండగా, ఆయన గురగురమంటూ శబ్దం చేశాడు.

స్క్రిప్టులు చదవడం గురించిన సంభాషణ

డైరెక్టర్ జాన్ టిఫనీ
మరియు
ప్లేరైట్ జాక్ థార్న్ మధ్య

జాక్

నేను చదివిన మొట్టమొదటి నాటకం జోసేఫ్ అండ్ ది అమేజింగ్ టెక్నికలర్ డ్రీమ్‌కోట్. అప్పుడు నేను ప్రాథమిక పాఠశాలలో ఉన్నాను. ఎంతో ఉత్తేజం చెందాను. నాకు స్పష్టంగా గుర్తు లేదు. కానీ, నా పాత్రకి సంబంధించిన వాక్యాల కోసం నేను దాన్ని చదివాను. అందులో నేనొక దుష్ట పాత్ర పోషించాను. సరిగ్గా చెప్పాలంటే, అందులోని జోసేఫ్ పాత్రను పోషించాల్సి వచ్చింది. ఆ తర్వాత, నేను చదివిన రెండో నాటకం ది సిల్వర్ స్వార్డ్. ఇయాన్ సెర్రయిలర్ క్లాసిక్ స్ఫూర్తిగా రూపొందించిన నాటకం అది. అందులో ప్రధాన పాత్రను నేను పోషించలేదు 'థర్డ్ బాయ్' లేదా మరేదో పాత్రను పోషించాననుకుంటున్నాను. అందుకే, ఎడెక్ బాలికి పాత్ర పోషించాలనుకున్నాను. ఎడెక్ పాత్ర పోషించడానికి నేను దేనికైనా సిద్ధమన్నట్టు వెళ్లాను. అయితే, దురదృష్టవశాత్తూ అప్పటికి నా యాక్టింగ్ కెరీర్ క్షీణించిపోయే స్థితిలో ఉంది. అప్పుడు నాకు తొమ్మిదేళ్లు.

జాన్

నేను చదివిన మొట్టమొదటి స్క్రిప్ట్ పేరు ఆలీవర్! అప్పుడు నాకు తొమ్మిదేళ్లు (అంత చిన్న వయసులో కూడా పేరులో ఆశ్చర్యార్థకం ఉందంటే అదొక సంగీత సంబంధిత నాటకం అని, పాటలతో ఉండే ... ఆలీవర్ అని అర్థం చేసుకున్నాను). హడెర్స్ ఫీల్డ్ అమెచ్యూర్ ఆపరేటిక్ సొసైటీస్ 1981 ప్రొడక్షన్‌లో గుర్తుండిపోయే అనాథ పాత్ర ధరించాను. నేను నా యాసని మార్చుకునే ప్రయత్నం చేసినట్టు నాకు గుర్తు లేదు, అందుకే, మా ప్రొడక్షన్ తప్పనిసరిగా డికెన్స్ ఒరిజినల్ యొక్క ఒక అపరిచిత ఊహని మళ్లీ సిద్ధం చేసుకునేది. అందులో, ఆలీవర్ తల్లి శిశువుకి జన్మనివ్వడానికి వెస్ట్ యార్క్ షైర్‌లోని ఒక వర్క్ హౌస్‌కి చేరుతుంది. నీలాగే, నేను కూడా నా వాక్యాల కోసం చూస్తూ ఆ స్క్రిప్ట్ చదివాను. నా స్క్రిప్ట్ లో ఆలీవర్ వాక్యాలు హైలైట్ చేయడం కోసం ఒక ఫ్లోరోసెంట్ యెల్లో పెన్ కొనుగోలు చేయడం కూడా నాకు బాగా గుర్తుంది. నా సహచర పాత్రధారులు కూడా అదేవిధంగా చేయడం

నేను గుర్తించాను. అలాచేస్తే, నేనొక గొప్ప ప్రదర్శనకారుడిని అయిపోతానని నేను భావించాను. అయితే, కేవలం నా వాక్యాలని హైలైట్ చేసుకుంటే సరిపోదని, వాటిని బాగా జ్ఞాపకం పెట్టుకోవడం కూడా ముఖ్యమని ఆర్ట్ ఫుల్ డాడ్జర్ చెప్పిన మాటతో నాకు విషయం అర్థమైంది. ఆవిధంగా నాటకాలు చదవడంతో నా పాఠాలు మొదలయ్యాయి.

జాక్

మీ ఆలీవర్‌ని నేను చూడాలనుకుంటున్నాను. అలాగే, మీరు హైలైట్ చేసిన స్క్రిప్టును కూడా. మీ చెక్కుచెదరని బ్రౌన్ డైరెక్టింగ్ నోట్‌బుక్స్ అంటే నాకెప్పుడూ గౌరవమే. నా స్క్రిప్టులు ఎప్పుడూ, ఎల్లప్పుడూ కొనలు నలిగిపోయి, చదవడానికి వీలుకాని నోట్స్ తో మరియు చిన్న పిల్లలు వాంతి చేసుకున్న విధంగా (ఓకే, ఇక్కడ వాంతి చేసుకున్నట్టు అనేది ఒక కొత్త చేరిక అన్నమాట) ఉంటుంది.

మరి, అలాంటి స్క్రిప్టులు ఎలా చదవాలనుకుంటున్నారు? వాటినెలా చదవగలం? అందుకే, పబ్లికేషన్ల కోసం స్టేజ్ డైరెక్షన్లు రాయాల్సి వచ్చినప్పుడు – అంటే, ప్రారంభానికి ముందు ఇబ్బందులు పడే చివరి వారాల్లో – ఈ అంశాలన్నింటి గురించి నేను తప్పక కంగారు పడుతుంటాను. రిహార్సల్స్ సమయంలో, స్క్రిప్ట్ లో కొన్ని భాగాలను మేం తొలగించడం నాకు గుర్తుస్తోంది. ఎందుకంటే, నటీనటులు మేము రాసినవి వాళ్లకు అవసరం లేనట్టుగా సంకేతాలిస్తూ, అప్రయత్నంగా సంభాషిస్తుంటారు. ఈ స్క్రిప్టును నేను ప్రత్యేకించి ఒక తరహా నటీనటుల బృందం కోసం రాశాను. కానీ, ఇతరులు కూడా పాత్రల్లోకి కూడా ప్రవేశించాలి. పాఠకులు కూడా దర్శకుడిలాగే ఈ పాత్రలను దృశ్యరూపంలో ఊహించుకోవాలి.

మీరు మొదటిసారిగా ఒక స్క్రిప్ట్ చదువుతుంటే, అందులో దేనికోసం చూస్తారు?

జాన్

ఒక డైరెక్టర్‌గా, ఒక కొత్త స్క్రిప్టును తొలిసారి చదవడం చాలా అమూల్యమైన విషయం. ఆ స్క్రిప్టును నిర్మించిన తర్వాత ఒక ప్రేక్షకుడు దాన్ని చూసే కోణంలో మీరు దాన్ని తొలిసారి చూస్తారు. పూర్తయిన ఒక స్క్రిప్టును చదవడమంటే, ఆ కథను, అందులోని పాత్రలను మరియు ఆ ప్లేరైట్ లోని థీమ్స్ ని యాక్సెస్ చేసే అవకాశం కలుగుతుంది. స్క్రిప్ట్ అనేది మనల్ని నవ్విస్తుంది, ఏడిపిస్తుంది. అది కథలోని ఆనందంలోకి మనల్ని తీసుకెళ్తుంది. అలాగే, అందులోని పాత్రలు పడే బాధలు చూసి మనకి తీవ్ర నిరాశ కూడా కలుగుతుంది. స్క్రిప్ట్ అనేది పూర్తిగా గ్రహించిన ఉత్పత్తి దిశగా నిర్మించబడి, ప్రేక్షకులతో పంచుకోగల ఒక అనుభవాన్ని మనకి అందిస్తుంది.

ఒక ప్లేరైటర్‌గా, స్క్రిప్ట్ రాసే సమయంలో ఈ పూర్తి అనుభవాన్ని మీరు ఎంతవరకు ఊహించుకోగలరు? వాటిని మీరు టైప్ చేస్తుండగా పాత్రల సంభాషణలను మీరు బిగ్గరగా బయటకు చదువుతారా?

జాక్

నేను అంతకన్నా లోతుకు వెళ్తాను. నేను వాటిలాగే ప్రవర్తిస్తాను. ఎలాగంటే, మనం బాగా ప్రసిద్ధి చెందిన కాఫీ షాపుల్లో మరియు శాండ్‌విచ్ రీటైలర్లలో పనిచేస్తున్నప్పుడు అక్కడ కొన్ని అపరిచిత చూపులు మనల్ని ఆకర్షిస్తాయి. నన్ను నేను ఆ పాత్రలోకి పంపేసుకుని వాటిలాగే ప్రవర్తిస్తాను. అదంతా చాలా ఇబ్బందికరంగా ఉంటుంది.

ప్రత్యేకించి ఈ స్క్రిప్ట్ రాసే సమయంలో నాకు అత్యంత ఆసక్తికరంగా అనిపించిన విషయం ఏమిటంటే, ఇందులోని నటులతో నేను ఎన్నడూ ఎక్కువ సమయం గడపలేదు. వారాల తరబడి వర్క్ షాపుల్లో గడపడం, తర్వాత వారాల తరబడి రిహార్సల్స్ పేరుతో డిజైన్ టీమ్ మొదలుకొని సౌండ్ టీమ్, లైట్స్ టీమ్ వరకు మేమందరం ఒకేచోట గదుల్లో చాలారోజులు కలసి ఉన్నాము. అయితే, మాలో ఎవరికి కూడా ఈ స్క్రిప్ట్ కోసం ఎనిమిది నెలలు కలసి ఉన్నట్టుగా అనిపించిన సందర్భాలు లేవనే చెబుతాను. మీపైన ఇది ఎలాంటి ప్రభావం కలిగించిందని చెబుతారు? ఖచ్చితంగా ఒక మెరుగైన ప్రభావాన్నే కలిగించి ఉంటుంది. అయితే, దానికి మించి మనం చేసిన దానినే అది కొంతవరకు మార్చేసిందని మీరు అనుకుంటున్నారా?

జాన్

మీ నాటకాల్లోని పాత్రలతో కలసి మీరు కేఫ్‌లో కూర్చుని ఆ లోకంలోకి వెళ్లిపోయారని వింటుంటే చాలా సంతోషంగా ఉంది. నాకు తెలిసి బహుశా ఒక ప్రేక్షకుడికి మాత్రమే సాధ్యమనిపిస్తోంది జాక్. ఇది వింటుంటే ఒక విశిష్టమైన ప్రదర్శన శైలిలా ఉంది. మనం పర్యటనకు వెళ్తే బాగుంటుంది. కర్స్డ్ చెయిల్డ్ లోని నటీనటులు నాకు తెలుసు. ముందు వరుస సీట్లకు బుక్ చేస్తా. కుదరదా? మరైతే ...

వర్క్ షాపుల్లో మరియు రిహార్సల్స్ లో మనమందరం కలసి గడిపిన ఆ ముఖ్యమైన సమయం మనం సృష్టించిన దాని మీద ఒక అనుకూల ప్రభావం చూపుతుందని నేను ఖచ్చితంగా భావిస్తాను. ఈ మొత్తం ప్రక్రియ ఇప్పటికీ చాలా వైవిధ్యభరితంగా, చైతన్యశీలంగా మరియు స్పష్టంగా ఉంది. ప్రాథమికంగా కథకు సంబంధించిన సమావేశాలు మొదలుకొని మేం జో తో ఉన్నాం. అంటే, 2014తో ప్రారంభించి, 2016లో మొదటిసారిగా ప్రేక్షకులు ఈ ప్రొడక్షన్ చూసే వరకు చాలామంది నటీనటులు, క్రియేటివ్‌లు, కళాకారులు,

నిర్మాతలు, నిర్మాణ మరియు సాంకేతిక బృందాలు ఈ నాటకంలో కీలక పాత్ర పోషించాయి. ఆ కారణంగానే, ప్రచురించిన స్క్రిప్ట్ లో వాళ్లందరి పేర్లూ చేర్చడానికి నేను చాలా ఆసక్తి ప్రదర్శించాను. అందుకే, ప్రొడక్షన్‌ని థియేటర్లో చూసిన ఒక పూర్తి స్థాయి అనుభవాన్ని కూడా ఈ ప్రచురిత స్క్రిప్ట్ అందించగలదు.

మరి, ఇప్పటివరకు ఈ ప్రొడక్షన్ చూసే అవకాశం రాకుండా, ఇప్పుడు నేరుగా ఈ ప్లేని చదివే పాఠకుల ఊహలు ఏవిధంగా సాగుతాయో ఈ స్క్రిప్ట్ రచయితగా మీరేమైనా ఊహించారా?

జాక్

చెప్పాలంటే, ఈ ప్రశ్నకి సమాధానం ఇవ్వడం చాలా కష్టం. ఈ నాటకం ప్రారంభానికి ముందురోజు నేనొక ట్వీట్ చేశాను. పాఠకులుగా ఈ నాటకాన్ని చదవడం కంటే, ప్రేక్షకులుగా చూడడమే మంచింది. ఎందుకంటే, నాటకాలనేవి ముద్రించిన సంగీతం లాంటివి. వాటిని పాత్రధారులతో పాడితేనే అద్భుతంగా ఉంటాయని అందులో పేర్కొన్నాను. కాబట్టి, అదే నా సమాధానం అనుకోవచ్చు. నట ప్రపంచంలోని దిగ్గజాలని ఆ పాత్రల్లో ఊహించుకోవచ్చు. వాళ్లు తమ భావోద్వేగాలు మరియు సానుభూతి కలిగించే నటనతో ప్రతి చిన్న అంశాన్ని కూడా అద్భుతంగా ప్రదర్శిస్తారు (నిజానికి, మన పాత్రధారులందరూ అత్యద్భుతమైన ప్రతిభ కలిగినవారు). వేదిక మరియు కదలిక మరియు క్యాస్టూమ్ మరియు లైటింగ్ మరియు వీడియో మరియు సౌండ్ కూడా తోడైతే ఇక ఆ అద్భుతానికి తిరుగే ఉండదు.

లేదంటే, బహుశా వాళ్లు స్క్రిప్ట్ లో రాసిన ప్రతి విషయాన్ని ఉన్నదున్నట్టు చదివేస్తారు. జో ఒక భుజం మీద, నువ్వు, జాన్ మరొక భుజం మీద ఉంటే, హ్యారీ పోటర్ బుక్స్ లోని ప్రతి ఒక్క వాక్యంలోని భావోద్వేగ నిజం మరియు నిజాయతీని వ్యక్తీకరించడానికి నేను నా శాయశక్తులా ప్రయత్నించాను. అయితే, వాక్యాల మధ్య సబ్ టెక్స్ట్ మాత్రం చాలా కష్టమైన విషయం. అందులోని నిజమైన భావోద్వేగాన్ని అలాగే బయటకు తీసుకురావడం చాలా కష్టం. నిజానికి, స్క్రిప్ట్ లోని స్వగతాన్ని నిజంగా బయటకి తీసుకురావడం అసాధ్యమనే చెప్పాలి. అయితే, ప్రొడక్షన్లో ఉన్న సౌకర్యం ఏమిటంటే, ఫలానా వ్యక్తి ఇలాంటి భావంతో ఉన్నాడని చెబితే, పాత్రధారులు ఆ భావాన్ని వారి ముఖాల్లో ప్రదర్శించే అవకాశం ఉంది. అలాగే, స్టేజ్ మీద చాలా రకాల మ్యాజిక్ జరుగుతుంటుంది. వాటిని నేను వర్ణించలేను. అలా చేస్తే, అది షో చూసే ఆసక్తి పోగొడుతుంది. అలాగే, జామీ హ్యారిసన్ (అద్భుతాలని మరియు మ్యాజిక్)ని మ్యాజిక్ సర్కిల్ నుంచి బయటకు పంచేస్తుంది. ఇలాంటప్పుడు పాఠకులు వారి ఆలోచనల్లో ఆవిధంగా నటించవచ్చేమో? నాలాగే వాళ్లు

కూడా పిచ్చివాళ్లయితే, ఒక కేఫ్ లో కూర్చుని అన్ని భాగాలనీ ప్రదర్శించవచ్చేమో? మరి, పాఠకులు దీన్ని ఎలా చదువుతారనుకుంటున్నావ్?

జాన్

నువ్వు ఇంతకుముందు ప్రదర్శన గురించి చెబుతూ ఏవరైనా ఒకరు వారి స్వగతంలో ఎలా భావావేశం పొందుతారో చెప్పావ్. అలాగే, అద్భుతమైన వర్ణన ద్వారా విజువల్ వివరాలూ చెప్పావ్. ఈ రకమైన అంశాలకి ప్రాణం పోసి, వాటిని స్టేజ్ మీద సజీవంగా తీసుకురాగల నటీనటులు మరియు క్రియేటివ్ వ్యక్తులు మనకి అందుబాటులో ఉన్నారు. అయినప్పటికీ, కొన్ని నిర్దిష్ట సమయాల్లో కథను చెప్పడానికి మనం తరచూ ప్రేక్షకుల ఊహల మీద ఆధారపడుతుంటాం. వారు తమ ఊహల్లోనే ఆ దృశ్యాలను ఊహించుకునేలా చేస్తుంటాం. నేను నాటకరంగం మీద వ్యామోహం పెంచుకోవడానికి ఇది కూడా ఒక కారణం. చిత్రం అనేది కంప్యూటర్ తయారు చేసిన ఊహ. కానీ, మనం ప్రేక్షకుల ఊహ మీద ఆధారపడుతాం. నిజానికి, రెండూ అత్యంత శక్తిమంతమైనవే.

సరిగ్గా చెప్పాలంటే, పాఠకులు ఒక స్క్రిప్టును వాళ్ల ఆలోచనల్లో దృశ్యరూపంలోకి మార్చుకోవడం అనే ఆలోచన ఒక విధంగా అద్భుతమైనదిగా చెప్పవచ్చు. లేదంటే, వారి భాగస్వాములతో పడకగదిలో ఆ పని చేయవచ్చు. బహుశా దీనికి మరియు మన ప్రత్యక్ష ప్రేక్షకుడికి మధ్య కనెక్షన్ ఉందనే చెప్పవచ్చు. మనం చాలా కష్టపడ్డాం, కాబట్టి ప్రతిఒక్కరూ మన హ్యారీ పోటర్ అండ్ ది కర్స్డ్ చెయిల్డ్ ప్రొడక్షన్ ని లండన్ లోని ప్యాలెస్ థియేటర్లోనో లేదంటే ఇంకెక్కడైనా కొత్త ప్రొడక్షన్ లోనో చూడొచ్చు. అదేసమయంలో, ఈ స్క్రిప్ట్ తో మన పాఠకుల ఆలోచనల్లో సైతం అసంఖ్యాకమైన ప్రొడక్షన్స్ రూపొందుతాయని నేను నిజాయతీగా ఒప్పుకుంటున్నాను.

భాగం ఒకటి

భాగం ఒకటి

సన్నివేశం ఒకటి

సన్నివేశం ఒకటి దృశ్యం ఒకటి

కింగ్స్ క్రాస్

బిజీగా, రద్దీగా ఉన్న ఆ స్టేషన్లో ప్రయాణీకులందరూ తమ తమ గమ్యస్థానాలకి వెళ్లేందుకు ప్రయత్నిస్తున్నారు. పూర్తి గందరగోళంగా ఉన్న ఆ వాతావరణంలో, బరువు నింపిన రెండు ట్రాలీలు పైన గంటలు కట్టిన రెండు పెద్ద బోన్లతో ముందుకు వస్తున్నాయి. జేమ్స్ పోటర్ మరియు ఆల్బస్ పోటర్ అనే ఇద్దరు కుర్రాళ్లు వాటిని తోసుకుంటూ వస్తున్నారు. ఆ కుర్రాళ్ల తల్లి గిన్నీ వాళ్ల వెనుకే వస్తోంది. ముప్పై-ఏడేళ్ల హ్యారీ అనే వ్యక్తి తన కుమార్తె లిల్లీని భుజాలపై ఎక్కించుకుని వస్తున్నాడు.

ఆల్బస్

నాన్నా. అతను దాన్ని చెబుతూనే ఉన్నాడు.

హ్యారీ

జేమ్స్, దానికి విశ్రాంతి ఇవ్వు.

జేమ్స్

అతను మత్తులో ఉండొచ్చని నేను మాత్రమే చెప్పాను. అలాగే, అతను చాలా . . . *(అతని తండ్రి చూపును తప్పించుకుంటూ)* గొప్పగా ఉండొచ్చు.

ఆల్బస్ *(అతని తల్లి వైపు చూస్తూ)*

నువ్వు నాకు లేఖ రాస్తావ్ కదా?

గిన్నీ

నువ్వు కోరుకుంటే ప్రతిరోజూ.

ఆల్బస్

వద్దు. ప్రతిరోజూ వద్దు. జేమ్స్ చెప్పాడు, చాలామంది వ్యక్తులు ఇంటి నుంచి నెలకి ఒక్కసారే లేఖలు అందుకుంటారట. నాకు అవసరం లేదు...

హ్యారీ

నీ సోదరుడికి గత ఏడాది మేము వారానికి మూడుసార్లు లేఖలు రాశాము.

ఆల్బస్

ఏంటీ? జేమ్స్!

జేమ్స్ వైపు ఆల్బస్ గుర్రుగా చూస్తాడు.

గిన్నీ

అవును. హాగ్వార్ట్స్ గురించి అతను నీతో చెప్పిన ప్రతి ఒక్కటీ నమ్మాలని నువ్వు అనుకోలేదేమో. నీ సోదరుడికి నవ్వు ఇష్టం.

జేమ్స్ (నవ్వుతూ)

దయచేసి మనం ఇక వెళ్దామా?

ఆల్బస్ ముందుగా తండ్రిని చూసి, తర్వాత తన తల్లిని చూస్తాడు.

గిన్నీ

నువ్వు చేయాల్సిందల్లా తొమ్మిది మరియు పది ప్లాట్‌ఫామ్‌ల మధ్యలో ఉన్న గోడ వైపు సేరుగా నడుచుకుంటూ వెళ్లాలి.

లిల్లీ

నేను చాలా ఉద్విగ్నంగా ఉన్నాను.

హ్యారీ

గోడని ఢీ కొట్టేస్తామేమో అని ఆగిపోవద్దు మరియు భయపడొద్దు, అది చాలా ముఖ్యం. మీకు కంగారుగా ఉంటే, మీరు పరిగెత్తడమే ఉత్తమం.

ఆల్బస్

నేను సిద్ధం.

హ్యారీ మరియు లిల్లీ వాళ్ల చేతుల్ని ఆల్బస్ ట్రాలీ మీద పెడుతారు – గిన్నీ వెళ్లి జేమ్స్ ట్రాలీని పట్టుకుంటుంది – అందరూ కలసి, ఆ కుటుంబం మొత్తం గోడ వైపు పరుగు తీస్తుంది.

సన్నివేశం ఒకటి **దృశ్యం రెండు**

ప్లాట్‌ఫామ్ తొమ్మిది ముప్పావు

హగ్‌వార్ట్స్ ఎక్స్‌ప్రెస్ నుంచి వచ్చిన మందమైన తెల్లటి ఆవిరితో ఆ ప్లాట్‌ఫామ్ నిండిపోయి ఉంటుంది.

ఇది కూడా రద్దీగానే ఉంటుంది – కానీ, ప్రయాణ బిజీలో ఉన్న సూట్స్ ధరించిన సాధారణ వ్యక్తులు కాకుండా, ఇక్కడంతా పొడవాటి దుస్తులు ధరించిన మంత్రగాళ్లు మరియు మంత్రగత్తెలతో నిండి ఉంది. తామెంతో ప్రేమించే తమ సంతానానికి ఎలా వీడ్కోలు చెప్పాలా అని వాళ్లు ఆలోచిస్తున్నారు.

ఆల్బస్

ఇంతే.

లిల్లీ

అద్భుతం!

ఆల్బస్

ప్లాట్‌ఫామ్ తొమ్మిది ముప్పావు.

లిల్లీ

వాళ్లు ఎక్కడ? వాళ్లు ఇక్కడే ఉన్నారా? బహుశా వాళ్లు రాలేదేమో?

హ్యారీ అప్పుడు రాన్‌ని, ఆమె మియోన్ మరియు ఆమె కుమార్తె

రోస్‌ని చూపిస్తాడు . లిల్లీ వాళ్ల వైపు వేగంగా పరిగెత్తుతుంది.

అంకుల్ రాన్. అంకుల్ రాన్!!!

లిల్లీ వేగంగా రాన్ వైపు పరిగెత్తుకు రావడంతో, అతను వాళ్ల వైపు తిరుగుతాడు.

అతను ఆమెను చేతుల్లోకి తీసుకుంటాడు.

రాన్

ఇది నా అభిమాన పోటర్ కాదేమో..

లిల్లీ

నీకు నా ట్రిక్ అర్థమైందా?

రాన్

నీకు వీస్లే చేసే విజార్డ్ వీజెస్ ధృవీకరించిన ముక్కు-మూసుకుని శ్వాసించే విధానం తెలుసు కదా?

రోస్

అమ్మా! నాన్న మళ్లీ ఆ మొండి ప్రయత్నం చేస్తున్నాడు.

హెర్మియోన్

నువ్వు మొండి ప్రయత్నం అంటున్నావ్, అతను అద్భుతం అంటున్నాడు, నేను దాన్ని. . . రెండింటికీ మధ్యస్థం అంటాను.

రాన్

అలాగే ఉండు. నేను ఈ గాలిని ... పీల్చుకుంటాను. అలాగే, ఇప్పుడు ఇది చాలా సాధారణ విషయం ... క్షమించాలి, నేను కొంచెం వెల్లుల్లి వాసన పీలుస్తున్నానేమో . . .

అతను ఆమె ముఖం మీదుగా శ్వాసిస్తాడు. లిల్లీ నవ్వుతుంది.

లిల్లీ

నీకు గంజి వాసన వస్తోందా.

రాన్

బింగ్. బ్యాంగ్. బోయింగ్. యంగ్ లేడీ, నువ్వు అస్సలు వాసన చూడకుండా ఉండే ప్రయత్నం చేయి...

అతను ఆమె ముక్కును పైకెత్తుతాడు.

లిల్లీ

నా ముక్కు ఎక్కడ?

రాన్

టడా!

అతని చేయి ఖాళీగా ఉంటుంది. అదొక సాధారణ ట్రిక్. ప్రతిఒక్కరూ దాన్ని ఆస్వాదిస్తారు.

లిల్లీ

సిల్లీ పని చేశావ్.

ఆల్బస్

ప్రతిఒక్కరూ మళ్లీ మనవైపు చిత్రంగా చూస్తున్నారు.

రాన్

అంతా నావల్లే! నేను చాలా ఫేమస్ కదా. నేను చేసే ముక్కు ప్రయోగాలకి గొప్పగా పేరుంది!

హెర్మియాన్

ఖచ్చితంగా వాళ్లేదో అనుకుంటున్నారు.

హ్యారీ

బాగానే పార్క్ చేశావ్, ఇంకేంటి?

రాన్

నేను చేశాను. కానీ, నేను ముఘుల్ డ్రైవింగ్ టెస్ట్ పాస్ కాగలనని హెర్మియాన్ నమ్మడం లేదు. నువ్వు నమ్ముతావా? నేను ఎగ్జామినర్‌ని తికమక పెట్టేస్తానని ఆమె భావిస్తోంది.

హెర్మియాన్

నేనేమీ అలా అనుకోలేదు. నాకు నీ మీద పూర్తి నమ్మకం ఉంది.

రోస్

అతను ఎగ్జామినర్‌ని తికమక పెట్టేస్తాడని నేను పూర్తిగా నమ్ముతున్నాను.

రాన్

ఓయ్!

ఆల్బస్

డాడీ ...

హ్యారీ దుస్తుల్ని ఆల్బస్ లాగుతాడు. హ్యారీ కిందకి చూస్తాడు.

నువ్వేమనుకుంటున్నావ్ – నేను ఒకవేళ – నేను ఒకవేళ స్లిథరిన్‌లో పెట్టేస్తానా ...

హ్యారీ

దానివల్ల సమస్య ఏముంది?

ఆల్బస్

స్లిథరిన్ అనేది సర్ప మందిరం, తాంత్రిక విద్యల ఇల్లు ... అది ధైర్యవంతులైన మంత్రగాళ్ల ఇల్లు కాదు.

హ్యారీ

ఆల్బస్ సెవెరస్, హాగ్‌వార్ట్స్ లో ఇద్దరు హెడ్‌మాస్టర్ల తర్వాత నీ పేరు ఉంది. ఆ ఇద్దరిలో ఒకరి పేరు స్లిథరిన్. నాకు తెలిసి అతను చాలా ధైర్యవంతుడైన వ్యక్తి.

ఆల్బస్

కానీ, చెప్పాలంటే ...

హ్యారీ

అది నీకు సమస్య అయితే, నీ భావాలను సార్టింగ్ హ్యాట్ పరిగణనలోకి తీసుకుంటుంది.

ఆల్బస్

నిజంగా?

హ్యారీ

అది నాకోసం చేసినది.

ఈ సంగతి అంతకు ముందెప్పుడూ అతను చెప్పలేదు, ఒక క్షణం అది అతని తలలో ప్రతిధ్వనిస్తుంది.

హాగ్వార్ట్స్ నీకోసం చేయబడుతుంది, ఆల్బస్. నేను నీకు హామీ ఇస్తున్నాను, అక్కడ నువ్వు భయపడాల్సిందేమీ ఉండదు.

జేమ్స్ *(వేగంగా)*

థీస్ట్రల్స్ నుంచి వేరుగా. థీస్ట్రల్స్ కోసం చూడు.

ఆల్బస్

అవి కనిపించవని అనుకుంటున్నాను!

హ్యారీ

నీ ప్రొఫెసర్లు చెప్పేది విను, జేమ్స్ చెప్పేది వినకు, అలాగా, నీకు నువ్వు ఆస్వాదించాలని గుర్తుంచుకో. ఇప్పుడు, ఈ రైలు నువ్వు లేకుండానే వెళ్లిపోవాలని నువ్వు కోరుకోనట్లయితే, త్వరగా ఎక్కు ...

లిల్లీ

నేను రైలును బయట నుంచి వెంబడిస్తాను.

గిన్నీ

లిల్లీ, వెనుక నేరుగా రా.

హెర్మియన్

రోజ్. మా ప్రేమను నెవిల్లేకి పంపాలని గుర్తుంచుకో.

రోజ్

మమ్, నేను ఒక ప్రొఫెసర్ ప్రేమను పంపను!

రోజ్ రైలు నుంచి దిగేస్తుంది. ఆ తర్వాత ఆమెను అనుసరించే ముందు ఆల్బస్ వెనక్కి తిరిగి గిన్నీ, హ్యారీలను చివరిసారిగా కౌగలించుకుంటాడు.

ఆల్బస్

ఓకే, మళ్లీ కలుద్దాం. సెలవ్.

అతను రైల్లోకి ఎక్కుతాడు. హెర్మియన్, గిన్నీ, రాన్ మరియు హ్యారీ రైలుని చూస్తూ నిల్చుని ఉంటారు – విజిల్ శబ్ధం పెరుగుతుండగా, రైలు ప్లాట్ ఫామ్ దాటుతుంది.

గిన్నీ

వాళ్లు బాగానే ఉంటారు కదా?

హెర్మియన్

హాగ్వార్ట్స్ ఒక పెద్ద ప్రదేశం.

రాన్

పెద్దది. అద్భుతమైనది. బోలెడంత ఆహారం నేను మళ్లీ అక్కడికి వెళ్లడానికి ఏమైనా చేస్తాను.

హ్యారీ

విచిత్రం, స్లిథరిన్‌లోకి వెళ్లడానికి ఆల్ ఆందోళన చెందుతున్నాడు.

హెర్మియాన్

అదేమీ లేదు, తన మొదటి లేదా రెండవ ఏడాదిలో క్విడ్‌డిచ్ స్కోరింగ్ రికార్డ్ బ్రేక్ చేయగలనా అని రోజ్ ఆందోళన చెందుతోంది. అలాగే, ఎంత త్వరగా తన O.W.Ls తీసుకోగలనని కూడా.

రాన్

ఆమెకు ఆ ఆకాంక్ష ఎలా వచ్చిందో నాకు తెలియలేదు.

గిన్నీ

హ్యారీ నువ్వెలా అనుకుంటున్నావ్, ఆల్ ఆ పని చేయగలడా?

రాన్

నీకు తెలుసా గిన్, నువ్వు స్లిథరిన్‌లోకి వెళ్లే అవకాశం ఉందని మేం ఎప్పుడూ అనుకునేవాళ్లం.

గిన్నీ

ఏంటీ?

రాన్

నిజంగానే, ఫ్రెడ్ మరియు జార్జ్ ఒక పుస్తకం చదివారు.

హెర్మియాన్

మనం వెళ్దామా? అందరూ ఎదురుచూస్తుంటారు, తెలుసుగా.

గిన్నీ

మీ ముగ్గురూ కలసి ఉన్నా, వేరుగా ఉన్నా మీకోసం ఎదురుచూస్తారు. మీ కోసం ఎప్పుడూ ఎదురుచూస్తారు.

నలుగురూ నిష్క్రమిస్తారు. హ్యారీని గిన్నీ ఆపుతాడు.

హ్యారీ ... అతను బాగానే ఉంటాడు కదా, ఏమంటావ్?

హ్యారీ

అవుననుకోండి.

సన్నివేశం ఒకటి దృశ్యం మూడు

ది హాగ్‌వార్ట్స్ ఎక్స్ ప్రెస్

ఆల్బస్ మరియు రోజ్ కలసి రైలు క్యారేజీ వెంబడి నడుస్తుంటారు. ఒకరేమో పూర్తి భయంతో ఉంటారు. మరొకరు పూర్తి ఉత్తేజంతో ఉంటారు.

వ్యతిరేక దిశ నుంచి ట్రాలీ మంత్రగత్తె వాళ్ల దగ్గరికి వస్తుంది, తన ట్రాలీని నెడుతూ ఉంటుంది.

ట్రాలీ మంత్రగత్తె

ట్రాలీ నుంచి మీకేమైనా కావాలా? గుమ్మడి పాస్టీ? చాకోలెట్ కప్ప? కాల్‌డ్రాన్ కేక్?

రోజ్ *(చాకోలెట్ కప్ప వైపు ఇష్టంగా చూస్తున్న ఆల్బస్ చూపుల్ని గమనిస్తుంది)*

ఆల్. మనం ఏకాగ్రతతో ఉండాలి.

ఆల్బస్

దేనిమీద ఏకాగ్రతతో ఉండాలి?

రోజ్

మనం ఎవరితో స్నేహంగా ఉండాలని ఎంచుకుంటున్నామో వారిపై. మా అమ్మ, నాన్న కలసి మీ నాన్నని మొదటిసారిగా హాగ్ వార్ట్స్ ఎక్స్ ప్రెస్‌లో కలిశారు తెలుసా ...

ఆల్బస్

అంటే, మనం జీవితంలో ఎవరితో స్నేహంగా ఉండాలో ఇప్పుడే ఎంచుకోవాలా? నాకు చాలా భయంగా ఉంది.

రోజ్

కానీ, నాకు మాత్రం చాలా ఆత్రుతగా ఉంది. నేనొక గ్రేంజర్-వీస్లీ, నువ్వొక పోటర్ – ప్రతిఒక్కరూ మనకు స్నేహితులు కావాలనుకుంటారు, మనకి ఇష్టమైన వాళ్లను మనం ఎంచుకోవచ్చు.

ఆల్బస్

మనం ఎలా నిర్ణయించుకోవాలి – ఏ కంపార్ట్ మెంట్ లోకి ఎక్కాలో ...

రోజ్

మనం వాటి అన్నింటికీ రేటింగ్ ఇచ్చి, తర్వాత ఒక నిర్ణయానికి వద్దాం.

ఆల్బస్ ఒక కంపార్ట్ మెంట్ తలుపు తెరుస్తాడు – అందులో స్కార్పియస్ అనే ఒక అందమైన పిల్లాడు ఒంటరిగా కనిపిస్తాడు – అతను తప్ప ఆ కంపార్ట్ మెంట్లో ఎవ్వరూ లేరు. ఆల్బస్ చిరునవ్వు నవ్వుతాడు. అందుకు ప్రతిగా స్కార్పియస్ కూడా నవ్వుతాడు.

ఆల్బస్

హాయ్. ఈ కంపార్ట్ మెంట్ ...

స్కార్పియస్

ఇది ఖాళీగా ఉంది. నేను మాత్రమే ఉన్నాను.

ఆల్బస్

గ్రేట్. కానీ, మేమిప్పుడు – లోపలకి రావొచ్చా – కాసేపు – నీకు ఇష్టమేనా?

స్కార్పియస్

ఫర్వాలేదు రండి. హాయ్.

ఆల్బస్

ఆల్బస్. ఆల్. నేను – నా పేరు ఆల్బస్ ...

స్కార్పియస్

హాయ్ స్కార్పియస్. అంటే, నేనే స్కార్పియస్. నువ్వు ఆల్బస్. నేను స్కార్పియస్. నువ్వు ఖచ్చితంగా ...

రోజ్ ముఖం ఒక నిమిషం చిన్నబోతుంది

రోజ్

రోజ్.

స్కార్పియస్

హాయ్ రోజ్. నీకు నా ఫిజ్జింగ్ విజ్‌బీస్ ఇష్టమేనా?

రోజ్

నేనిప్పుడే బ్రేక్‌ఫాస్ట్ చేశాను, థ్యాంక్స్.

స్కార్పియస్

నేను కూడా కొన్ని షాక్-ఓ-చోక్, పెప్పర్ ఇంప్స్ మరియు కొన్ని జెల్లీ స్లగ్స్ తిన్నాను. అది అమ్మ ఐడియా – ఆమె అంటుంది (పాడుతూ), 'స్వీట్స్ మీకు స్నేహితుల్ని అందిస్తాయి' (పాడడం ఒక పొరబాటు అని అతను గ్రహిస్తాడు). బహుశా వెధవ ఐడియా అనుకుంటా.

ఆల్బస్

నాకు కొంచెం ... నేను స్వీట్స్ తినడానికి మా అమ్మ ఒప్పుకోదు. నువ్వు దేనితో ప్రారంభిస్తావు?

స్కార్పియస్‌కి తెలియకుండా ఆల్బస్‌ని రోజ్ ఒక దెబ్బ వేస్తుంది.

స్కార్పియస్

ఫర్లేదు. నేను ఎప్పుడూ పెప్పర్ ఇంప్‌ని మిఠాయిల బ్యాగ్‌లో కింగ్ అని భావిస్తాను. అవి పెప్పర్‌మెంట్ స్వీట్స్. వాటిని తింటే మన చెవుల్లో ఆవిర్లు వస్తాయి.

ఆల్బస్

అద్భుతం, అందుకే నేను --- (రోజ్ మళ్లీ అతన్ని కొడుతుంది) రోజ్, దయచేసి నన్ను కొట్టడం ఆపుతావా?

రోజ్

నేనేమీ నిన్ను కొట్టడం లేదు.

ఆల్బస్

నువ్వు నన్ను కొడుతున్నావ్, నాకు నొప్పిగా ఉంది.

స్కార్పియస్ ముఖం చిన్నబోతుంది.

స్కార్పియస్

నా వల్ల్ ఆమె నిను కొడుతోంది.

ఆల్బస్

ఏమైంది?

స్కార్పియస్

విను, నువ్వెవరో నాకు తెలుసు, అలాగే, నేనెవరో తెలిసిన జంట బహుశా మీరే అనుకుంటాను.

ఆల్బస్

నువ్వు ఆల్బస్ పోటర్. ఆమె రోజ్ గ్రేంజర్-వీస్లీ. అలాగే, నేనేమో స్కార్పియస్ మాల్ఫోయ్. నా తల్లితండ్రుల పేర్లు ఆస్టోరియా మరియు డార్కో మాల్ఫోయ్. మా తల్లితండ్రులకి ఇది ఇష్టం ఉండదు.

రోజ్

ఆ సంగతి కొంచెం తెలుస్తూనే ఉంది. మీ అమ్మ మరియు నాన్న తిండిబోతులు!

స్కార్పియస్ (అవమానంగా భావిస్తాడు)

డాడీ కావచ్చు – కానీ, మమ్మీ కాదు.

రోజ్ గాలిలోకి చూస్తుంది, ఆమె అలా ఎందుకు చేసిందో స్కార్పియస్‌కి తెలుసు.

ఆ పుకారు గురించి నాకు తెలుసు. కానీ, అది అబద్ధం.

అసౌకర్యంగా ఉన్న రోజ్ నుంచి నిరాశతో ఉన్న స్కార్పియస్ వైపు ఆల్బస్ చూస్తాడు.

ఆల్బస్

ఏంటీ – అది పుకారా?

స్కార్పియస్

ఆ పుకారు ఏమిటంటే, మా తల్లితండ్రులకి పిల్లలు పుట్టలేదు. దాంతో, ఒక శక్తిమంతమైన వారసుడి కోసం ఎదురు చూసీ, చూసీ మా నాన్న, మా తాత విసిగిపోయారు. మా మాల్ఫాయ్ వంశం అంతరించకుండా నివారించడంకోసం ... మా అమ్మని వెనక్కి పంపడానికి వాళ్లు ఒక టైమ్-టర్నర్ ఉపయోగించారు ---

ఆల్బస్

వెనక్కి అంటే ఆమెను ఎక్కడికి పంపారు?

రోజ్

ఆ పుకారు ఏమిటంటే, అతను వోల్డెమోర్ట్ కుమారుడని చెబుతారు, ఆల్బస్.

ఒక భయంకరమైన, అసౌకర్యవంతమైన నిశ్శబ్దం ఏర్పడుతుంది.

బహుశా అది అసంబద్ధం కావచ్చు. అంటే ... చూడు, నీకు ముక్కు ఉంది.

ఆ ఉద్రిక్త పరిస్థితి కాస్త తగ్గుతుంది, స్కార్పియస్ నవ్వుతాడు, విషాదకరమైన కృతజ్ఞత ప్రదర్శిస్తాడు.

స్కార్పియస్

ఇది మా నాన్న లాంటి ముక్కే! నాకు ఆయన ముక్కు, ఆయన జుట్టు మరియు ఆయన పేరు వచ్చింది. అది, అదేమి గొప్ప విషయం కాదనుకోండి. అంటే – తండ్రీ-కుమారుడి సమస్యలు, నాకూ ఉన్నాయి. అయితే, మొత్తంగా చెప్పాలంటే, డార్క్ లార్డ్ కుమారుడనడం కన్నా మాల్ఫాయ్ గానే ఉండాలనుకుంటున్నాను.

స్కార్పియస్ మరియు ఆల్బస్ ఒకరినొకరు చూసుకుంటారు. అలాగే, వాళ్ల మధ్య ఏదో వచ్చి వెళ్తుంది.

రోజ్

అవును, నిజానికి, మనం ఎక్కడైనా కాసేపు కూర్చోవాలి. త్వరగా రా, ఆల్బస్.

ఆల్బస్ లోతుగా ఆలోచిస్తాడు.

ఆల్బస్

ఆల్బస్ (రోజ్ చూపు తప్పించుకుంటూ) నేను బాగానే ఉన్నా. నువ్వు వెళ్లు ...

రోజ్

ఆల్బస్. నేను ఆగలేను.

ఆల్బస్

నువ్వు ఇక్కడ ఉండాలని నేనూ అనుకోవడం లేదు. కానీ, నేను ఇక్కడే వేచి ఉన్నాను.

రోజ్ ఒక నిమిషం అతని వైపు చూసిన తర్వాత కంపార్ట్ మెంట్ వదలి వెళ్తుంది.

రోజ్

మంచిది!

స్కార్పియస్ మరియు ఆల్బస్ వెళ్లిపోతారు – ఒకరికొకరు అనుమానంగా చూసుకుంటూ.

స్కార్పియస్

కృతజ్ఞతలు.

ఆల్బస్

లేదు. లేదు. నేను ఆగింది – నీకోసం కాదు – నేను నీ స్వీట్స్ కోసం ఆగాను.

స్కార్పియస్

ఆమె చాలా కోపంగా ఉంది.

ఆల్బస్

అవును. సారీ.

స్కార్పియస్

లేదు. అది నాకు నచ్చింది. నీకు ఆల్బస్ అంటే ఇష్టమా లేదంటే ఆల్ అంటే ఇష్టమా?

స్కార్పియస్ నవ్వుతాడు. రెండు స్వీట్స్ తీసి అతని నోట్లో పెడుతాడు.

ఆల్బస్ (ఆలోచిస్తుంటాడు)

ఆల్బస్.

స్కార్పియస్ (అతని చెవుల నుంచి పొగలు వస్తుండగా)

నా స్వీట్స్ కోసం నువ్వు ఇక్కడే ఉన్నందుకు నీకు కృతజ్ఞతలు ఆల్బస్!

ఆల్బస్ (నవ్వుతూ)

అద్భుతం.

సన్నివేశం ఒకటి **దృశ్యం నాలుగు**

మార్పు దృశ్యం

ఇప్పుడు మనం ఒక మాయా ప్రపంచంలోకి అడుగుపెడుతున్నాం. ఈ దృశ్యం మొత్తం మ్యాజిక్‌కి సంబంధించినది.

మనం ప్రపంచాల మధ్య మనం దూకుతున్నప్పుడు, మార్పులు శరవేగంగా ఉంటాయి. ఇక్కడ విడివిడి దృశ్యాలు ఏవీ ఉండవు, కానీ, సమయంలోని స్థిరమైన పురోగతిని సూచించే శకలాలు, ముక్కలు లాంటివి ఉంటాయి.

మొదట్లో మనం హాగ్‌వార్ట్స్ లోపల, గ్రేట్ హాల్‌లో ఉన్నాం, ప్రతిఒక్కరూ ఆల్బస్ చుట్టూ డ్యాన్స్ చేస్తున్నారు.

పాలీ ఛాంప్‌మ్యాన్

ఆల్బస్ పోటర్

కార్ల్ జెంకిన్స్

ఒక పోటర్. మన ఏడాదిలో.

యాన్ ఫ్రెడెరిక్స్

అతనికి జుట్టు ఉంది. అతని లాగే అతని జుట్టు ఉంది.

రోజ్

అతను నా కజిన్. *(వాళ్లు తిరుగుతారు.)* రోజ్ గ్రేంజర్-వీస్లీ. నైస్ టూ మీట్ యూ.

సార్టింగ్ హ్యాట్ అప్పుడు విద్యార్థుల మధ్య నుంచి నడుచుకుంటూ వస్తాడు, అతను వాళ్ల ఇళ్లలోకి దూసుకొస్తాడు.

క్షణాల్లో ఆ దృశ్యం కనిపించడంతో పాటు అతను రోజ్ దగ్గరికి వస్తాడు, రోజ్ తన అదృష్టం కోసం వేచి ఉండడం వల్ల టెన్షన్‌గా

ఉంటుంది.సార్టింగ్ హ్యాట్

ఈ పని నేను శతాబ్దాలుగా చేస్తున్నాను ప్రతి విద్యార్థి ఆలోచనల్లో నేను కూర్చున్నాను వాళ్ల ఆలోచనలన్నీ నాకు తెలిసిపోతాయి ఎందుకంటే నేను ప్రఖ్యాత సార్టింగ్ హ్యాట్‌ని.

నేను ఎత్తుకీ వెళ్లాను, లోతులు చూశాను మందమైన, పలుచనైన వాటి ద్వారా కూడా పని చేశాను అందుకే, నన్ను ఆన్‌లో పెట్టండి, మీకు తెలుస్తుంది ఏ ఇంట్లోకి మీరు ప్రవేశించాలో ... రోజ్ గ్రెంజర్-వీస్లీలలో

అతను తన టోపీని రోజ్ తల మీద పెడుతాడు.

గ్రిఫిండార్!

రోజ్ వారితో కలవడంతో గ్రిఫిండార్స్ చాలా సంతోషిస్తారు.

రోజ్

కృతజ్ఞతలు డంబెల్‌డోర్.

సార్టింగ్ హ్యాట్ చూపు కింద రోజ్ ప్రదేశం చేరడానికి స్కార్పియస్ పరుగుతీస్తాడు.

సార్టింగ్ హ్యాట్

స్కార్పియస్ మాల్ఫోయ్.

అతను తన టోపీని స్కార్పియస్ తల మీద పెడుతాడు.

స్లిథెరిన్!

స్కార్పియస్ దీనిని ఊహిస్తాడు, అతను తల ఊపుతూ, అన్యమనస్కంగా నవ్వుతాడు. అతను తమతో కలవడంతో స్లిథెరిన్స్ నుంచి సంతోషం వ్యక్తమవుతుంది.

పాలీ చాప్‌మ్యాన్

చెప్పాలంటే, అందులో అర్థముంది.

ఆల్బస్ వేగంగా నడుస్తూ వేదిక ముందుకి వస్తాడు.

సార్టింగ్ హ్యాట్

ఆల్బస్ పోటర్.

అతను తన టోపీని ఆల్బస్ తలమీద పెడుతాడు – అలాగే, ఈసారి అతను ఎక్కువసేపు చూస్తాడు – అతనూ తికమకతో ఉన్నట్టు కనిపిస్తాడు.

స్లిథెరిన్!

అక్కడ నిశ్శబ్దం ఆవరించింది.

ఒక చక్కని, గాఢమైన నిశ్శబ్దం.

ఒకరు లోపల కూర్చుని, కొంచెం మెలిక తిరగడం ద్వారా అందులోనే డ్యామేజ్ కావచ్చు.

పాలీ చాప్‌మ్యాన్

స్లిథెరిన్?

క్రెగ్ బోకెర్ జూనియర్

వుహ్! ఒక పోటర్! స్లిథెరిన్‌లో.

అల్బస్ అనుమానంగా చూస్తాడు. అతను తనవైపుగా అరవడం చూసి, స్కార్పియస్ చిన్నగా నవ్వుతాడు, ఆనందిస్తాడు.

స్కార్పియస్

నువ్వు నా పక్కన నిల్చోవచ్చు!

అల్బస్ *(పూర్తిగా తికమకకి గురవుతాడు)*

సరే. అవును.

యాన్ ఫ్రెడెరిక్స్

అతని వెంట్రుకలు అదేవిధంగా లేదని అనిపిస్తోంది.

రోజ్

అల్బస్? కానీ, ఇది తప్పు, అల్బస్. ఖచ్చితంగా ఇది ఇలా ఉండాల్సింది కాదు.

అప్పుడు అనుకోకుండా మేడమ్ హూచ్‌తో ఒక ఎగిరే పాఠం జరుగుతుంటుంది.

మేడమ్ హూచ్

చెప్పండి, మీరందరూ దేనికోసం నిరీక్షిస్తున్నారు? ప్రతిఒక్కరూ ఒక మంత్రదండంతో నిలబడండి. రండి, త్వరగా.

పిల్లలందరూ వాళ్ల మంత్రదండాలు పక్కనపెట్టుకుని త్వరపడుతారు.

మీరు మీ మంత్రదండం పట్టుకుని 'అప్' అని చెప్పండి!

ప్రతిఒక్కరూ

అప్!

రోజ్ మరియు యాన్ మంత్రదండాలు వారి చేతిలో నుంచి ఎగిరిపోతాయి.

రోజ్ మరియు యాన్

యస్!

మేడమ్ హూచ్

ఇక సిద్ధమవ్వండి, చేతగాని వాళ్ల కోసం నేను నిరీక్షించను. 'అప్' అనండి. 'అప్' అని అందరూ అనండి.

ప్రతిఒక్కరూ *(రోజ్ మరియు యాన్ తప్ప)*

అప్!

స్కార్పియస్‌తో సహా అందరి మంత్రదండాలు పైకి లేస్తాయి. ఆల్బస్ మాత్రమే తన మంత్రదండంతో నేల మీద ఉంటాడు.

ప్రతిఒక్కరూ *(రోజ్, యాన్ మరియు ఆల్బస్ తప్ప)*

యస్!

ఆల్బస్

అప్. అప్.అప్.

అతని మంత్రదండం కదలదు. కనీసం ఒక్క మిల్లీమీటర్ కూడా. అతను నిరాశతో అలా చూస్తూ ఉండిపోతాడు. మిగిలిన క్లాస్ మొత్తం అతడిని చూసి గొల్లుమంటుంది.

పాలీ ఛాంప్‌మ్యాన్

ఓహ్ మెర్లిన్ సహచరుడా, నీకెంత అవమానం కలిగింది! మొత్తంపైన అతను నిజంగా వాళ్ల నాన్న లాగా లేదు కదా?

కర్ల్ జెన్కిన్స్

ఆల్బస్ పోటర్, స్లిథెరిన్ స్క్విబ్

మేడమ్ హూచ్

సరే. పిల్లలూ. ఇది ఎగిరే సమయం.

అప్పుడు అకస్మాత్తుగా స్టేజ్ మొత్తం ఆవిరి వ్యాపిస్తుంది. ఆల్బస్ పక్క నుంచి హ్యారీ ఎక్కడినుంచో వచ్చి దర్శనమిస్తాడు. అలాగే మనం ఇప్పుడు ప్లాట్‌ఫామ్ తొమ్మిది-ముప్పావుకు తిరిగి వచ్చాము. అలాగే, ఏమాత్రం దయలేనట్టుగా సమయం కదలిపోతోంది. ఆల్బస్ ఇప్పుడు ఒక ఏడాది పెద్దవాడయ్యాడు *(హ్యారీ లాగే, కానీ గమనిస్తే స్పష్టంగా అలా కనిపించడం లేదు).*

ఆల్బస్

నాన్నా నేను మిమ్మల్ని ఇప్పుడే అడిగాను, మీరందరూ – మీరందరూ నా నుంచి కాస్త దూరంగా నిలబడితే మంచిది.

హ్యారీ *(ఆశ్చర్యపోతాడు)*

రెండవ-సంవత్సరాల్లో తమ నాన్నలతో కనిపించడం ఇష్టం లేదు కదా?

అత్యుత్సాహం కలిగిన ఒక మాంత్రికుడు వాళ్ల చుట్టూ తిరగడం మొదలుపెడుతాడు.

ఆల్బస్

వద్దు. కేవలం – నువ్వు నువ్వులా – నేను నేనులా ఉందాం –

హ్యారీ

అందరూ మామూలుగానే ఉన్నారు కదా? చూస్తున్నారు. కానీ, వాళ్లు నావైపు చూస్తున్నారు. నీవైపు కాదు.

ఆ అత్యుత్సాహపు మాంత్రికుడు సంతకం కోసం హ్యారీకి ఏదో ఇస్తాడు – అతను దానిమీద సంతకం చేస్తాడు.

ఆల్బస్

హ్యారీ పోటర్ మరియు నిరుత్సాహంగా ఉన్న అతని కుమారుడి వైపు.

హ్యారీ

అంటే అర్థమేమిటి?

ఆల్బస్

హ్యారీ పోటర్ మరియు అతని స్లిథరిన్ కుమారుడి వద్ద.

జేమ్స్ తన బ్యాగ్‌తో వేగంగా వాళ్ల వైపు వస్తాడు.

జేమ్స్

స్లిథెరింగ్ స్లిథెరిన్, మీ గోల కొంచెం ఆపండి, మనం రైలు ఎక్కే సమయమైంది.

హ్యారీ

అవసరం లేదు, జేమ్స్.

జేమ్స్ *(దూరంగా వెళ్లిపోతాడు)*

మళ్లీ క్రిస్మస్‌కి కలుద్దాం, నాన్నా.

హ్యారీ ఆందోళనగా ఆల్బస్ వైపు చూస్తాడు.

హ్యారీ

ఆల్ –

ఆల్బస్

నా పేరు ఆల్బస్, ఆల్ కాదు.

హ్యారీ

ఇతర పిల్లలు నిర్దయగా ఉన్నారా? అది నిజమా? బహుశా, నువ్వు మరికొందర్ని స్నేహితుల్ని చేసుకునే ప్రయత్నంలో ఉన్నావేమో – హెర్మియోన్ మరియు రాన్ లేకుండా నేను హాగ్‌వార్ట్స్ లో ఉండలేను, అలా ఉండడం నాకు అస్సలు సాధ్యం కాదు.

ఆల్బస్

కానీ, నాకు రాన్ మరియు హెర్మియోన్ అవసరం లేదు. – నాకు – నాకు స్కార్పియస్ అని ఒక ఫ్రెండ్ దొరికాడు, నీకు అతను నచ్చడని నాకు తెలుసు. కానీ, అతనే నాకు కావాలి.

హ్యారీ

చూడు, నువ్వు సంతోషంగా ఉన్నంతవరకు, నీకు ఏది నచ్చితే నాకూ అది నచ్చుతుంది.

ఆల్బస్

నువ్వు నన్ను స్టేషన్ వరకు తీసుకురావాల్సిన అవసరం లేదు నాన్నా.

ఆల్బస్ తన సూట్‌కేస్ తీసుకుని భారంగా వెళ్లిపోతాడు.

హ్యారీ

కానీ నేను ఇక్కడ ఉండాలనుకుంటున్నాను....

కానీ, ఆల్బస్ వెళ్లిపోయాడు. అంతలో డ్రాకో మాల్ఫోయ్ చక్కని దుస్తులతో, అతని పోనీటెయిల్‌ని చక్కగా కట్టుకుని అంతమంది జనం మధ్య ఆల్బస్ పక్కనే ప్రత్యక్షమవుతాడు.

డ్రాకో

నాకో సాయం కావాలి.

హ్యారీ

డ్రాకో

డ్రాకో

ఈ పుకార్లు – నా కుమారుడి పెంపకం గురించి – అవి తొలగిపోయేలా కనిపించడం లేదు. ఇతర హాగ్‌వార్ట్స్ విద్యార్థులు ఏమాత్రం దయలేకుండా స్కార్పియస్‌ని ఆట పట్టిస్తున్నారు – డిపార్ట్ మెంట్ ఆఫ్ మిస్టరీస్ యుద్ధంలో టైమ్-టర్నర్స్ అందరు ధ్వంసమయ్యారని మరోసారి ధృవీకరిస్తూ మినిస్ట్రీ ఒక ప్రకటన గానీ విడుదల చేస్తే ...

హ్యారీ

డ్రాకో, వాళ్ల సంగతి వదిలేయ్ – వాళ్లు త్వరలో వెళ్లిపోతారు.

డ్రాకో

నా కుమారుడు ఇబ్బంది పడుతున్నాడు అలాగే – అస్టోరియా ఇటీవల సరిగా ఉండడం లేదు – కాబట్టి, అతనికి అవసరమైన అన్ని రకాల సహాయం కావాలి.

హ్యారీ

పుకారుకు సమాధానం ఇవ్వడమంటే, దానిని నువ్వు మరింత పెంచుతున్నట్టే. వోల్డెమోర్ట్ కి చాలా ఏళ్లుగా ఒక బిడ్డ ఉన్నట్టు పుకార్లు ఉన్నాయి, ఆరోపణకు గురి కావడంలో స్కార్పియస్ మొదటి వ్యక్తి కాదు. నీ కోసం, అలాగే మన కోసం మినిస్ట్రీ పూర్తి స్పష్టమైన మార్గం చూపాలి.

డార్కో కోపంగా చూస్తూ ఉండగా, స్టేజ్ ఖాళీ అవుతుంది. రోజ్ మరియు ఆల్బస్ తమ సూట్‌కేసులతో సిద్ధంగా నిల్చుని ఉంటారు.

ఆల్బస్

రైలు బయలుదేరగానే నువ్వు నాతో మాట్లాడే అవసరం ఉండదు.

రోజ్

నాకు తెలుసు. ఎదిగిన పిల్లల ముందు మనం అలా నటించడమే మంచిది.

స్కార్పియస్ పరిగెత్తుకుని వస్తాడు – అంతకంటే పెద్ద నమ్మకంతో మరియు అంతకంటే పెద్ద సూట్‌కేసుతో.

స్కార్పియస్ *(విశ్వాసంతో)*

హాయ్ రోజ్.

రోజ్ *(స్థిరంగా)*

సెలవ్ ఆల్బస్.

స్కార్పియస్ *(ఇంకా నమ్మకంతో)*

ఆమె కరిగిపోతోంది.

అప్పుడు అకస్మాత్తుగా మనం గ్రేట్ హాల్‌లో ఉంటాం. ప్రొఫెసర్ మెక్‌గొనాగల్ ముందు నిల్చుని ఉంటాడు, ఆయన ముఖంపై పెద్ద నవ్వు కనిపిస్తుంటుంది.

ప్రొఫెసర్ మెక్‌గొనాగల్

క్విడ్‌డిచ్ జట్టుకు చెందిన గ్రిఫిండోర్స్ సరికొత్త సభ్యురాలుగా – మా – (తను పాక్షికం కాదని ఆమె గ్రహిస్తుంది) మీ సూపర్బ్ కొత్త చేజర్ – రోజ్ గ్రెంజర్-విస్లీని ప్రకటించడానికి నేను చాలా సంతోషిస్తున్నాను.

కరతాళధ్వనులతో ఆ హాల్ ప్రతిధ్వనిస్తుంది. స్కార్పియస్ వాళ్లందరి పక్కన నిలబడి తానూ చప్పట్లు కొడుతాడు.

ఆల్బస్

నువ్వు ఆమెకు కూడా చప్పట్లు కొడుతావా? మనం క్విడ్‌డిచ్‌ని ద్వేషిస్తాం. ఆమె మరొక హౌస్ కోసం పనిచేస్తోంది.

స్కార్పియస్

ఆమె నీ కజిన్, ఆల్బస్.

ఆల్బస్

ఆమె నాకోసం చప్పట్లు కొడుతుందని నువ్వు అనుకుంటున్నావా?

స్కార్పియస్

ఆమె తెలివైనదని అనుకుంటున్నాను.

ఉన్నట్టుండి ఒక పోటియన్స్ తరగతి ప్రారంభం కావడంతో, విద్యార్థులు మళ్లీ ఆల్బస్ చుట్టూ తిరుగుతారు.

పాలీ చాప్‌మ్యాన్

ఆల్బస్ పోటర్. ఒక అసంబద్ధం. అతను మెట్లు ఎక్కి వస్తున్నప్పుడు చివరకు చిత్రాలు సైతం మరోవైపు తిరిగాయి.

ఆల్బస్ ఒక ద్రావకంతో కూలబడిపోతాడు.

ఆల్బస్

ఇప్పుడు మనం జోడిస్తున్నాం – ఇది బికార్న్ కొమ్ము కదా?

కార్ల్ జెంకిన్స్

అతడిని విడిచిపెట్టేయ్. వోల్డెమోర్ట్ బిడ్డని దానికి వదిలేయ, నేను చెబుతున్నాను.

ఆల్బస్

కేవలం కొంచెం సాలమండర్ రక్తంతో ...

ద్రావకం పెద్ద శబ్దంతో పేలుతుంది.

స్కార్పియస్

సరే. దీనికి వ్యతిరేక-దినుసు ఏది? మనం ఏది మార్చాలి?

ఆల్బస్

ప్రతిఒక్కటీ.

దాంతో, సమయం వేగంగా సాగిపోతుంది – ఆల్బస్ కళ్లు మరింత ముదురు రంగులోకి మారుతాయి, అతని ముఖం మరింత స్పష్టంగా కనిపిస్తుంది. అతను అప్పటికీ ఒక ఆకర్షణీయమైన కుర్రాడిగానే ఉంటాడు. కానీ, ఆవిషయం ఒప్పుకోకుండా ఉండడానికి అతను ప్రయత్నిస్తాడు.

అప్పుడు ఆకస్మికంగా అతను తండ్రితో కలసి మళ్లీ ప్లాట్‌ఫామ్ తొమ్మిది ముప్పావు మీద ఉంటాడు – కుమారుడు (అలాగే తన విషయంలోనూ) అన్నీ సరిగానే ఉన్నాయా అని ఆల్బస్‌ని అతని తండ్రి వెంబడిస్తూనే ఉంటాడు. ఇద్దరి వయసూ మరో ఏడాది పెరుగుతుంది.

హ్యారీ

మూడో ఏడాది. పెద్ద ఏడాది. హాగ్స్ మీడ్‌లో నిన్ను అనుమతించే పత్రం ఇది.

ఆల్బస్

హాగ్స్ మడ్ అంటే నాకు ఇష్టం లేదు.

హ్యారీ

ఇప్పటివరకు చూడని ఒక ప్రదేశాన్ని నీకు ఇష్టం లేదని ఎలా చెప్పగలవ్?

ఆల్బస్

ఎందుకంటే, అక్కడ పూర్తిగా హాగ్వార్ట్స్ విద్యార్థులే ఉంటారు.

ఆల్బస్ ఆ కాగితాన్ని విసిరేస్తాడు.

హ్యారీ

ఒక అవకాశం ఇవ్వు – కమాన్ – మీ అమ్మకి తెలియకుండా హనీడక్స్‌లో నీ ఇష్టం వచ్చినట్టు చేయడానికి ఇదే అవకాశం – వద్దు ఆల్బస్, నువ్వు ధైర్యం చేయొద్దు.

ఆల్బస్ *(తన మంత్రదండం చూపిస్తూ)*

ఫైర్

పేపర్ బంతికి మండిపోతూ పేలిపోతుంది. దాని ముక్కలు స్టేజ్ మొత్తం పైకి వ్యాపిస్తాయి

హ్యారీ

ఇవన్నీ మూర్ఖపు పనులు!

ఆల్బస్

దురదృష్టకరమైన విషయం ఏమిటంటే, ఇది పని చేస్తుందని నేను అనుకోలేదు. ఆ క్షణం నాకు భయంకరంగా అనిపించింది.

హ్యారీ

ఆల్-ఆల్బస్, నేను గుడ్లగూబలని ప్రొఫెసర్ మెక్‌గొనాగల్‌తో పంచుకుంటాను – నిన్ను నువ్వు ఒంటరిని చేసుకుంటున్నావని ఆమె చెప్పింది – పాఠాల్లో నువ్వు సహకరించవు – నువ్వు కచ్చితంగా – నువ్వు –

ఆల్బస్

అంటే, నేను ఏం చేయాలనుకుంటున్నావ్? మ్యాజిక్‌తో పాపులర్ కావాలంటావా? మాయాజాలంతో కొత్త ఇంట్లోకి వెళ్లమంటావా? ఒక మెరుగైన విద్యార్థిగా నన్ను మారమంటావా? వెంటనే మా నాన్నని పిలిచి, నాన్నా నీకు నచ్చినట్టుగా నేను మారిపోయేనా అని చెబితే చాలా? అది మనిద్దరికీ అది బాగా పనిచేస్తుంది. వెళ్లు ఆ పని చూడు. పట్టుకోవడానికి శిక్షణ అందుకో. ఫ్రెండ్ కోసం వెతుకు.

ప్రపంచాన్ని ఆశ్చర్యంగా చూస్తూ సూట్‌కేస్ మీద కూర్చున్న స్కార్పియస్ దగ్గరికి ఆల్బస్ పరిగెత్తుతాడు.

(ఆనందంగా) స్కార్పియస్ ...

(ఆందోళనగా) స్కార్పియస్ ... నీకేం ఫర్వాలేదు కదా?

స్కార్పియస్ ఏమీ చెప్పడు. అతని ఫ్రెండ్ చూపుల్ని చదివేందుకు ఆల్బస్ ప్రయత్నిస్తాడు.

మీ అమ్మ? అధ్వాన్నంగా మారిందా?

స్కార్పియస్

అనుకున్న దానికంటే అధ్వాన్నంగా మారింది.

ఆల్బస్ వెళ్లి స్కార్పియస్ పక్కనే కూర్చుంటాడు.

ఆల్బస్

నువ్వు ఒక గుడ్లగూబను పంపావని భావించాను...

స్కార్పియస్

ఏం చెప్పాలో నేనేమీ ఆలోచించుకోలేదు.

ఆల్బస్

అలాగే ఇప్పుడు కూడా ఏం చెప్పాలో నాకు తెలియడం లేదు...

స్కార్పియస్

చెప్పేదేమీ లేదు.

ఆల్బస్

ఏదైనా ఉందా...

స్కార్పియస్

అంత్యక్రియలకు వస్తున్నావా.

ఆల్బస్

అవుననుకో.

స్కార్పియస్

ఇప్పుడు నువ్వు నా మంచి స్నేహితుడివి.

అప్పుడు అకస్మాత్తుగా స్టేజ్ మధ్యలోకి సార్టింగ్ హ్యాట్ వస్తుంది. మనం మళ్లీ గ్రేట్ హాల్‌కు చేరుతాం.

సార్టింగ్ హ్యాట్

ఏం వింటారో అని మీరు భయపడుతున్నారా? నేను ఏ పేరు చదువుతానో అని భయపడుతున్నారా? స్లిథెరిన్ కాదు! గ్రిఫిండర్ కాదు! హాఫిల్‌పఫ్ కాదు! రావెన్‌క్లా కాదు!

కంగారు పడొద్దు, బిడ్డా, నా పని నాకు తెలుసు, ముందు ఏడవడం నేర్చుకుంటే, నవ్వు కూడా నేర్చుకుంటారు. లిలీ పోటర్. గ్రిఫిండర్!

లిలీ

అవును!

ఆల్బస్

గొప్ప విషయమే.

స్కార్పియస్

ఆమె మన దగ్గరికు వస్తుందని నువ్వు నిజంగానే అనుకుంటున్నావా? పోటర్లు స్లిథెరిన్‌కి చెందరు.

ఆల్బస్

ఈ ఒకటి చేస్తుంది.

నేపథ్యంలో కలసి పోవాలని అతను ప్రయత్నిస్తుండగా, ఇతర విద్యార్థులు నవ్వుతుంటారు. అతను వాళ్ళందరి వైపు చూస్తాడు.

నేను ఎంచుకోలేదని నీకు తెలుసా? అతని కుమారుడిగా ఉండాలని నేను ఎంచుకోలేదు.

సన్నివేశం ఒకటి **దృశ్యం ఐదు**

మినిస్ట్రీ ఆఫ్ మ్యాజిక్, హ్యారీస్ ఆఫీస్

హ్యారీకి చెందిన మెస్సీ ఆఫీసులో హెర్మియోన్ తన ముందు కాగితాల కట్టలతో కూర్చుని ఉంటుంది. ఆమె ఆ కాగితాలన్నింటినీ క్షుణ్ణంగా చూస్తూ, చదువుతూ, వాటిని అర్థం చేసుకునే ప్రయత్నంలో ఉంటుంది. హ్యారీ వేగంగా లోపలకి వస్తాడు. అతని బుగ్గ మీద రక్తం కారుతూ ఉంటుంది. హెర్మియోన్ తల పైకెత్తి చూస్తుంది.

హెర్మియోన్

అది ఎలా వెళ్తుంది?

హ్యారీ (నవ్వుతూ)

అది నిజమే.

హెర్మియోన్

థియోడోర్ నాట్?

హ్యారీ

నిర్బంధంలో.

హెర్మియోన్

టైమ్-టర్నర్ కూడానా?

టైమ్-ట్యూనర్‌ని హ్యారీ బహిర్గతం చేస్తాడు. అది ఆకర్షణీయంగా మెరుస్తుంది. అది హెర్మియోన్‌కు అద్భుతమనిపిస్తుంది.

ఇది నిజమేనా? ఇది పనిచేస్తుందా? ఇది కేవలం అవర్-రివర్సల్ టర్నర్ మాత్రమే కాదా – ఇది అంతకంటే వెనక్కి కూడా వెళ్తుందా?

హ్యారీ

ఇప్పటికీ మనకేమీ తెలియదు. దీన్ని అక్కడ ప్రయత్నించాలని నేను అనుకున్నాను. కానీ, తెలివైన వారు అడ్డుకున్నారు.

హెర్మియోన్

సరే, ఇప్పుడది మన వద్ద ఉంది.

హ్యారీ

నువ్వు దాన్ని తప్పకుండా ఉంచుకోవాలని అనుకుంటున్నావా?

హెర్మియోన్

మనకి మరో దారి ఉన్నట్టు నాకు అనిపించడం లేదు. దాన్ని చూడు. అది నా దగ్గరున్న టైమ్-టర్నర్‌కి పూర్తి భిన్నంగా ఉంది.

హ్యారీ *(అర్థం కానట్టు)*

నిజానికి, మనం పిల్లలుగా ఉన్నప్పటి నుంచే తాంత్రిక విద్య కొనసాగుతోంది.

హెర్మియోన్

నీకు రక్తం కారుతోంది.

హ్యారీ తన ముఖాన్ని అద్దంలో చూసుకుంటాడు. గాయాన్ని తన దుస్తులతో రుద్దుతాడు.

కంగారు పడొద్దు, అది చిన్న మచ్చతో పోతుంది.

హ్యారీ *(నవ్వుతూ)*

నువ్వు నా ఆఫీసులో ఏం చేస్తున్నావ్, హెర్మియోన్?

హెర్మియోన్

థియోడోర్ నాట్ గురించి వినడానికి నేను ఆసక్తిగా ఉండేదాన్ని – నువ్వు నీ హామీని కాపాడావా, నీ పేపర్ వర్క్ లో అది అగ్రభాగాన ఉందా అని చెక్ చేయాలని భావించాను.

హ్యారీ

ఓహ్. నేను చేయలేదు.

హెర్మియోన్

లేదు. నువ్వు చేయలేదు. హ్యారీ, ఈ గందరగోళంలో నువ్వు ఏదైనా పని ఎలా పూర్తి చేయగలవ్?

హ్యారీ తన మంత్రదండాన్ని గాలిలో ఊపుతాడు. వెంటనే కాగితాలు మరియు పుస్తకాలు చక్కగా అమరిపోతాయి. హ్యారీ చిరునవ్వు నవ్వుతాడు.

హ్యారీ

ఇక ఇక్కడ గందరగోళం లేదు.

హెర్మియోన్

కానీ, ఇప్పటికీ, పట్టించుకోలేదు. ఇక్కడ ఆసక్తికరమైన అంశం ఉన్నట్టు నీకు తెలుసు ... భారీ పరిమాణంలోని దుష్టులు గ్రాఫోర్న్స్ మీద హంగేరీ మీదుగా దాడు తీస్తున్నారు, భారీకాయులు వీపు మీద రెక్కల టాటూలతో గ్రీక్ సముద్రాల మీదుగా నడుస్తున్నారు, అలాగే, అక్కడ నక్కలు పూర్తిగా భూగర్భంలోకి వెళ్లిపోయాయి –

హ్యారీ

గ్రేట్, అక్కడికి వెళ్దాం. నేను బృందాన్ని ఏకం చేస్తాను.

హెర్మియోన్

హ్యారీ, నాకు అర్థమైంది. పేపర్ వర్క్ బోర్ కొడుతోంది ...

హ్యారీ

అది నీకు కాదు.

హెర్మియోన్

నేను నా సొంత పనితోనే కావలసినంత బిజీగా ఉన్నాను. గొప్ప మంత్రగాళ్ల యుద్ధాల్లో ఈ వ్యక్తులు మరియు మృగాలు వోల్డెమోర్ట్ వెంబడి పోరాటం చేశాయి. ఇవన్నీ చీకటికి మిత్రపక్షాలు. ఇవి – మనం ఇటీవల థియోడోర్ నాట్స్ వద్ద తవ్వితీసిన వాటితో కలసి వచ్చాయి. అయితే, హెడ్ ఆఫ్ మ్యాజికల్ లా ఎన్ఫోర్స్ మెంట్ ఒకవేళ అతని ఫైల్స్ చదవకపోతే –

హ్యారీ

కానీ, నేను దాన్ని చదవాల్సిన అవసరం లేదు – నేను వెళ్లాను, దాని గురించి వింటాను. థియోడార్ నాట్ – అది నేనే, టైమ్-టర్నర్ గురించి పుకార్లు విన్నది నేనే మరియు దానిపై చర్య తీసుకున్నది కూడా నేనే. నిజంగానే నువ్వు దాని గురించి నాకు చెప్పాల్సిన అవసరం లేదు.

హ్యారీ వైపు హెర్మియోన్ చూస్తుంది – ఇది గమ్మత్తుగా ఉంది.

హెర్మియోన్

నువ్వు టోఫీని ఊహిస్తున్నావా? రాన్‌తో చెప్పొద్దు.

హ్యారీ

నువ్వు విషయాన్ని మార్చేస్తున్నావ్.

హెర్మియోన్

నిజంగానే నేను. టోఫీ?

హ్యారీ

కుదరదు. ఈ సమయంలో మనం చక్కెర తీసుకోకూడదు.

బీట్.

నువ్వు దీనికి బానిసయ్యే అవకాశం ఉండొచ్చు తెలుసా?

హెర్మియోన్

నేనేం చెప్పగలను? నా తల్లితండ్రులు దంతవైద్యులు, ఒకానొక దశలో నేను తిరగబడ్డాను. నలబై ఏళ్లకు వదిలినా కాస్త ఆలస్యమైనట్టే. కానీ ... (ఆమె తన స్నేహితుడిని చూసి నవ్వుతుంది) చూడు, నువ్వు ఇప్పుడే ఒక అద్భుతమైన పని చేశావ్. నీకు ఖచ్చితంగా చెప్పడం లేదు – ఇప్పుడు మరియు మళ్లీ నీ పేపర్ వర్క్ చూడడానికి నాకు నువ్వు కావాలి, అంతే. దీన్ని నువ్వు మృదువైనదిగా పరిగణించాలి – జరపాలి – (హ్యారీ కోపం ప్రదర్శిస్తాడు) మినిస్టర్ ఫర్ మ్యాజిక్ నుంచి.

ఆమె ఉద్ఘాటన మీద హ్యారీ సూత్రప్రాయ అంగీకారం వింటాడు; అతను సరే అంటాడు.

గిన్నీ ఎలా ఉంది? ఆల్బస్ ఎలా ఉన్నాడు?

హ్యారీ

నేను పేపర్ వర్క్ లో ఉన్నంత సంతోషంగానే తండ్రిగానూ సంతోషంగా ఉన్నాను. రోజ్ ఎలా ఉంది? హుగో ఎలా ఉన్నాడు?

హెర్మియోన్ *(నవ్వుతూ)*

నీకు తెలుసా, అతనికంటే నేను నా సెక్రటరీ ఎథెల్ (ఆమె గుర్తు చేస్తుంది) ని ఎక్కువగా చూశానట. ఈ ఏడాది భాగస్వామి లేదా – ఈ ఏడాది మినిస్టరీ అధికారి అనే విషయమై మనం ఒక ఎంపికకి వెళ్లిన సమయం నీకు గుర్తుందా? ఇక వెళ్లు. నువ్వు నీ కుటుంబం దగ్గరికి వెళ్లు హ్యారీ, హాగ్వార్ట్స్ ఎక్స్ ప్రెస్ మరో ఏడాది కోసం బయలుదేరబోతోంది – నువ్వు వెళ్లిపోయి నీ జీవితాన్ని ఆస్వాదించు – అలాగే, ఆ తర్వాత ఉత్సాహవంతమైన ఆలోచనలతో మళ్లీ ఇక్కడకు వచ్చి, ఆ ఫైల్స్ చదువు.

హ్యారీ

దీనంతటికీ ఏదో అర్థం ఉందని నువ్వు భావిస్తున్నావా?

హెర్మియోన్ *(చిరునవ్వుతో)*

ఉండొచ్చు. కానీ, ఒకవేళ ఉంటే, దాని పోరాడేందుకు మనం ఒక మార్గం అన్వేషిద్దాం, హ్యారీ. మనకి ఎల్లప్పుడూ ఆ అవకాశం ఉంది.

ఆమె మరోసారి నవ్వుతుంది – ఒక టోఫీ నోట్లో వేసుకుంటుంది, ఆఫీస్ వదలి వెళ్లిపోతుంది. హ్యారీ ఒంటరిగా మిగులుతాడు. అతను తన బ్యాగ్ సర్దుకుంటాడు. ఆఫీస్ వదలి బయటకు వెళ్లి ఒక

కారిడార్‌లోకి ప్రవేశిస్తాడు. అతని భుజాల మీద ప్రపంచపు బరువు ఉంటుంది.

అతను నడిచి వెళ్తాడు, అలసిపోతాడు, ఒక టెలిఫోన్ బాక్స్ లోపలకు వెళ్తాడు. 62442కి డయల్ చేస్తాడు.

టెలిఫోన్ బాక్స్

ఫేర్వెల్, హ్యారీ పోటర్.

మినిస్టరీ ఆఫ్ మ్యాజిక్ నుంచి అతను దూరంగా పైకి వెళ్తాడు.

సన్నివేశం ఒకటి **దృశ్యం ఆరు**

హ్యారీ మరియు గిన్నీ పోటర్స్ ఇల్లు

ఆల్బస్‌కి నిద్ర పట్టదు. అతను మెట్ల మీద కూర్చుని ఉంటాడు. కింది నుంచి అతని ఎవరివో గొంతులు వినిపిస్తాయి. హ్యారీ కనిపించడానికి ముందే అతని గొంతు మనకి వినిపిస్తుంది. ఒక వయసైన వ్యక్తి వీల్ చెయిర్‌లో అతని పక్కనే కూర్చుని ఉంటాడు, అతని పేరు అమోస్ డిగోరీ.

హ్యారీ

అమోస్, నేను అర్థం చేసుకోగలను, నిజంగా చేయగలను – కానీ, నా దగ్గర ఇల్లు మాత్రమే ఉంది అలాగే –

అమోస్

మినిస్ట్రీ వద్ద అపాయింట్మెంట్ల కోసం నేను ప్రయత్నించాను. వాళ్లు 'ఓహ్, మిస్టర్ డిగోరీ, మీ కోసం మా దగ్గర ఒక అపాయింట్మెంట్ ఉంది, రెండు నెలల్లో చూద్దాం అన్నారు. నేను వేచి ఉన్నాను. చాలా ఓపిగ్గా.

హ్యారీ

--- అలాగే అర్ధరాత్రి వేళ మా ఇంటికి వచ్చావు – అప్పుడు మా పిల్లలు వారి స్కూల్లో కొత్త సంవత్సరం కోసం సిద్ధమవుతున్నారు – అది సరైన పద్ధతి కాదు.

అమోస్

రెండు నెలలు గడిచాయి, నేనొక గుడ్లగూబ అందుకున్నాను, 'మిస్టర్ డిగోరీ, నేను నిజంగా క్షమాపణ కోరుతున్నాను, కానీ మిస్టర్ పోటర్ అత్యవసర పని మీద బయటకు పిలుస్తూనే ఉన్నాడు, మనం ఈ వస్తువులని కాస్త పక్కకి జరపాలి, మీరు అపాయింట్మెంట్‌కి రెండు నెలల సమయం అందుబాటులో ఉన్నారేమో చూద్దాం. అలాగే, అది మళ్లీ, మళ్లీ పునరావృతమవుతోంది ... నువ్వు నన్ను బయటకు తోసేస్తున్నావ్.

హ్యారీ

నేను వెళ్లననుకో. నేను బాధ్యత వహిస్తున్న హెడ్ ఆఫ్ ది డిపార్ట్మెంట్ ఆఫ్ మ్యాజికల్ లా ఎన్ఫోర్స్ మెంట్ అధిపతిగా నేను కొంచెం బయపడ్డాను.

అమోస్

చాలా వాటికి నువ్వు బాధ్యత వహిస్తున్నావ్.

హ్యారీ

క్షమిస్తావా?

అమోస్

నా కుమారుడు, సెడ్రిక్, నీకు సెడ్రిక్ గుర్తున్నాడా, గుర్తు లేదా?

హ్యారీ *(సెడ్రిక్ ని గుర్తు చేసుకోవడం అతనికి బాధ కలిగిస్తుంది)*

గుర్తున్నాడు, నీ కుమారుడు నాకు గుర్తున్నాడు. అతడిని కోల్పోవడం—

అమోస్

వోల్డ్ మోర్ట్ నిన్ను కోరుకున్నాడు! నా కుమారుడిని కోరుకోలేదు! 'అదనాన్ని చంపేయ్' అని అతను చెప్పిన మాటల్ని నువ్వు నాతో చెప్పావు. అదనం. నా కుమారుడు, నా అందమైన కుమారుడు, అదనం అయిపోయాడు.

హ్యారీ

మిస్టర్ డిగోరీ, సెడ్రిక్ స్మృతి చిహ్నం ఏర్పాటుకోసం మీరు చేస్తున్న ప్రయత్నాలకు నేను సానుభూతి తెలుపుతున్నాను కానీ –

అమోస్

స్మృతి చిహ్నమా? నాకు స్మృతి చిహ్నం పట్ల ఆసక్తి లేదు – ఎప్పటికీ ఆసక్తి ఏర్పడదు. నేనొక ముసలివాడిని – ముసలాడిని, ఎప్పటికైనా చనిపోవాల్సిందే – నేను ఇక్కడికి వచ్చింది నిన్ను అడగడానికి – అర్థించడానికి – అతన్ని వెనక్కి తేవడానికి సాయం చేయమని అడగడానికి వచ్చాను.

హ్యారీ పైకి చూస్తాడు, ఆశ్చర్యపోతాడు.

హ్యారీ

అతన్ని వెనక్కి తీసుకురావాలా? అమోస్, అది సాధ్యం కాదు.

అమోస్

మినిస్టరీ దగ్గర టైమ్-టర్నర్ ఉంది కదా?

హ్యారీ

ఆ టైమ్-ట్యూనర్లు అన్నీ ధ్వంసమయ్యాయి.

అమోస్

నేను ఇక్కడికి చాలా అర్జంట్ పని మీద వచ్చాను. నేను ఇప్పుడే ఒక పుకారు విన్నాను – బలమైన పుకారు అది – థియోడోర్ నుంచి మినిస్టరీ ఒక అక్రమ టైమ్-టర్నర్ స్వాధీనం చేసుకుని, తన దగ్గరే ఉంచుకుంది. పరిశీలన కోసం ఆ పని చేసిందట. ఆ టైమ్-టర్నర్ ఉపయోగించే అవకాశం నాకు కావాలి. దాంతో, నేను నా కుమారుడిని వెనక్కి తెచ్చుకోవాలి.

అప్పుడొక సుదీర్ఘమైన, భయంకర నిశ్శబ్దం ఏర్పడుతుంది. హ్యారీకి ఈ పరిస్థితి చాలా క్లిష్టంగా అనిపిస్తుంది. అంతలో ఆల్బస్ దగ్గరగా వచ్చి ఆ మాటలు వినడం మనకి కనిపిస్తుంది.

హ్యారీ

అమోస్, కాలంతో ఆటలాడుతావా? మనం ఆ పని చేయలేమని నీకు తెలుసు.

అమోస్

జీవించిన ఆ కుర్రాడి కోసం ఎంతో మంది చనిపోయారు? వాళ్లలో ఒకరిని కాపాడాలని నేను నిన్ను అడుగుతున్నాను.

హ్యారీని ఇది బాధ పెడుతుంది. అతను ఆలోచిస్తుండగా, అతని ముఖం కఠినంగా మారుతుంది.

హ్యారీ

నువ్వు ఏదైనా విని ఉండొచ్చు – కానీ, థియోడోర్ నాట్ కథ ఒక కల్పన మాత్రమే, అమోస్. నన్ను క్షమించు.

డెల్ఫీ

హలో.

డెల్ఫీ – దాదాపు ఇరవైతో స్థిరంగా మరియు చురుగ్గా ఉంటూ – మెట్ల మీదుగా అతన్ని చూడడంతో ఆల్బస్ చటుక్కున పక్కకి దూకుతాడు.

ఓహ్. క్షమించు. ఇదేమీ ఉలికిపాటు కాదు. నిజానికి నాకు మెట్ల మీద కూర్చోవడం చాలా ఇష్టం. అక్కడే కూర్చుని ఎవరి కోసమైనా ఎదురుచూడడం, వారితో ఏదైనా చెప్పడం కొంచెం ఆసక్తిగా ఉంటుంది.

ఆల్బస్

ఎవరు నువ్వు? ఎందుకంటే ఇది నా ఇల్లు లాంటిది అలాగే ...

డెల్ఫీ

నేను దొంగ అనుకో. నీకు సొంతమైన అన్నింటినీ నేను దోచుకుంటాను. నాకు నీ బంగారం, నీ మంత్రదండం మరియు నీ చాకోలేట్ ఫ్రాగ్స్ ఇవ్వు!

(ఆమె కోపంగా చూస్తుంది, తర్వాత నవ్వుతుంది.) ఏదో ఒకటి ఇవ్వు లేదా నేను డెల్ఫినీ డిగోరీ. (ఆమె మెట్లు దిగి వస్తుంది, వేగంగా చేతిని కదిలిస్తుంది.) డెల్ఫీ. నేను అతనికి వెనుక చూశాను – అమోస్ – సరే, నేను ప్రయత్నిస్తాను. (ఆమె అమోస్‌ని సూచిస్తుంది.) అలాగే నువ్వు?

ఆల్బస్ (మళ్లీ నవ్వుతాడు)

ఆల్బస్.

డెల్ఫీ

అవుననుకో! ఆల్బస్ పోటర్! అంటే హ్యారీ మీ తండ్రి కదా? అది కొంచెం అద్భుతం కదా?

ఆల్బస్

నిజంగా కాదు.

డెల్ఫీ

ఓహ్. నేను అందులో నా కాలు పెట్టానా? నా గురించి బడిలో వాళ్లు అలాగే చెప్పుకుంటారు. డెల్ఫినీ డిగోరీ – ఇక్కడేమీ గొయ్యి లేదు, ఆమె తనకు తానుగా దిగడానికి.

ఆల్బస్

నా పేరుతో కూడా వాళ్లు అన్ని పనులూ చేస్తారు.

నిశ్శబ్దం. అతని వైపు ఆమె జాగ్రత్తగా చూస్తుంది.

అమోస్

డెల్ఫీ

ఆమె వెళ్లడానికి సిద్ధమవుతుంది, మళ్లీ సంకోచిస్తుంది. ఆల్బస్‌ని చూసి నవ్వుతుంది.

డెల్ఫీ

మనకు ఎవరితో బంధం ఉండాలో మనం ఎంపిక చేసుకోలేం. అమోస్ నాకు పేషెంట్ మాత్రమే కాదు, అతను నా అంకుల్, ఆ కారణంగానే నేను అప్పర్ ఫ్లాగ్లేలో పని చేయడానికి సిద్ధమయ్యాను. కానీ, అది క్లిష్టంగా మారింది. గతంలోనే ఉండిపోయిన వ్యక్తులతో జీవించడం చాలా కష్టం కదా?

అమోస్

డెల్ఫీ!

ఆల్బస్

అప్పర్ ఫ్లాగ్లే?

డెల్ఫీ

పాత మంత్రగత్తెలు మరియు తాంత్రికులకి సెయింట్ ఓస్‌వాల్డ్ ఒక ఇల్లు లాంటిది. వచ్చి కొంత సమయం మమ్మల్ని చూడు. అది కూడా నీకు ఇష్టమైతేనే.

అమోస్

డెల్ఫీ!

ఆమె నవ్వుతుంది. తర్వాత మెట్లు దిగడం కోసం అటు తిరుగుతుంది. అమోస్ మరియు హ్యారీతో కలసి ఆమె గదిలోకి అడుగు పెడుతుంది. ఆల్బస్ ఆమెను గమనిస్తుంటాడు.

డెల్ఫీ

ఏం కావాలి, అంకుల్?

అమోస్

ఒకప్పటి గొప్ప హ్యారీ పోటర్‌ని కలుసుకోండి. ఇప్పుడతను అత్యంత మౌనంగా ఉన్న మినిస్టరీ మ్యాన్. నేను నిన్ను ప్రశాంతంగా వదిలేస్తాను. ప్రశాంతత అనేది దానికి సరైన పదమైతే. డెల్ఫీ నా కుర్చీ ...

డెల్ఫీ

అలాగే, అంకుల్.

అమోస్ ఆ గది నుంచి బయటకి వస్తాడు. హ్యారీ మిగిలిపోతాడు, దిక్కుతోచనట్టు చూస్తుంటాడు. ఆల్బస్ చూస్తుంటాడు, ఆలోచిస్తుంటాడు, జాగ్రత్తగా.

సన్నివేశం ఒకటి దృశ్యం ఏడు

హ్యారీ మరియు గిన్నీ పోటర్ ఇల్లు, ఆల్బస్ గది

ఆల్బస్ తన గదిలో బెడ్ మీద కూర్చుని ఉంటాడు, ఆ గది తలుపు వెలుపల ప్రపంచం ఎప్పటిలాగే సాగుతుంటుంది. అయితే, వెలుపల పరిస్థితులు ఇంకా విరుద్ధంగానే ఉంటాయి. అంతలో జేమ్స్ గర్జన వినిపిస్తుంది (బయటి నుంచి).

గిన్నీ

జేమ్స్, దయచేసి, నీ జుట్టు సంగతి మర్చిపో, ముందు ఆ గదిని శుభ్రం చేయ్ ...

జేమ్స్

నేనెలా దీన్ని మర్చిపోగలను? ఇది పింక్ రంగులో ఉంది! నేను నా అదృశ్య కోటుని ఉపయోగించబోతున్నాను!

తలుపు దగ్గర జేమ్స్ కనిపిస్తాడు, అతని జుట్టు పింక్ రంగులో ఉంటుంది.

గిన్నీ

ఆ కారణంగానే మీ నాన్న నీకు ఆ కోటు ఇవ్వనన్నాడు!

లిల్లీ

ఎవరైనా నా కషాయాల పుస్తకం చూశారా?

గిన్నీ

లిల్లీ పోటర్, రేపు నువ్వు వాటిని ధరించి స్కూల్‌కి వెళ్లాలని మాత్రం అనుకోవద్దు...

ఆల్బస్ గది తలుపు వద్ద లిల్లీ కనిపిస్తుంది. ఆమె అద్భుత రెక్కలు ధరించి ఉంటుంది, అవి ఎగురుతూ ఉంటాయి.

లిల్లీ

ఇవి నాకు చాలా నచ్చాయి. ఎగురుతూ ఉన్నాయి.

ఆల్బస్ గది తలుపు దగ్గర్లో హ్యారీ కనిపించడంతో ఆమె నిష్క్రమిస్తుంది. అతను ఆమెను చూస్తూ ఉంటాడు.

హ్యారీ

హాయ్.

వాళ్లిద్దరి మధ్య ఒక ఇబ్బందికర నిశ్శబ్ధం చోటుచేసుకుంటుంది. అంతలో అక్కడ గిన్నీ కనిపిస్తుంది. అక్కడ ఏం జరుగుతోందో చూద్దాం అన్నట్టుగా ఆమె కొద్దిసేపు అలాగే ఉంటుంది.

ఇప్పుడే ఒక ప్రీ-హాగ్‌వార్ట్స్ గిఫ్ట్ బట్వాడా చేశాను – బహుమతులు – రోన్ వాటిని పంపాడు ...

ఆల్బస్

సరే, నాకు కషాయం ఇష్టం. అలాగే.

హ్యారీ

ఇదంతా జోక్ అనుకుంటాను – అదేమిటో నాకు తెలియదు. శబ్దాలు చేసే పిశాచాలని లిల్లీ తీసుకుంది, జేమ్స్ తన జుట్టుని పింక్ రంగులోకి మార్చే దువ్వెన తీసుకున్నాడు. రాన్ – నిజానికి, రాన్ మాత్రమే రాన్‌గా ఉన్నాడు తెలుసా?

ఆల్బస్‌కి ఇష్టమైన కషాయాన్ని అతని బెడ్ మీద హ్యారీ పెడుతాడు.

నేను కూడా – ఇది నా నుంచి వచ్చింది ...

అతను ఒక చిన్న దుప్పటి తీస్తాడు. గిన్నీ దాన్ని చూస్తుంది – హ్యారీ ప్రయత్నించడం ఆమె చూస్తుంది, తర్వాత ఆమె అక్కడి నుంచి మృదువుగా నడుచుకుంటూ వెళ్లిపోతుంది.

ఆల్బస్

పాత దుప్పటి కదా?

హ్యారీ

ఈ ఏడాది నీకేం ఇవ్వాలనే విషయమై నేను చాలా ఆలోచించాను. జేమ్స్ – చెప్పాలంటే, జేమ్స్ మొదటి నుంచి అదృశ్య కోటునే కోరుకుంటున్నాడు, అలాగే లిల్లీ – తనకి రెక్కలంటే ఇష్టమని నాకు తెలుసు – కానీ, నీకేం కావాలో మాత్రం తెలియదు. నీకిప్పుడు పద్నాలుగేళ్లు వచ్చాయి, ఆల్బస్, నేను నీకు ఒకటి ఇవ్వాలనుకుంటున్నాను, అదే ఏమిటంటే – అది నీకు మాత్రమే ఇవ్వాల్సింది. ఇది – మా అమ్మ నుంచి నేను చివరగా తీసుకున్నది. ఇదొక్కటి మాత్రమే. డర్స్లీని ఇందులో చుట్టి నాకిచ్చింది. ఇది ఎక్కడో పోయిందనుకున్నాను, కానీ, ఆ తర్వాత – మీ బామ్మ పెటూనియా

చనిపోయినప్పుడు, ఆమె వస్తువులు చూస్తుండగా, డూడ్లే ఆశ్చర్యకరంగా దీన్ని గుర్తించాడు – అతను దయతో నాకు దీన్ని పంపించాడు, ఇక అప్పటి నుంచి – నాకు ఎప్పుడు అదృష్టం కోరుకున్నా దీన్ని చేతిలో పట్టుకుంటాను. అలాగే, నేను ఆశ్చర్యపోతాను, నువ్వు గానీ ...

ఆల్బస్

నేను కూడా దీన్ని పట్టుకోవాలా? సరే. అలాగే. ఇది నాకు అదృష్టం తెస్తుందని ఆశిస్తాను. కచ్చితంగా నాకు ఇలాంటిది కావాలి.

అతను దుప్పటి తాకుతాడు.

అయితే, దీన్ని నువ్వే ఉంచుకో.

హ్యారీ

నాకు తెలిసి – నువ్వు నమ్మాలి – ఇది నా దగ్గరే ఉండాలని పెటూనియా కోరుకుంది, అందుకే ఆమె దీన్ని భద్రంగా దాచింది, ఇప్పుడు ఇది నీ దగ్గర ఉండాలని నేను కోరుకుంటున్నాను. నిజంగానే నాకు నా తల్లి ఎలా ఉంటుందో తెలియదు – అయితే, నువ్వు కూడా దీన్ని నీతో ఉంచుకోవాలనే ఆమె కోరుకుంటుందని నాకు తెలుసు. బహుశా, అందుకే నేను నీ దగ్గరికి వచ్చాను, దీన్ని నీకు ఇచ్చాను – హాలోస్ ఈవ్ రోజున. వాళ్లు చనిపోయిన రోజు రాత్రి దీనితో ఉండాలని నేను కోరుకున్నాను – మనిద్దరికీ అదే మంచిదని అనుకుంటున్నాను ....

ఆల్బస్

వినండి, నేను చాలా వస్తువులను ప్యాకింగ్ చేసుకోవాల్సి ఉంది, అలాగే, మీరు కూడా నిస్సందేహంగా చాలా మినిస్ట్రీ పనులు చేసుకోవాల్సి ఉంటుంది, కాబట్టి ...

హ్యారీ

ఆల్బస్, నువ్వు ఈ దుప్పటి నీతో ఉంచుకోవాలని నా కోరిక.

ఆల్బస్

కానీ దీనితో ఏం చేసుకోవాలి? అద్భుత రెక్కలతో ఉపయోగం ఉంటుంది, అలాగే, అదృశ్య కోటుతోనూ ఉపయోగం ఉంటుంది నాన్నా – కానీ దీనితో – నిజంగా ప్రయోజనం ఉంటుందా?

హ్యారీ కొద్దిగా నిరాశకి గురవుతాడు. తన కుమారుడి వైపు చూస్తాడు, నిరాశగా ఏదో చెప్పే ప్రయత్నం చేస్తాడు.

హ్యారీ

నీకు నా సాయం కావాలా? ప్యాకింగ్ చేసుకోవడంలో. ప్యాకింగ్ చేయడమంటే నాకెప్పుడూ ఇష్టమే. నేను ప్రైవెట్ డ్రైవ్ వదలి మళ్లీ

హాగ్‌వార్ట్స్ కి వెళ్తున్నట్టుగా అనిపిస్తుంది. అది ... నిజానికి, అదంటే నీకిష్టం ఉండదని నాకు తెలుసు, కానీ, ...

ఆల్బస్

మీకైతే అది ఈ భూమ్మీద అత్యంత గొప్ప ప్రదేశం. నాకు తెలుసు. ఒక పేద అనాథ తన అంకుల్ మరియు ఆంటీ డర్స్లీ నుంచి బెదిరింపులు ఎదుర్కొని –

హ్యారీ

ఆల్బస్, దయచేసి – మనం ఇప్పుడు –

ఆల్బస్

తన బంధువు డూడ్లే ద్వారా గాయాలపాలై ఆ హాగ్‌వార్ట్స్ ద్వారా రక్షణ అందుకున్నాడు. ఇదంతా నాకు తెలిసిందే కదా నాన్నా. బ్లా బ్లా బ్లా.

హ్యారీ

నేనేమీ నిన్ను విసిగించడానికి రాలేదు, ఆల్బస్ పోటర్.

ఆల్బస్

ఆ పేద అనాథ మా అందర్నీ రక్షించబోతున్నాడు – కాబట్టి, నేనేం చెబుతానంటే – తాంత్రిక విద్య తరఫున చెబుతాను. మీ హీరోయిజం మాకెంత గర్వకారణమో చెబుతాను. మేం ఇప్పుడు తల వంచాలా లేదంటే ఆమోదించాల్సింది ఏమైనా ఉందా?

హ్యారీ

ఆల్బస్, దయచేసి – నీకు తెలుసు, నేనెప్పుడూ ప్రతిఫలం ఆశించను.

ఆల్బస్

కానీ, ఇప్పుడు నేను దానితో చాలా సంతోషంగా ఉన్నాను – కాబట్టి, ఇలాంటి ఒక పాత దుప్పటిని బహుమతిగా ఇవ్వాల్సిందే ...

హ్యారీ

అది పాత దుప్పటా?

ఆల్బస్

ఏం జరుగుతుందని మీరు ఆలోచిస్తున్నారు? మనం కౌగలించుకోవాలనుకున్నారా. నేను ఒకటే చెబుతాను, మిమ్మల్ని నేనెప్పుడూ ప్రేమిస్తాను. ఏంటీ? ఏంటీ?

హ్యారీ *(చివరకు తన సహనం కోల్పోతాడు)*

నీకో విషయం తెలుసా? నేను నిన్ను విషాదంలో మునిగిపోయేలా చేయగలను. నీకు ఈరోజు తండ్రి ఉన్నాడు తెలుసా. ఎందుకంటే, నేనలా చేయలేదు కాబట్టి, అర్థమైందా?

ఆల్బస్

అది దురదృష్టం అని నువ్వు అనుకుంటున్నావా? నేను అనుకోవడం లేదు.

హ్యారీ

నేను చనిపోవాలని కోరుకుంటున్నావా?

ఆల్బస్

లేదు! నువ్వు నా తండ్రి కాకుండా ఉంటే బాగుండేదని అనుకున్నాను.

హ్యారీ (కోపంగా చూస్తూ)

సరే, నువ్వు నా కుమారుడు కాదనుకునే సమయం కూడా వస్తుంది.

ఒక్కసారిగా నిశ్శబ్దం చోటు చేసుకుంటుంది. వాళ్లు మౌనంగా ఉండిపోతారు. తానేం అన్నాడో హ్యారీకి అర్థమవుతుంది.

లేదు, నేను ఆ అర్థంలో అనలేదు ...

ఆల్బస్

అవును, అదే అర్థంలో అన్నావ్.

హ్యారీ

ఆల్బస్, నువ్వు తప్పకుండా.

ఆల్బస్

నువ్వు అదే అర్థంతో అన్నావ్, నాన్న. కానీ, నిజంగానే నేను నిన్ను నిందించడం లేదు.

అక్కడొక భయంకర నిశ్శబ్దం ఏర్పడుతుంది.

నువ్వు నన్నిప్పుడు ఒంటరిగా వదిలేస్తే బాగుంటుందేమో.

హ్యారీ

ఆల్బస్, ప్లీజ్ ...

ఆల్బస్ ఆ దుప్పటి తీసుకుని దూరంగా విసిరేస్తాడు. అది రాన్‌కి ఇష్టమైన కషాయం మీద పడుతుంది. దాంతో, ఆ కషాయం దుప్పటి మొత్తం పడుతుంది. దాంతో, బెడ్ నుంచి చిన్న మొత్తంలో పొగ వస్తుంది.

ఆల్బస్

అంటే, నాకోసం అదృష్టంగానీ, ప్రేమ గానీ లేవన్న మాట.

ఆల్బస్ గది నుంచి వెళ్లిపోతాడు. హ్యారీ అతని వెనుకే వెళ్తాడు.

హ్యారీ

ఆల్బస్. ఆల్బస్ ... దయచేసి ...

సన్నివేశం ఒకటి **దృశ్యం ఎనిమిది**

కల, కొండ మీది గుడిసె

అక్కడొక భారీ శబ్దం వినిపిస్తుంది. దాని తర్వాత ఒక పెద్ద విస్ఫోటనం జరుగుతుంది. డూడ్లే డూర్స్లే, ఆంటీ పెటూనియా మరియు అంకుల్ వెర్నోర్ ఒక బెడ్ వెనుక భయంతో కనిపిస్తారు.

డూడ్లే డూర్స్లే

అమ్మా, నాకిది నచ్చలేదు.

ఆంటీ పెటూనియా

ఇక్కడికి వచ్చి మనం తప్పు చేశామని నాకు తెలుసు. వెర్నోన్. వెర్నోన్. ఇప్పటికైతే మనం ఇక్కడే దాక్కోవాలి. ఇక్కడికి దగ్గర్లో కనీసం ఒక లైట్‌హౌస్ కూడా కనిపించడం లేదు.

అంతలో మరో భారీ శబ్దం వినిపిస్తుంది.

అంకుల్ వెర్నోర్

ఆగండి. ఆగండి. అది ఏమైనా కానివ్వండి, అది ఇక్కడికి మాత్రం రావడం లేదు.

ఆంటీ పెటూనియా

మనం శపించబడ్డాం! అతను మనల్ని శపించాడు! ఆ కుర్రాడు మనల్ని శపించాడు! (యువకుడైన హ్యారీ వైపు చూస్తారు.) ఇదంతా నీ పొరబాటు. నీ రంధ్రంలోకి వెళ్లిపో.

అంకుల్ వెర్నోన్ తన తీయడంతో యువ హ్యారీ జంకుతాడు.

అంకుల్ వెర్నోన్

అక్కడ ఉన్నది ఎవరైనా కానివ్వండి, నేను హెచ్చరిస్తున్నాను – నా దగ్గర ఆయుధం ఉంది.

అక్కడ భారీ విస్ఫోటనం జరుగుతుంది. దాంతో, తలుపు ఊడి పడిపోతుంది. హాగ్రిడ్ తలుపు మధ్యలో నిల్చుని ఉంటాడు. అతను వాళ్లందరి వైపు చూస్తాడు.

హాగ్రిడ్

మన కోసం ఒక కప్పు టీ చేసుకోవడం కూడా సాధ్యం కాదా? ఇదేమీ సులభమైన ప్రయాణం కాకపోవచ్చు.

డూడ్లే డూర్స్లీ

చూడు. అతడి వైపు.

అంకుల్ వెర్నోన్

వెనక్కి నిలబడు. వెనక్కి నిలబడు. నా వెనుక నిలబడు, పెటూనియా. నా వెనుక నిలబడు డూడ్లే. మనల్ని ఇలా భయపెడుతున్న వాళ్లని నేను త్వరలోనే చూడబోతున్నాను.

హాగ్రిడ్

ఎవరు భయపెడుతున్నారు? (అతను అంకుల్ వెర్నోన్ తుపాకీ తీసుకుంటాడు.) ఇంతసేపుగా అలాంటివాళ్లెవరూ కనిపించలేదు. (అతను తుపాకీ చివరి భాగాన్ని మెలి తిప్పుతాడు, దాన్ని ముడి వేస్తాడు.) ఓహ్-అదొక-డైసీ. (ఆ తర్వాత అతను దృష్టి మరలుస్తాడు. అతనికి యువ హ్యారీ కనిపిస్తాడు.). హ్యారీ పోటర్.

యువ హ్యారీ

హలో.

హాగ్రిడ్

క్రితంసారి నిన్ను చూసినప్పుడు, నువ్వు చిన్న బిడ్డవి. చాలావరకు నువ్వు మీ నాన్న లాగే కనిపిస్తున్నావ్. కానీ, కళ్లు మాత్రం మీ అమ్మవి వచ్చాయ్

యువ హ్యారీ

నీకు మా అమ్మానాన్నలు తెలుసా?

హాగ్రిడ్

నా సభ్యత ఎక్కడ? నీకు పుట్టినరోజు శుభాకాంక్షలు. నీకోసం నేను ఒకటి తీసుకొచ్చాను తెలుసా - ఒక దశలో నేను దాని మీద కూర్చునేశాను తెలుసా, కానీ, అది బాగానే ఉంటుంది.

అతను కోటు లోపలి నుంచి కొంచెం నలిగిపోయిన చాకోలెట్ కేక్ బయటకు తీస్తాడు. దానిమీద పచ్చ రంగులో హ్యాపీ బర్త్ డే హ్యారీ అని రాసి ఉంటుంది.

యువ హ్యారీ

నువ్వెవరివి?

హ్యాగ్రిడ్ (నవ్వుతూ)

నిజమే, నా గురించి చెప్పనే లేదు కదా. నా పేరు రూబెస్ హ్యాగ్రిడ్, హాగ్‌వార్ట్స్ లో నేను కీపర్ ఆఫ్ కీస్ అండ్ గ్రౌండ్స్ గా పనిచేస్తున్నాను (అతను తనని తాను చుట్టూ చూస్తాడు.) ఇంతకీ ఆ టీ సంగతి ఏం చేశావ్? నువ్వు దాన్ని తీసుకుంటే, ఇక నాకు బలమైనది అక్కర్లేదు, గుర్తుంచుకో.

యువ హ్యారీ

హాగ్‌వేర్?

హ్యాగ్రిడ్

హాగ్‌వార్ట్స్. త్వరలోనే నీకు హాగ్‌వార్ట్స్ గురించి తెలుస్తుందనుకో.

యువ హ్యారీ

అః – వద్దు. క్షమించండి.

హ్యాగ్రిడ్

క్షమించాలా? నిజానికి వాళ్లు నీకు క్షమాపణలు చెప్పాలి! నీకు నీ లెటర్లు రావడం లేదని నాకు తెలుసు. కానీ, నీకు కనీసం హాగ్‌వార్ట్స్ గురించి కూడా తెలియకుండా ఉంటుందని నేను అనుకోలేదు. చాలా చిరాగ్గా అనిపిస్తోంది! అవన్నీ నీ తల్లితండ్రులు ఎక్కడ నేర్చుకున్నారని నువ్వెప్పుడూ ఆలోచించలేదా?

యువ హ్యారీ

ఏం నేర్చుకున్నారు?

హ్యాగ్రిడ్ చాలా కోపంగా అంకుల్ వెర్నోన్ వైపు తిరుగుతాడు.

హ్యాగ్రిడ్

మీరే కదా నాతో చెప్పింది, ఈ పిల్లాడు – ఈ పిల్లాడికి! – ఏదీ తెలియదని, దేని గురించీ – దేని గురించీ తెలియదని?

అంకుల్ వెర్నోన్

ఆ పిల్లాడికి ఇంకేమీ చెప్పకుండా నేను మిమ్మల్ని నిషేధిస్తున్నాను!

యువ హ్యారీ

నాకు ఏం చెప్పకూడదు?

హ్యాగ్రిడ్ ముందుగా అంకుల్ వెర్నోన్ వైపు చూస్తాడు. తర్వాత యువ హ్యారీ వైపు చూస్తాడు.

హాగ్రిడ్

హ్యారీ – నువ్వొక తాంత్రికుడివి – నువ్వు ప్రతిఒక్కటీ మార్చేశావ్. ఈ మొత్తం ప్రపంచంలో నువ్వొక అత్యంత ప్రఖ్యాత తాంత్రికుడివి.

ఆ తర్వాత, గది వెనుక భాగం నుంచి ప్రతిఒక్కరికీ గుసగుసలు వినిపిస్తాయి. ఒక స్పష్టమైన స్వరంతో మాటలు వినిపిస్తాయి. అది వోల్డ్ మోర్ట్ స్వరం ...

హ్యాహ్యారీ పోటటటర్ ...

సన్నివేశం ఒకటి **దృశ్యం తొమ్మిది**

హ్యారీ మరియు గిన్నీ పోటర్ ఇల్లు, పడకగది

హ్యారీ గబుక్కున లేస్తాడు. ఆ రాత్రివేళ అతను గాఢంగా ఊపిరి తీసుకుంటాడు.

అతను ఒక్క క్షణం అలాగే ఉంటాడు. తనకు తాను ప్రశాంతమవుతాడు. ఆ తర్వాత అతనికి తీవ్రమైన నొప్పి తెలుస్తుంది, ఆ నొప్పి నుదిటి మీద మొదలవుతుంది. అతను భయపడుతాడు. అతని చుట్టూ ప్రేతాత్మల సందడి మొదలవుతుంది.

గిన్నీ

హ్యారీ ...

హ్యారీ

ఫర్వాలేదు. మనం నిద్రపోదాం.

గిన్నీ

వెలుగు.

వెంటనే ఆమె మంత్రదండం నుంచి వచ్చిన వెలుగు ఆ గది మొత్తం వ్యాపిస్తుంది. హ్యారీ ఆమె వైపు చూస్తాడు.

పీడకలా?

హ్యారీ

అవును.

గిన్నీ

దేని గురించి?

హ్యారీ

డూర్స్లేస్ గురించి – అది అక్కడే మొదలైంది – కానీ ఆ తర్వాత ఏదో జరిగింది.

కాసేపు నిశ్శబ్దం. గిన్నీ అతని వైపు చూస్తుంది. – అతను ఎక్కడున్నాడో తెలుసుకునే ప్రయత్నం చేస్తుంది.

గిన్నీ

నీకు నిద్ర మందు కావాలా?

హ్యారీ

వద్దు. నేను బాగానే ఉన్నాను. మనం పడుకుందాం.

గిన్నీ

నువ్వు బాగున్నట్టు కనిపించడం లేదు.

అలాంటిదేం లేదని హ్యారీ చెబుతాడు.

(అతని ఆందోళన చూస్తాడు.) అదంత సులభం కాదు – అమోస్ డిగోరీతో.

హ్యారీ

ఈ కోపాన్ని నేను అదుపులో పెట్టుకోవాలి, నిజానికి, అతని పరిస్థితి కఠినంగా ఉంది. నా వల్లే అమోస్ అతని కుమారుడిని కోల్పోయాడు –

గిన్నీ

కానీ అది నీకు మంచిది లాగా కనిపించడం లేదు –

హ్యారీ

నిజానికి నేను చెప్పాల్సిందేమీ లేదు. – ఎవరికీ నేను ఏమీ చెప్పాల్సిన అవసరం కూడా లేదు – నేను చేసింది తప్పు పని అయితే తప్ప.

సంగతేమిటో గిన్నీకి అర్థమవుతుంది – లేదా ఏ వ్యక్తి గురించి – అతను చెబుతున్నాడో అర్థమవుతుంది.

గిన్నీ

అంటే ఆ విషయం నిన్ను ఇబ్బంది పెడుతోంది కదా? హాగ్వార్ట్స్ ముందురోజు రాత్రి, నువ్వు అక్కడికి వెళ్లాలని అనుకోకుండా ఉంటే, అది మంచి రాత్రి అయ్యేది కాదు. ఆల్‌కి దుప్పటి ఇవ్వడం, ఒక మంచి ప్రయత్నం.

హ్యారీ

నిజానికి, అక్కడి నుంచే అంతా చెడుగా మొదలైంది. నేను కొన్ని విషయాలు చెప్పాను గిన్నీ ...

గిన్నీ

నేను విన్నాను.

హ్యారీ

నువ్వు ఇంకా నాతో మాట్లాడుతూనే ఉన్నావా?

గిన్నీ

ఎందుకంటే, నువ్వు క్షమాపణ చెప్పడానికి అది సరైన సమయమని నాకు తెలుసు. నువ్వు ఆ అర్థంతో అనలేదు. అది చెప్పేటప్పుడు నువ్వు ఇతర విషయాలు దాచి పెట్టావు. నువ్వు అతనితో నిజాయితీగానే ఉన్నావు హ్యారీ ... అతనికి కావలసింది కూడా అదే.

హ్యారీ

అతను జేమ్స్ లేదా లిల్లీ లాగా ఉండాలని నేను కోరుకున్నాను.

గిన్నీ *(నిరాశగా)*

అవును, కానీ అంత నిజాయతీ అవసరం లేదేమో.

హ్యారీ

లేదు, నేను అతని గురించి ఏ ఆలోచనా మార్చుకోను... కానీ, నేను వాళ్లని అర్థం చేసుకోగలను అలాగే ...

గిన్నీ

ఆల్బస్ భిన్నమైన వాడు, అతనికి ఇవన్నీ నచ్చవు. కానీ, అతనే స్వయంగా చెబుతాడు – నిజం చెప్పాలంటే – హ్యారీ పోటర్‌గా నీ గురించి చెప్పాలి. అప్పుడు అతనే నీ గురించి తెలుసుకోవాలనుకుంటాడు.

హ్యారీ

'ఆ నిజం అందమైనది, అలాగే, భయంకరమైనది కూడా, కాబట్టి, చాలా జాగ్రత్తతో చెప్పాలి.'

గిన్నీ అతని వైపు ఆశ్చర్యంగా చూస్తుంది.

డంబెల్‌డోర్.

గిన్నీ

ఒక పిల్లాడికి చెప్పడానికి అదొక అరుదైన విషయం.

హ్యారీ

ప్రపంచాన్ని కాపాడేందుకు ఆ పిల్లాడు చావుకి కూడా సిద్ధమవుతాడని తెలిసే వరకు చెప్పకూడదు.

హ్యారీ మళ్లీ గాఢంగా నిటూరుస్తాడు – అలాగే, నుదురు తాకకుండా ఉండడానికి విశ్వప్రయత్నం చేస్తాడు.

గిన్నీ

హ్యారీ. ఏమైంది?

హ్యారీ

ఏం లేదు. నేను బాగున్నాను. వింటున్నాను. నేను ఇప్పుడు –

గిన్నీ

నీ గాయం బాధిస్తోందా?

హ్యారీ

లేదు. లేదు. నేను బాగానే ఉన్నాను. ఇప్పుడు, నేను కాస్త నిద్రపోవాలి.

గిన్నీ

హ్యారీ. ఎంతకాలంగా నీ గాయం నిన్నిలా బాధ పెడుతూ ఉంది?

హ్యారీ అప్పుడు గిన్నీ వైపు తిరుగుతాడు, అతని ముఖం స్పష్టంగా కనిపిస్తుంది.

హ్యారీ

ఇరవై-రెండేళ్లుగా.

సన్నివేశం ఒకటి దృశ్యం పది

హోగ్‌వార్ట్స్ ఎక్స్ ప్రెస్

రద్దీ రైలు వెంబడి ఆల్బస్ వేగంగా నడుస్తుంటాడు. అతని తల వాలిపోయి ఉంటుంది, దృష్టి మరల్చే ప్రయత్నం చేస్తుంటాడు.

రోజ్

ఆల్బస్, నేను నీకోసమే చూస్తున్నాను ...

ఆల్బస్

నాకోసమా? ఎందుకు?

ఆ విషయం ఎలా చెప్పాలో తెలియక రోజ్ ఇబ్బంది పడుతుంది.

రోజ్

ఆల్బస్, ఇది నాలుగో సంవత్సరం ప్రారంభ సమయం. కాబట్టి, మనందరికీ ఇది కొత్త సంవత్సరం ప్రారంభం లాంటిది. మనం మళ్లీ స్నేహితులు కావాలని నా కోరిక.

ఆల్బస్

మనం ఎప్పటికీ స్నేహితులం కాలేము.

రోజ్

అలా కఠినంగా మాట్లాడొద్దు! నా ఆరేళ్ల నుంచి నువ్వు నా బెస్ట్ ఫ్రెండ్ కదా!

ఆల్బస్

అదంతా చాలాకాలం క్రితం సంగతి.

అతను దూరంగా వెళ్లిపోయే ప్రయత్నం చేస్తాడు, ఆమె అతడిని ఖాళీ కంపార్ట్ మెంట్‌లోకి లాగుతుంది.

రోజ్

నువ్వు ఆ పుకార్లు విన్నావా? కొన్నిరోజుల క్రితం బిగ్ మినిస్ట్రీ దాడి చేసింది. మీ నాన్న అత్యంత ధైర్యంగా ప్రవర్తించారు తెలుసా.

ఆల్బస్

నువ్వెప్పుడూ నాకు తెలియని ఇలాంటి విషయాలు ఎలా తెలుసుకుంటావ్?

రోజ్

సరిగ్గా చెప్పాలంటే – దాడి చేసిన ఆ తాంత్రికుడు ఎవరంటే – థియోడార్ నాట్ అని నేను అనుకుంటాను - అక్కడున్న అన్ని కళాఖండాలు ధ్వంసం చేశారు, అన్ని రకాల చట్టాలను ధ్వంసం చేశారు - వాళ్లు ఇదంతా ఎందుకు చేశారంటే – చట్ట వ్యతిరేకమైన టైమ్-టర్నర్ కోసం చేశారు. దాని మీద ఆధిపత్యం సాధించాలని చేశారు.

ఆల్బస్ అప్పుడు రోజ్ వైపు చూస్తాడు, అన్ని సమస్యలూ కొలిక్కి వస్తున్నట్టు అనిపిస్తుంది.

ఆల్బస్

టైమ్-టర్నర్ కోసమా? మా నాన్నకు టైమ్-టర్నర్ దొరికిందా?

రోజ్

ష్! అవును. నాకు తెలుసు. గొప్ప విషయం కదా?

ఆల్బస్

నీకు నిజంగా తెలుసా?

రోజ్

ఖచ్చితంగా తెలుసు.

ఆల్బస్

నేనిప్పుడు స్కార్పియస్‌ని వెతకాలి.

అతను రైలు దిగి వెళ్తాడు. రోజ్ వెంటపడిస్తుంది, తన విషయం కోసం ఆమె స్థిరంగా ఉంటుంది.

రోజ్

ఆల్బస్!

ఆల్బస్ నిశ్చయంగా తిరుగుతాడు.

ఆల్బస్

నువ్వు నాతో మాట్లాడొచ్చని ఎవరు చెప్పారు?

రోజ్ *(నవ్వుతుంది)*

సరే, బహుశా మీ అమ్మ మా నాన్నని గుడ్లగూబ చేసింది – కానీ, ఆమె కేవలం నీ గురించే బాధపడుతోంది. నా ఆలోచన ఏమిటంటే –

ఆల్బస్

నన్ను ఒంటరిగా వదిలేయ్, రోజ్.

స్కార్పియస్ ఎప్పటిలాగే అతని కంపార్ట్ మెంట్‌లో కూర్చుని ఉంటాడు. ఆల్బస్ ముందుగా అందులోకి ఎక్కుతాడు. రోజ్ అతడిని వెంబడిస్తూనే ఉంటుంది.

స్కార్పియస్

ఆల్బస్! ఓహ్, హలో రోజ్, నీ నుంచి వాసన వస్తోందా?

రోజ్

ఏంటీ, నా నుంచి వాసన వస్తోందా?

స్కార్పియస్

లేదు, నిజానికి మంచి వాసనే వస్తోంది. సరిగ్గా చెప్పాలంటే, తాజా పుష్పాలు, తాజా బ్రెడ్ కలిపినట్టుగా మంచి వాసన వస్తోంది.

రోజ్

ఆల్బస్, నేను ఇక్కడే ఉంటాను, సరేనా? నీకు ఇష్టమైతే రావచ్చు.

స్కార్పియస్ *(నిరాశగా చూస్తాడు)*

అంటే, చాలా మంచి బ్రెడ్, గొప్ప రుచిగా ఉండే బ్రెడ్, ... బ్రెడ్ అని చెప్పడంలో తప్పేముందో అర్థం కావడం లేదే?

రోజ్ దూరంగా వెళ్లిపోతుంది, ఆమె తల ఊగుతూ ఉంటుంది.

రోజ్

బ్రెడ్ అనే మాటలో తప్పేముంది!

ఆల్బస్

నేను నీకోసం అన్నిచోట్లా వెతుకుతున్నాను ...

స్కార్పియస్

ఇప్పటికి నీకు నేను కనిపించాను కదా. టడా! నేను అస్సలు దాక్కోలేకపోతుంటాను. అర్థమైంది కదా, నేను ఎంత త్వరగా దొరికిపోతుంటానో ... చాలా త్వరగా. అందరూ చూడడం మానేశారు. అరవడం మానేశారు. 'వోల్డెమోర్ట్ కుమారుడు' అని నా వీపు మీద రాశారు. అది ఎప్పటికీ పాతది కాదు. ఆమెకు నిజంగానే నేను నచ్చినట్టు లేదు కదా?

ఆల్బస్ తన స్నేహితుడిని కౌగలించుకుంటాడు. వాళ్లు కాసేపు అలాగే ఉంటారు. దీంతో స్కార్పియస్‌కి ఆశ్చర్యం వేస్తుంది.

సరే. హలో. ఉమ్. మనం ఇంతకుముందు హత్తుకున్నామా? ఇప్పుడు హత్తుకుందామా?

ఆ ఇద్దరు కుర్రాళ్లు చాలా మొరటుగా ప్రవర్తిస్తారు.

ఆల్బస్

కొద్దిగా అటుఇటుగా ఇరవై-నాలుగు గంటలు.

స్కార్పియస్

వాటిలో ఏం జరిగింది?

ఆల్బస్

నేను తర్వాత వివరిస్తాను. మనం ఇప్పుడు ఈ రైలు దిగేయాలి.

అంతలో రైలు కూత వినిపిస్తుంది. రైలు కదలడం మొదలవుతుంది.

స్కార్పియస్

చాలా ఆలస్యమైంది. రైలు కదులుతోంది. హాగ్వార్ట్స్ అహోయ్!

ఆల్బస్

అలాగైతే మనం కదులుతున్న రైల్లో నుంచి దిగేద్దాం.

ట్రాలీ విచ్

ట్రాలీ నుంచి ఏమైనా కావాలా, పిల్లలూ?

ఆల్బస్ ఒక కిటికీ తెరచి దూకే ప్రయత్నం చేస్తాడు.

స్కార్పియస్

కదిలే మ్యాజికల్ రైలు.

ట్రాలీ విచ్

పంప్కిన్ పాస్టీ? కాల్డ్రన్ కేక్?

స్కార్పియస్

ఆల్బస్ సెవెరస్ పోటర్, నీ ముఖం మీద నుంచి ఆ వింత చూపు మార్చేయవా.

ఆల్బస్

మొదటి ప్రశ్న. ట్రివిజార్డ్ టోర్నమెంట్ గురించి నీకు ఏమి తెలుసు?

స్కార్పియస్ *(సంతోషంగా)*

ఊఊఊ, క్విజ్! మూడు పాఠశాలల నుంచి ముగ్గురు చాంపియన్లని ఎంపిక చేసుకుని ఒక కప్ కోసం మూడు పోటీల్లో పాల్గొంటారు. దాని గురించి ఇప్పుడు ఎందుకు అడుగుతున్నావ్?

ఆల్బస్

నువ్వు నిజంగానే చాలా వింతగా ప్రవర్తిస్తుంటావ్, ఆ సంగతి తెలుసా?

స్కార్పియస్

యా-హూ.

ఆల్బస్

రెండవ ప్రశ్న. ట్రివిజార్డ్ టోర్నమెంట్ గత ఇరవై సంవత్సరాలు ఎందుకు నిర్వహించడం లేదు?

స్కార్పియస్

చిట్టచివరి పోటీలో మీ నాన్న, సెడ్రిక్ డిగోరీ అనే మరో అబ్బాయి పాల్గొన్నారు – వాళ్లిద్దరూ కలసి విజయం సాధించాలనుకున్నారు, కానీ, ఆ కప్ ఒక పోర్ట్ కీ – అందుకే, వాళ్లని వోల్డెమోర్ట్ కి రవాణా చేశారు. సెడ్రిక్‌ని చంపేశారు. ఆ సంఘటన తర్వాత వాళ్లు వెంటనే ఆ పోటీని నిలిపేశారు.

ఆల్బస్

మంచిది. మూడో ప్రశ్న. సెడ్రిక్‌ని చంపాల్సిన అవసరం ఉందా? సులభమైన ప్రశ్న, సులభమైన సమాధానం అనుకుంటున్నావా: కాదు. 'అదనపు వ్యక్తిని చంపు' అని వోల్డెమోర్ట్ అన్నాడు. అదనపు అన్నాడు. అతను నా తండ్రితో ఉండడం వల్లే చనిపోయాడు. అలాగే, నా తండ్రి అతడిని కాపాడలేదు. కానీ మనం కాపాడగలం. అప్పుడు ఒక పొరబాటు జరిగింది. దాన్ని మనం ఇప్పుడు సరిచేయవచ్చు. దానికోసం మనం ఒక టైమ్-టర్నర్ ఉపయోగించాలి. అతడని మళ్లీ వెనక్కి తీసుకురావాలి.

స్కార్పియస్

ఆల్బస్, కొన్ని కారణాల వల్ల, నాకు టైమ్-టర్నర్ అంటే పెద్దగా ఇష్టమేమీ లేదు ...

ఆల్బస్

టైమ్-టర్నర్ కోసం అమోస్ డిగోరీ అడిగినప్పుడు మా నాన్న కనీసం అది ఉన్న విషయాన్ని కూడా నిరాకరించాడు. తన కుమారుడిని వెనక్కి తెచ్చుకోవాలనుకున్న ఒక వృద్ధుడితో ఆయన అబద్ధం చెప్పాడు. ఆ వృద్ధుడికి తన కుమారుడంటే చాలా ఇష్టం. ఆయన అదేమీ పట్టించుకోలేదు ... ఎందుకంటే, ఆయనకి అదేమీ అవసరం లేదు. మా నాన్న చేసిన గొప్ప పనుల గురించే అందరూ మాట్లాడుతుంటారు. నిజానికి, ఆయన కొన్ని పెద్ద పొరబాట్లు చేశారు. ఆ పొరబాట్లని నేను సరిచేయాలనుకుంటున్నాను. అందుకే, సెడ్రిక్‌ని కాపాడాలనుకుంటున్నాను.

స్కార్పియస్

సరే, చూస్తుంటే నీ ఆలోచనల్లో ఏయే అంశాలున్నాయో అవన్నీ చేయాలనుకుంటున్నావనిపిస్తోంది.

ఆల్బస్

నేను ఈ పని చేసి తీరుతాను స్కార్పియస్. నేను ఈ పని తప్పక చేయాలి. అలాగే నీకు మరో విషయం కూడా తెలుసు. నువ్వు నాతో రాకపోతే నా పనులన్నీ గజిబిజిగా అయిపోతాయి. కాబట్టి, నువ్వు

తప్పక రావాలి. రావాలి.

అతను నవ్వుతాడు. ఆ తర్వాత ఒక్కసారిగా మాయమవుతాడు. స్కార్పియస్ ఒక క్షణం సంశయిస్తాడు. కాసేపు అలాగే ఉంటాడు. అయితే, తానేం చేయాలో అతనికి తెలుసు – అలాగే ఏం చేయబోతున్నాడో కూడా తెలుసు – అతను కూడా పైకి ఎగురుతాడు, ఆల్బస్ తర్వాత అతనూ మాయమవుతాడు.

సన్నివేశం ఒకటి దృశ్యం పదకొండు

హాగ్‌వార్ట్స్ ఎక్స్‌ప్రెస్, పైకప్పు

గాలి అన్ని వైపుల నుంచి పెద్ద శబ్దంతో వీస్తుంటుంది. అదొక తీవ్రస్థాయి గాలి కావడంతో, రైలు పైకప్పు మీదున్న ఆల్బస్ మరియు స్కార్పియస్ స్థిరంగా, దృఢంగా నిల్చుని ఉంటారు.

స్కార్పియస్

సరే, మనం ఇప్పుడు రైలు పైకప్పు మీద ఉన్నాం, ఈ రైలు వేగంగా వెళ్తోంది, భయంగా ఉన్నప్పటికీ, గొప్పగా కూడా అనిపిస్తోంది. నా గురించి నేను చాలా తెలుసుకోవడంతో పాటు నీ గురించి కూడా కొంచెం తెలుసుకున్నట్టుగా అనిపిస్తోంది, కానీ –

ఆల్బస్

నేను అంచనా వేస్తున్న ప్రకారం, మనం కొద్దిసేపట్లో ఒక బ్రిడ్జ్ ని సమీపించబోతున్నాం. ఆ తర్వాత ఒక చిన్న ఎత్తైన ప్రదేశం వస్తుంది. అక్కడ ఉండే సెయింట్ ఓస్వాల్డ్ హోమ్ లోనే పాత మంత్రగత్తెలు మరియు తాంత్రికులు ఉంటారు ...

స్కార్పియస్

అదేమిటి? అదెక్కడుంది? చూశావా, నేను కూడా నీలాగే ఆవేశపడుతున్నాను, నా జీవితంలో మొదటిసారిగా నేను ఇంత పెద్ద సాహసం చేస్తున్నాను – అవును – రైలు పైకప్పు మీద – తమాషాగా ఉంది – కానీ ఇప్పుడు – ఓహ్.

స్కార్పియస్ ఏదైతే చూడాలనుకోడో అదే అతని కంట పడుతుంది.

ఆల్బస్

ఆ నీళ్లు మనకి అత్యంత ఉపయోగపడుతాయి. మన కుషనింగ్ ఛార్మ్ పనిచేయకపోతే ఉపయోగించవచ్చు.

స్కార్పియస్

ఆల్బస్. ట్రాలీ విచ్.

ఆల్బస్

ఈ ప్రయాణం కోసం నీకు ఏమైనా చిరుతిండి కావాలా?

స్కార్పియస్

వద్దు. ఆల్బస్. కానీ, ఆ ట్రాలీ విచ్ మన వైపే వస్తోంది.

ఆల్బస్

అసాధ్యం, ఆమె రాలేదు, మనం రైలు పైకప్పు మీద ఉన్నాం కదా...

స్కార్పియస్ వెంటనే ఆల్బస్‌ని సరైన దిక్కు వైపు తిప్పుతాడు, ఇప్పుడు అతను కూడా ట్రాలీ విచ్‌ని చూస్తాడు. ఆమె ఏమాత్రం తడబడకుండా ట్రాలీ నెట్టుకుంటూ వస్తుంటుంది.

ట్రాలీ విచ్

ట్రాలీలో నుంచి మీకేమైనా కావాలా పిల్లలూ? పంప్‌కిన్ పాస్టీ? చాకోలెట్ ఫ్రాగ్? కల్డ్రాన్ కేక్?

ఆల్బస్

ఓహ్.

ట్రాలీ విచ్

చాలామందికి నా గురించి పెద్దగా తెలియదు. వాళ్లు నా కల్డ్రాన్ కేకులు కొంటారు – కానీ, వాళ్లు నిజానికి నన్ను ఏమాత్రం పట్టించుకోరు. నీ పేరేమిటని ఎవరైనా చివరిసారిగా ఎప్పుడు అడిగారో కూడా నాకు గుర్తు లేదు.

ఆల్బస్

నీ పేరేమిటి?

ట్రాలీ విచ్

నేను మర్చిపోయాను. నేను చెప్పగలిగిన సమాచారం ఒకటే. హాగ్‌వార్ట్స్ ఎక్స్ ప్రెస్ తొలిసారిగా వచ్చినప్పుడు – ఒట్టాలైన్ గ్యాంబోల్ అనే ఆవిడ నాకు ఈ ఉద్యోగం ఇచ్చింది ...

స్కార్పియస్

అంటే – నూట తొంభై సంవత్సరాల క్రితమా. అంటే, నువ్వు నూట తొంభై ఏళ్లుగా ఈ పని చేస్తున్నావా?

ట్రాలీ విచ్

నా చేతులతో ఇప్పటివరకు అరవై లక్షల పంప్‌కిన్ పాస్టీస్ చేశాను. ఆ పని చేయడంలో నాకు గొప్ప అనుభవం ఉంది. అయితే, చాలామంది

గుర్తించని విషయం ఏమిటంటే, నా పంప్‌కిన్ పాస్టీలని ఎంత సులభంగా మరో విధంగా మార్చవచ్చో వాళ్లకు తెలియదు ....

ఆమె ఒక పంప్‌కిన్ పాస్టీ తీస్తుంది. దాన్ని ఒక గ్రెనేడ్ విసిరినట్టుగా విసురుతుంది. అది పేలుతుంది.

అలాగే, నా చాకొలెట్ ఫ్రాగ్స్ తో నేను ఏం చేయగలనో కూడా మీకు తెలియదు. తెలియదు. తెలియదు. ఈ రైల్లో ఉన్న ఎవరినైనా సరే, గమ్యం చేరడానికి ముందే దీని నుంచి దిగేయాలనుకుంటే నేను అడ్డుకుంటాను. కొందరు ప్రయత్నించారు - సిరియస్ బ్లాక్ మరియు అతని మిత్రులు ఫ్రెండ్ మరియు జార్జ్ వెస్లీ ఆ పని చేశారు. అందరూ విఫలమయ్యారు. ఎందుకంటే, ఈ రైలుకి – ఇందులోని వ్యక్తులు బయటకు దిగడం ఇష్టం ఉండదు.

ఆసమయంలో, ట్రాలీ విచ్ చేతులు అత్యంత పదునుగా మారిపోతాయి. ఆమె నవ్వుతుంది.

కాబట్టి, దయచేసి మీ మిగిలిన ప్రయాణం పూర్తి చేయడం కోసం మీరు వెళ్లి మీ స్థానాల్లో కూర్చోండి.

ఆల్బస్

నువ్వు చెప్పింది నిజమే స్కార్పియస్. ఇదొక మ్యాజిక్ రైలు.

స్కార్పియస్

నేను చెప్పింది కరెక్ట్ కావడం వల్ల ఇదొక అమూల్యమైన సమయమే అయినప్పటికీ, నేను ఆనందించే పరిస్థితిలో లేను.

ఆల్బస్

అయితే, నేను కూడా కరెక్టే చెప్పాను – వంతెన విషయంలో – అక్కడ నీళ్లు ఉన్నాయి, కుషనింగ్ ఛార్మ్ ప్రయత్నించే సమయం వచ్చింది.

స్కార్పియస్

ఆల్బస్, ఇది మంచి ఆలోచన కాదు.

ఆల్బస్

అవునా? (కొద్దిసేపు అతను సంకోచిస్తాడు, కానీ, ఆ తర్వాత సంకోచం వదిలేయాల్సిన సమయం వచ్చిందని గ్రహిస్తాడు.) ఇప్పటికే చాలా ఆలస్యమైంది. మూడు. రెండు. ఒకటి. మొల్లియారే.

అలా అంటూ అతను దూకేస్తాడు.

స్కార్పియస్

ఆల్బస్ ... ఆల్బస్ ...

స్నేహితుడి కోసం అతను నిరాశగా కిందకి చూస్తాడు. అంతలో ట్రాలీ విచ్ దగ్గరికి రావడం కనిపిస్తుంది. ఆమె వెంట్రుకలు క్రూరంగా ఉంటాయి. ఆమె పదునైన చేతులు మరింత పదునుగా ఉంటాయి.

సరే, జరిగిందంతా చూస్తూనే ఉన్నావ్ కదా, నేను కూడా నా స్నేహితుడి దగ్గరికి వెళ్లాలి.

అతను ఆమె ముక్కును గట్టిగా పట్టుకుని, ఆల్బస్ దూకినట్టే దూకేస్తాడు, దూకేసే సమయంలో గట్టిగా ఇలా అంటాడు.

మొల్లియారే!

సన్నివేశం ఒకటి దృశ్యం పన్నెండు

మినిస్ట్రీ ఆఫ్ మ్యాజిక్, భారీ సమావేశపు గది

వేదిక మొత్తం తాంత్రికులు మరియు మంత్రగత్తెలతో నిండిపోయి ఉంటుంది. నిజమైన తాంత్రికులు మరియు మంత్రగత్తెలు ఉన్నచోట ఎలా ఉంటుందో అదేవిధంగా అక్కడ గిలక్కాయ శబ్దాలు మరియు అరుపులు వినిపిస్తుంటాయి. వాళ్ల మధ్యలో గిన్నీ, డ్రాకో మరియు రాన్ ఉంటారు. వాళ్లకి పైన, అంటే, వేదిక మీద, హెర్మియోన్ మరియు హ్యారీ ఉంటారు.

హెర్మియోన్

ఆర్డర్. ఆర్డర్. నేను ఇప్పుడు నిశ్శబ్దం తీసుకొచ్చేనా? (ఆమె తన మంత్రదండం ఉపయోగించి అక్కడున్న వారంతా నిశ్శబ్దంగా ఉండేలా చేస్తుంది.) మంచిది. ఈ అత్యద్భుతమైన సాధారణ సమావేశానికి మీకు స్వాగతం. మీరు ఇంత మంది ఈ సమావేశానికి రావడం నాకు చాలా ఆనందంగా అనిపిస్తోంది. చాలా ఏళ్ల నుంచి మాంత్రిక ప్రపంచం చాలా ప్రశాంతంగా ఉంటోంది. ఇరవై-రెండు సంవత్సరాల క్రితం, హాగ్వార్ట్స్ యుద్ధంలో వోల్డెమోర్ట్ ని మనం ఓడించినప్పటి నుంచి ఈ ప్రశాంతత మొదలైంది. కొత్త తరాల వారికి చిన్నపాటి ఘర్షణలు మాత్రమే తెలుసని చెప్పడానికి నేను చాలా సంతోషిస్తున్నాను. ఇప్పటివరకు అలాగే ఉంది. ఇప్పుడు హ్యారీ?

హ్యారీ

అయితే, గడిచిన కొన్ని నెలలుగా మళ్లీ వోల్డెమోర్ట్ సన్నిహితుల కదలికలు కనిపిస్తున్నాయి. యూరప్ వెంబడి వాళ్ల జాడలని మేము అనుసరించాం, సముద్రాలు దాటడానికి రాక్షసులు సిద్ధమయ్యారు, తోడేలు రూపంలోని మనుషుల గురించి చెప్పాలంటే, - నేను చాలా నిరాశతో చెబుతున్నాను, కొన్ని వారాలుగా వారి జాడ తెలియడం లేదు. వాళ్లు ఎక్కడికి వెళ్లారో తెలియదు, ఎవరైనా వాళ్లని తరిమేశారా అనే

విషయం కూడా తెలియదు – కానీ, వాళ్లు వెళ్లిపోయిన విషయం మాత్రం నిజం – అలా జరగడానికి కారణమేమిటో అర్థం కావడం లేదు. కాబట్టి, మేము మిమ్మల్ని అడుగుతున్నాం – ఎవరైనా ఏదైనా చూశారా? ఏదైనా అనుభవంలోకి వచ్చిందా? మీరు గానీ మీ మంత్రదండాన్ని పైకెత్తితే, ప్రతి ఒక్కరి ప్రసంగాన్ని మేము వినగలం. ప్రొఫెసర్ మెక్‌గొంగాల్ – కృతజ్ఞతలు.

ప్రొఫెసర్ మెక్‌గొంగాల్

కషాయాల దుకాణాల్లో ఏదో జోక్యం జరిగినట్టుగా కనిపించింది. మేం వేసవి సెలవు నుంచి తిరిగి వచ్చిన తర్వాత ఆ విషయం గుర్తించాం. కానీ, పెద్ద మొత్తంలో పదార్థాలు తీసుకెళ్లిన జాడలు మాత్రం లేదు. కొన్ని బూమ్‌స్లాంగ్ చర్మం మరియు లేస్‌వింగ్ ఈగలు మాత్రం కనిపించలేదు. అవేవీ కూడా నిషేధిత రిజిస్టర్‌లో లేవు. దాన్ని మేము దానిని భద్రంగా పెట్టాము.

హెర్మియోన్

కృతజ్ఞతలు, ప్రొఫెసర్. మేం ఆ విషయం దర్యాప్తు చేస్తాం. (ఆమె ఆ గది మొత్తం చూస్తుంది.) ఇంకెవరైనా మాట్లాడుతారా? సరే, అలాగే – అందరికీ నమస్కారం – ఇదంతా చూస్తుంటే, వోల్డ్‌మోర్ట్ ఘటన నుంచి – హ్యారీ భయపడుతున్నట్టు ఏదీ జరగలేదనే అనిపిస్తోంది.

డ్రాకో

వోల్డ్‌మోర్ట్ చనిపోయాడు, వోల్డ్‌మోర్ట్ నాశనమయ్యాడు కదా.

హెర్మియోన్

అవును, డ్రాకో, వెల్డెమోర్ట్ చనిపోయాడు, కానీ, జరుగుతున్న ఈ సంఘటనలన్నీ చూస్తుంటే, ఒకవేళ వోల్డ్‌మోర్ట్ తిరిగి వచ్చాడేమో – లేదంటే వోల్డ్‌మోర్ట్ జాడలేవో మళ్లీ వచ్చాయేమో అనిపిస్తున్నాయి.

దాంతో, అక్కడ స్పందన కనిపిస్తుంది.

హ్యారీ

ఇప్పుడది చెప్పడం కష్టమే, కానీ, ఆ విషయాన్ని కొట్టిపారేసే పరిస్థితి లేదు. ఇక్కడ డార్క్ మార్క్ తో ఉన్నవాళ్లు ... ఏదైనా అనుభవం చవిచూశారా? కనీసం నొప్పి లాంటిది ఏదైనా?

డ్రాకో

అంటే, డార్క్ మార్క్ తో ఉన్నవారి మీద మరోసారి పక్షపాతం చూపాలని ప్రయత్నిస్తున్నావా, పోటర్?

హెర్మియోన్

లేదు, డ్రాకో హ్యారీ ఎందుకలా అన్నాడంటే –

డ్రాకో

ఇదేమిటో నీకు తెలుసా? హ్యారీ మళ్లీ తన ముఖం వార్తాపత్రికల్లో ప్రముఖంగా రావాలని భావిస్తున్నాడు. ప్రతి సంవత్సరం ఒకసారి డెయిలీ ప్రొఫెట్ నుంచి వోల్డెమోర్ట్ తిరిగి వస్తున్నాడనే పుకార్లు మనం వింటూనే ఉన్నాం –

హ్యారీ

అలాంటి పుకార్లేవీ నా నుంచి రాలేదు!

డ్రాకో

నిజంగా? మరి, డెయిలీ ప్రొఫెట్ ఎడిట్ చేసేది నీ భార్య అనేది నిజం కాదా?

గిన్నీ వెంటనే అతని వైపు కోపంగా వెళ్తుంది.

గిన్నీ

నేను ఎడిట్ చేసేవి స్పోర్ట్స్ పేజీలు!

హెర్మియోన్

డ్రాకో. ఈ విషయాన్ని హ్యారీ ఇప్పటికే మినిస్ట్రీ దృష్టికి తీసుకొచ్చాడు ... అలాగే, నేను, మ్యాజిక్ మినిస్టర్ గా –

డ్రాకో

నువ్వు ఇక్కడ గెలిచావంటే కారణం, నువ్వు అతనికి స్నేహితురాలు కావడమే.

డ్రాకో మీద రాన్ ఆరోపణలు చేసినప్పుడు గిన్నీ అతనికి మద్దుతుగా నిలుస్తుంది.

రాన్

నువ్వు దయచేసి నోర్మూసుకుంటావా?

డ్రాకో

మీ ఇష్టం – అతని సెలెబ్రెటీ గొప్పతనం మీ నోర్మూస్తోంది. 'నా గాయం నన్ను బాధిస్తోంది, నా గాయం నన్ను బాధిస్తోంది' అన్న తర్వాత కూడా (అతను హ్యారీ మీద ఒక అభిప్రాయం కల్పిస్తాడు) ప్రతిఒక్కరూ పోటర్ పేరు స్మరించడం ఎంతవరకు న్యాయమో మీరే ఆలోచించండి. దీనంతటికీ కారణమేమిటో మీకు తెలుసా – ఆ పుకార్లు పుట్టించిన వాళ్లు మరోసారి నా కుమారుడికి కళంకం ఆపాదించే ప్రయత్నం చేస్తున్నారు. దానికోసం అతని తల్లితండ్రుల మీద హాస్యాస్పదమైన పుకార్లు సృష్టిస్తున్నారు.

హ్యారీ

డ్రాకో, ఇదంతా స్కార్పియస్‌తో ముడిపడి ఉన్నట్టుగా ఏ ఒక్కరూ చెప్పలేదు ...

డ్రాకో

నిజం చెప్పాలంటే, ఈ సమావేశాన్ని నేను అవమానంగా భావిస్తున్నాను. నేను వెళ్లిపోతున్నాను.

అతను వెళ్లిపోతాడు. అతని తర్వాత, మిగిలినవాళ్లూ వెళ్లిపోయేందుకు సిద్ధమవుతారు.

హెర్మియోన్

వద్దు. మీరు చేస్తున్నది సరికాదు ... వెనక్కి రండి. మనం ఒక వ్యూహం సిద్ధం చేయాలి.

సన్నివేశం ఒకటి **దృశ్యం పదమూడు**

పాత మంత్రగత్తెలు మరియు తాంత్రికుల కోసం సెయింట్ ఓస్వాల్డ్ ఇల్లు

ఇదంతా గందరగోళం. ఇది తాంత్రిక ప్రపంచం. ఇది పాత మంత్రగత్తెలు మరియు తాంత్రికుల కోసం ఉన్న ఉన్న సెయింట్ ఓస్వాల్డ్ ఇల్లు. మీరు అనుకున్న దానికంటే ఇది గొప్పగా ఉంటుంది.

జిమ్మర్ ఫ్రేములు గారడీ మొదలుపెడుతాయి, ఊలు అల్లకం గందరగోళంగా మారుతుంది, మగ నర్సులు నాట్యం మొదలుపెడుతారు.

వీళ్లందరూ ఒక కారణం కోసం మ్యాజిక్ చేయడమనే బాధ్యత నుంచి ఉపశమనం పొందినవారు – ఇప్పుడు వీళ్లు కేవలం ఆనందం కోసం మాత్రమే మ్యాజిక్ చేస్తున్నారు. వాళ్లకి ఎలాంటి ఆనందం ఇష్టమో దానికోసమే చేస్తున్నారు.

ఆల్బస్ మరియు స్కార్పియోస్ లోపలకి వస్తారు, అక్కడున్న వాళ్లందరినీ చూస్తారు, ఆశ్చర్యం వేస్తుంది, అయితే, - ఎదుర్కోవడానికి సిద్ధమవుతారు – కొద్దిగా భయపడుతారు.

ఆల్బస్ మరియు స్కార్పియస్

మ్, మీరు మమ్మల్ని క్షమిస్తారా ... క్షమిస్తారా . క్షమిస్తారా!

స్కార్పియస్

సరే, అంటే, ఈ ప్రదేశం క్రూరమైనదన్నమాట.

ఆల్బస్

మనం ఇక్కడ అమోస్ డిగోరీ కోసం వెతకాలి.

అంతలో ఉన్నట్టుండి ఆ ప్రదేశమంతా నిశ్శబ్దంగా మారుతుంది. ప్రతిఒక్కటీ అప్పటికప్పుడు నిశ్చలంగా మారుతుంది. కొద్దిగా వినయంగా మారుతుంది.

ఊలు మహిళ

ఆ ఘోరమైన ప్రదేశంతో మీకేం అవసరం వచ్చింది కుర్రాళ్లూ?

డెల్ఫీ నవ్వుతో ప్రత్యక్షమవుతాడు.

డెల్ఫీ

ఆల్బస్? ఆల్బస్! నువ్వు వచ్చేశావా? ఎంత అద్భుతమో కదా! రా, వచ్చి అమోస్‌కి హలో చెప్పు!

సన్నివేశం ఒకటి **దృశ్యం పధ్నాలుగు**

పాత మంత్రగత్తెలు మరియు తాంత్రికుల కోసం సెయింట్ ఓస్వాల్డ్ ఇల్లు, అమోస్ గది

అమోస్ అప్పుడు స్కార్పియస్ మరియు ఆల్బస్ వైపు చూస్తాడు, చిరాగ్గా మారిపోతాడు. ఆ ముగ్గురినీ డెల్ఫీ చూస్తుంటుంది.

అమోస్

సరే, నేను నేరుగా విషయంలోకి వస్తాను. మీరు ఒక సంభాషణని చాటుగా విన్నారు – నిజానికి అది మీరు వినడానికి ఉద్దేశించిన సంభాషణ కాదు – ఆలస్యం చేయకుండా, మీరే నిర్ణయించుకోండి – నిజానికి, వెళ్లకుండా – జోక్యం చేసుకోవడానికి, అంటే, ఎవరి పనిలోనూ గట్టిగా జోక్యం చేసుకోకుండా.

ఆల్బస్

నా తండ్రి నీతో అబద్ధం చెప్పాడు – ఆయన చేసిన పని నాకు తెలుసు – వాళ్ల దగ్గర ఒక టైమ్-టర్నర్ ఉంది.

అమోస్

వాళ్ల దగ్గర ఉందని నాకు తెలుసు. నువ్విప్పుడు వెళ్లొచ్చు.

ఆల్బస్

ఏంటీ? లేదు. మేం ఇక్కడికి సాయం చేయడానికి వచ్చాం.

అమోస్

సాయమా? మీలాంటి చిన్న కుర్రాళ్ల ద్వారా నాకు ఎలాంటి సాయం లభిస్తుంది?

ఆల్బస్

తాంత్రిక ప్రపంచాన్ని మార్చగల స్థాయికి నువ్వింకా పెరగలేదని నా తండ్రి నిరూపించాడు.

అమోస్

అంటే, నువ్వు ఈ పనిలో జోక్యం చేసుకోవడానికి నేను నీకు అవకాశం ఇవ్వాలి. ఎందుకంటే, నువ్వొక పోటర్ కాబట్టి కదా? అంటే, నువ్వు నీ ప్రముఖ పేరు మీద ఆధారపడుతున్నావా?

ఆల్బస్

లేదు!

అమోస్

స్లిథరిన్ ఇంట్లో ఉండే ఒక పోటర్ – అవును, నేను నీ గురించి చదివాను – నువ్వు నన్ను కలవడం కోసం మాల్ఫోయ్‌ని తీసుకొచ్చావా – ఆ మాల్ఫోయ్ బహుశా వోల్డెమోర్ట్ కావచ్చేమో? అంటే, నువ్వు క్షుద్ర విద్యల్లో భాగం వహిస్తున్నావేమో ఎవరికి తెలుసు?

ఆల్బస్

కానీ –

అమోస్

నీ సమాచారం స్పష్టంగా ఉంది. కానీ, నిర్ధారణ ఉపయోగకరంగా ఉంది. నీ తండ్రి అబద్ధం చెప్పాడు. అతనూ నీలాంటి వాడే. కాబట్టి, నా సమయం వృధా చేయడం ఆపేయ్.

ఆల్బస్ *(బలంగా, దృఢంగా)*

లేదు, నువ్వు నా మాట విని తీరాల్సిందే. నువ్వే నాకు చెప్పావ్ – నా తండ్రి చేతులకి ఎంత రక్తం అంటిందో నువ్వే నాకు చెప్పావ్. దానంతటినీ మార్చడానికి నువ్వు నాకు సాయం చేయాలి. అతను చేసిన ఒక పొరబాటుని సరిదిద్దే అవకాశం నాకివ్వు. నన్ను నమ్ము.

అమోస్ *(అతని స్వరం పెరుగుతుంది)*

నేను చెప్పేది నువ్వు వినవా, కుర్రాడా? నిన్ను నమ్మడానికి నాకెలాంటి కారణం కనిపించడం లేదు. కాబట్టి, వెళ్లిపో. ఇప్పుడే. నేను గెంటేయడానికి ముందే వెళ్లిపో.

అతను తన మంత్రదండాన్ని సంకేతంగా తిప్పుతాడు. ఆల్బస్ ఆ మంత్రదండం వైపు చూస్తాడు – అతను వెనక్కి తగ్గుతాడు – అమోస్ అతడిని నలిపేస్తాడు.

స్కార్పియస్

త్వరగా వచ్చేయ్ స్నేహితుడా, ఒక విషయంలో మన అదృష్టం బాగుంది, ఎక్కడ మనమంటే ఇష్టం లేదో ఆ సంగతి మనకి తెలిసింది.

అక్కడి నుంచి వచ్చేయడానికి ఆల్బస్ ఇష్టపడడు. స్కార్పియస్ అతడిని చేయి పట్టి లాగుతాడు. వాళ్లు వెనక్కి తిరిగి దూరంగా వచ్చేస్తారు.

డెల్ఫీ

వాళ్లని నువ్వు ఎందుకు నమ్మలేదో నాకు ఒక్క కారణం కూడా కనిపించడం లేదు అంకుల్.

వాళ్లు ఆగుతారు.

సాయం చేస్తామంటూ వాళ్లే స్వయంగా వచ్చారు. మీ కుమారుడిని మళ్లీ నీ దగ్గరికి చేర్చడం కోసం వాళ్లు ధైర్యంగా తమ జీవితాలని పణంగా పెట్టడానికి వచ్చారు. నిజం చెప్పాలంటే, వాళ్లు ఇక్కడికి రావడం కోసమే ప్రాణాలకు తెగించారని నేను చెప్పగలను ...

అమోస్

సెడ్రిక్ గురించేనా మనం మాట్లాడుతున్నది ...

డెల్ఫీ

అలాగే – నువ్వు కూడా చెప్పావ్ కదా – హాగ్వార్ట్స్ లోని ఎవరైనా ఒకరైతే చాలా ఎక్కువ అనుకూలంగా ఉంటుందన్నావ్ కదా?

అమోస్ తల మీద డెల్ఫీ ముద్దు పెడుతుంది. అమోస్ అప్పుడు డెల్ఫీ వైపు చూస్తాడు, ఆ తర్వాత తల తిప్పి ఆ కుర్రాళ్ల వైపు చూస్తాడు.

అమోస్

ఎందుకు? మీరెందుకు మీ జీవితాలని పణంగా పెట్టడానికి సిద్ధమయ్యారు? ఇందులో మీకొచ్చే లాభమేమిటి?

ఆల్బస్

అదనపు వ్యక్తికి ఏం జరిగిందో నాకు తెలుసు. మిస్టర్ డిగోరీ మీ కుమారుడిని చంపి ఉండాల్సింది కాదు. అందుకే, అతన్ని వెనక్కి తీసుకు రావడానికి మేము నీకు సాయం చేస్తాము.

అమోస్ *(చివరకు ఉద్వేగానికి లోనై)*

నా కుమారుడు – నా జీవితంలో నాకు అత్యంత ఆనందం అందించింది నా కుమారుడు మాత్రమే – అవును, నువ్వు చెప్పింది నిజమే, వాడికి అన్యాయం జరిగింది – చాలా పెద్ద అన్యాయం జరిగింది – మీరు నిజంగానే చెబుతున్నారా ...

ఆల్బస్

మేం చాలా సీరియస్‌గా చెబుతున్నాం.

అమోస్

ఈ పని చాలా ప్రమాదకరం కావచ్చు.

ఆల్బస్

మాకు తెలుసు.

స్కార్పియస్

మనకి తెలుసా?

అమోస్

డెల్ఫీ – నువ్వు కూడా వీళ్లకి సాయంగా ఉంటే బాగుంటుందేమో?

డెల్ఫీ

అది మీకు సంతోషమైతే, తప్పక చేస్తాను అంకుల్.

ఆమె ఆల్బస్‌ని చూసి నవ్వుతుంది, బదులుగా అతనూ నవ్వుతాడు.

అమోస్

టైమ్-ట్యూనర్ దగ్గరికి వెళ్లడం సైతం ప్రమాదంగా మారుతుందని మీరు మర్చిపోకండి.

ఆల్బస్

మేం మా ప్రాణాలు పణంగా పెట్టేందుకూ సిద్ధమయ్యాం.

స్కార్పియస్

మనం పెట్టాలా?

అమోస్ *(గంభీరంగా)*

మీరు ఈ పని చేయగలరని భావిస్తున్నాను.

సన్నివేశం ఒకటి **దృశ్యం పదిహేను**

హ్యారీ మరియు గిన్నీ పోర్టర్ ఇల్లు, వంటగది

హ్యారీ, రాన్, హెర్మియోన్ మరియు గిన్నీ కలసి కూర్చుని భోంచేస్తుంటారు.

హెర్మియోన్

నేను డ్రాకోకి మళ్లీ మళ్లీ చెప్పాను – స్కార్పియస్ గురించి మినిస్ట్రీలోని ఏ ఒక్కరూ ఏమీ చెప్పలేదు. ఆ పుకార్లు ఏవీ మన దగ్గరి నుంచి రాలేదు.

గిన్నీ

నేను అతనికి రాశాను – అతను అస్టోరియాని కోల్పోయిన తర్వాత – మనం ఏదైనా చేయగలిగింది ఉందా అని నేను అడిగాను. నేను ఒకటే భావించాను – అతను ఆల్బస్‌కి చాలా మంచి స్నేహితుడు – బహుశా స్కార్పియస్ ఈ క్రిస్‌మస్ సెలవుకి అతడితోనే గడపాలని అనుకున్నాడేమో లేదంటే .... నా గుడ్లగూబ ఒక లేఖ తీసుకొచ్చింది. అందులో ఒకే ఒక వాక్యం ఉంది: 'నా కుమారుడి గురించి వచ్చిన ఈ పుకార్లని ఇప్పటికీ, ఎప్పటికీ తోసిపుచ్చుతున్నట్టుగా చెప్పాలని చెప్పు.'

హెర్మియోన్

అతను అలసిపోయాడు.

గిన్నీ

అతను తికమకలో – పూర్తి తికమకలో ఉన్నాడు.

రాన్

అతని నష్టానికి నేను చాలా బాధపడుతున్నాను, కానీ, అతను హెర్మీవన్ మీద ఆరోపణలు చేయడం ... నిజానికి ... (అతను హ్యారీ వైపు చూస్తాడు) దీనివల్ల ఎలాంటి ఇబ్బంది ఉండదని నేను ఆమెకు చాలాసార్లు చెప్పాను.

హెర్మియోన్

ఆమె అంటే?

రాన్

ఆ పుకార్లన్నీ ఏదో ఒక విందు వద్దకి చేరుతాయి, అలాగే, ఏదైనా పెళ్లి వద్దకు చేరుతాయి, మీరు ఆల్బస్ గురించి ఆలోచిస్తూ ఉంటే మీకు పీడకలలు మొదలవుతాయి, అలాగే, మీకు వయసవుతోంది కాబట్టి, మీ గాయం మీకు మళ్లీ నొప్పి కలిగిస్తుంది.

హ్యారీ

వయసైపోతోందా? కృతజ్ఞతలు, స్నేహితుడా.

రాన్

నిజాయితీగా చెప్పాలంటే, నేను కూర్చునే ప్రతిసారీ 'ఉఫ్' అనే శబ్దం చేస్తున్నాను. అలాగే, 'ఉఫ్' శబ్దంతో పాటు నా పాదాలతో కూడా – నా పాదాలతో కూడా నాకు సమస్య తప్పడం లేదు – నా కాళ్లతో వస్తున్న నొప్పుల గురించి నేను పాటలు కూడా రాశాను – బహుశా నీ గాయం కూడా అలాంటిదే అనుకుంటాను.

గిన్నీ

నువ్వు మరీ చెత్తగా మాట్లాడుతున్నావ్.

రాన్

అది నా ప్రత్యేకతగా భావిస్తాను. దాంతోపాటు స్కివింగ్ స్నాక్‌బాక్సుల శ్రేణిని కూడా. మీ అందరి మీదా నా ప్రేమ ఉంటుంది. చివరకు స్కిన్నీ గిన్నీ మీద కూడా.

గిన్నీ

నువ్వు సరిగా ప్రవర్తించకపోతే, రొనాల్డ్ వెస్లీ, నేను అమ్మతో చెబుతాను.

రాన్

నువ్వు చెప్పవు.

హెర్మియోన్

వోల్డేమార్ట్ బ్రతికి ఉండే అవకాశం ఉంటే, ఏ రూపంలోనైనా సరే, మనం అన్నింటికీ సిద్ధంగా ఉండాలి. నాకు చాలా భయంగా ఉంది.

గిన్నీ

నాక్కూడా భయంగానే ఉంది.

రాన్

నన్నేదీ భయపెట్టదు. అమ్మ కూడా.

హెర్మియోన్

అంటే, హ్యారీ, నేను ఇందులోకి కార్నీలియస్ ఫడ్జ్ ని లాగడం లేదు. నేను ప్రమాదం నుంచి సులభంగా తప్పించుకోగలను. డ్రాకో మాల్ఫోయ్‌తో నన్ను ఎంత అపఖ్యాతి చేసినా సరే, నేనేమీ పట్టించుకోను.

రాన్

ఇంతకీ నీకు ఎక్కడ గొప్పదనం ఉందనుకుంటున్నావు?

రాన్ వైపు హెర్మియోన్ అవమానంగా చూస్తుంది. అతన్ని కొట్టేలాగా చూస్తుంది. కానీ, రాన్ ఆమె నుంచి తప్పించుకుంటాడు.

తప్పిపోయింది.

రాన్‌ని గిన్నీ కొడుతుంది. రాన్ నొప్పితో కింద పడిపోతాడు.

కొట్టు. బాగా గట్టిగా కొట్టు.

అకస్మాత్తుగా ఆ గదిలోకి గుడ్లగూబ వస్తుంది. అది కిందకి దిగుతుంది. హ్యారీ పళ్లెంలోకి ఒక లేఖ జారవిడుస్తుంది.

హెర్మియోన్

ఈ గుడ్లగూబ కొంచెం ఆలస్యంగా వచ్చింది కదా?

హ్యారీ ఆ లేఖ తెరుస్తాడు. ఆశ్చర్యపోతాడు.

హ్యారీ

ఇది ప్రొఫెసర్ మెక్‌గొనాగల్ నుంచి వచ్చింది.

గిన్నీ

అందులో ఏముంది?

హ్యారీ ముఖం వాలిపోతుంది.

హ్యారీ

గిన్నీ, ఇందులో ఏముందంటే, ఆల్బస్ – ఆల్బస్, స్కార్పియస్ – వాళ్లిద్దరూ పాఠశాలకు చేరలేదట. వాళ్లు తప్పిపోయారు!

సన్నివేశం ఒకటి దృశ్యం పదహారు

వైట్‌హాల్, నడకదారి

స్కార్పియస్‌కి అటూ, ఇటూ ఆల్బస్ మరియు డెల్ఫీ ఉంటారు, అతను ఒక సీసాని ఓర కంటితో చూస్తుంటాడు.

స్కార్పియస్

అంటే, మనం దీనిని తీసుకోవచ్చా?

ఆల్బస్

స్కార్పియస్, నిజంగానే నేను నీకు వివరించాలి – ఉబెర్ గీక్ మరియు కషాయాల నిపుణుడిగా – పాలీజ్యూస్ ఏం చేస్తుందో? డెల్ఫీ తెలివైన తయారీ పనికి కృతజ్ఞతలు చెప్పాలి, మనం ఈ కషాయం తీసుకుని మార్పు చెందబోతున్నాం, ఆవిధంగా మనం ఎవరికీ కనిపించకుండా మినిస్ట్రీ ఆఫ్ మ్యాజిక్‌లోకి ప్రవేశించాలి.

స్కార్పియస్

సరే, రెండు విషయాలు, ఒకటి, అది నొప్పిగా ఉంటుందా?

డెల్ఫీ

చాలా – నాకు తెలిసినంతవరకు.

స్కార్పియస్

కృతజ్ఞతలు. తెలియడం మంచిదైంది. రెండో విషయం – ఇంతకీ పాలీజ్యూస్ రుచి ఎలా ఉంటుందో మీ ఇద్దర్లో ఎవరికైనా తెలుసేమో చెబుతారా? ఎందుకంటే, దాని రుచి చేప లాగా ఉంటుందని నేను విన్నాను, ఒకవేళ అదే నిజమైతే, నోట్లో పెట్టుకున్న వెంటనే నాకు వాంతి వచ్చేస్తుంది. నాకు చేపలు ఏమాత్రం సరిపడవు. ఏమాత్రం. అస్సలు సరిపడవు.

డెల్ఫీ

మమ్మల్ని చూసి నిర్ణయం తీసుకో. (ఆమె గట్టిగా ఊపిరి తీసుకుంటుంది. వెంటనే కాషాయం తాగుతుంది.) ఇది చేపల రుచితో లేదు. (ఆమెలో మార్పు మొదలవుతుంది. భరించలేనట్టుగా ఉంది.) నిజానికి, దీని రుచి కొంచెం బాగానే ఉంది, రుచిగా ఉంది. ఇది నొప్పిగా ఉంది కానీ ... (ఆమె పెద్ద శబ్దంతో గాలి వదులుతుంది.) దీన్ని వెనక్కి తీసుకో. ఇది – కొంచెం – (ఆమె మళ్లీ గట్టిగా గాలి వదులుతుంది. హెర్మియోన్ వైపు తిరుగుతుంది.) కొద్దిగా – ఎక్కువ శక్తితో ఉంది – చేపల రసం లాగే ఉంది.

ఆల్బస్

సరే, ఇది – అద్భుతం!

స్కార్పియస్

రెండింతల అద్భుతం!

డెల్ఫీ/హెర్మియోన్

ఇది నేను అనుకున్నట్టుగా ఏమీ లేదు. – నేను కూడా ఆమెలా చెప్పగలను! మూడింతల అద్భుతం!

ఆల్బస్

సరే. ఇప్పుడు నేను.

స్కార్పియస్

లేదు. అలా కుదరనే కుదరదు. మనం ఈ పని చేస్తున్నామంటే, మనం చేయాలి (ఒకేలాగా కనిపించే రెండు గ్లాసులని పెడుతూ అతను నవ్వుతాడు) మనం కలసి తాగాలి.

ఆల్బస్

మూడు. రెండు. ఒకటి.

వాళ్లు తాగేస్తారు.

లేదు, అది బాగుంది (అతను నొప్పితో బాధపడుతాడు). అది అంత బాగోలేదు.

వాళ్లిద్దరూ మారడం మొదలవుతుంది. అది భరించలేని నొప్పితో ఉంటుంది.

ఆల్బస్ అప్పుడు రాన్‌గా మారుతాడు, స్కార్పియస్ అప్పుడు హ్యారీగా మారుతాడు.

వాళ్లిద్దరూ ఒకరినొకరు చూసుకుంటారు. ఒక్కసారిగా నిశ్శబ్దం ఏర్పడుతుంది.

ఆల్బస్/రాన్

ఇది కొంచెం విచిత్రంగానే జరుగుతోంది కదా?

స్కార్పియస్/హ్యారీ (పూర్తి తమాషాగా – అతను దీన్ని చాలా ఆస్వాదిస్తాడు)

నీ గదికి వెళ్లు. నేరుగా నీ గదికి వెళ్లు. నువ్వు మరీ ఎక్కువ భయంకరంగా ఉన్నావ్. చెడ్డ కుమారుడివి.

ఆల్బస్/రాన్ (నవ్వుతో)

స్కార్పియస్ ...

స్కార్పియస్/హ్యారీ (తన గడియారాన్ని భుజం మీదుగా విసురుతూ)

ఇది నీ ఆలోచన – నేను అతనిలాగా, నువ్వు రాన్ లాగా మారాలని నువ్వేగా చెప్పావ్! నేను మారడానికి ముందు కొంచెం తమాషా చేయాలనుకున్నాను ... (ఆ తర్వాత అతను గట్టిగా తేన్పుతాడు.) సరే, కాబట్టి, అది పూర్తిగా భయంకరంగా ఉంది.

ఆల్బస్/రాన్

నీకు తెలుసా, అతను దాన్ని ఎవ్వరికీ కనిపించకుండా దాచిపెట్టాడు, కానీ, అంకుల్ రాన్ కొంచెం భయటపడేలా చేశాడు.

డెల్ఫీ/హెర్మియోన్

మనం వెళ్లాలి కదా – నీకు ఆ ఆలోచన లేదా?

వాళ్లు వీధిలోకి వస్తారు. వాళ్లు ఒక టెలిఫోన్ బాక్స్ లోకి వెళ్తారు. 62442కి డయల్ చేస్తారు.

టెలిఫోన్ బాక్స్

స్వాగతం, హ్యారీ పోటర్. స్వాగతం, హెర్మియోన్ గ్రాంజెర్. స్వాగతం, రాన్ వెస్లీ.

టెలిఫోన్ బాక్స్ నేలలోకి అదృశ్యం కావడంతో వాళ్లు నవ్వుతారు.

సన్నివేశం ఒకటి దృశ్యం పదిహేడు

మినిస్ట్రీ ఆఫ్ మ్యాజిక్, సమావేశ గది

హ్యారీ, హెర్మియోన్, గిన్నీ మరియు డ్రాకో ఒక చిన్న గది ముందు నిలబడి ఉంటారు. ఆ నలుగురూ దిగులుతో కూలిపోయినట్టుగా కనిపిస్తారు.

డ్రాకో

ఈ ట్రాక్స్ పక్కన మనం పూర్తి స్థాయిలో వెతికామంటారా?

హ్యారీ

నా డిపార్ట్ మెంట్ వాళ్లు ఇప్పటికే ఒకసారి వెతికారు. ఇప్పుడు మళ్లీ ఒకసారి వెతుకుతున్నారు.

డ్రాకో

ట్రాలీ విచ్ మనకి ఉపయోగపడే విషయమేదీ చెప్పడం లేదా?

హెర్మియోన్

ఆ ట్రాలీ మంత్రగత్తె చాలా కోపంతో ఉంది. ఒట్టాలైన్ గ్యాంబోల్ దిగడం గురించే ఆమె ఎక్కువసేపు మాట్లాడుతోంది. అలాగే, తన హాగ్వార్ట్స్ డెలివరీ రికార్డు గురించి గర్వంగా చెప్పుకుంటోంది.

గిన్నీ

ముగెల్స్ అక్కడ ఏదైనా క్షుద్ర విద్యలు చేసిన ఆనవాళ్లు కనిపించాయా?

హెర్మియోన్

ఇప్పటివరకు లేదు. ఈ విషయాన్ని నేను ముగెల్స్ ప్రైమ్ మినిస్టర్‌కి చెప్పారు. అతను తనకు తెలిసిన విషయాలు చెప్పే పనిలో ఉన్నాడు. అంతా మ్యాజిక్ లాగా అనిపిస్తోంది కదా.

డ్రాకో

అంటే మనం ఇప్పుడు మన పిల్లల్ని వెతకడానికి ముగెల్స్ మీద ఆధారపడాలా? మరి, మనం వాళ్లకి హ్యారీ గాయం గురించి కూడా చెప్పేద్దామా?

పరిస్థితి తీవ్రమవుతుండడంతో, దాన్ని మార్చడానికి హెర్మియోన్ ప్రయత్నిస్తుంది.

హెర్మియోన్

మనం మగెల్స్ ని కేవలం సాయం మాత్రమే అడుగుతాం. అలాగే, ఇందులో హ్యారీ గాయంకి సంబంధం ఉందని ఎవరికి మాత్రం తెలుస్తుంది. కానీ, ఖచ్చితంగా మనం ఈ విషయాన్ని సీరియస్‌గానే తీసుకోవాలి. ఎవరైనా క్షుద్ర విద్యల్లో పాల్గొన్నారా అనే విషయమై మన ఔరోర్స్ ప్రస్తుతం దర్యాప్తు చేస్తున్నారు. అలాగే –

డ్రాకో

ఇదేమీ డెత్ ఈటర్-సంబంధించినది కాదు.

హెర్మియోన్

నీ మాటని అంగీకరిస్తానని నేను ఖచ్చితంగా చెప్పలేను ...

డ్రాకో

ఇది కరెక్ట్ అని నాకూ ఖచ్చితంగా తెలియదు, ఏదో క్షుద్ర విద్యలు జరిగినట్టు చెప్పలేను. నా కుమారుడు ఒక మాల్ఫోయ్, వాళ్లు అంత ధైర్యం చేయలేరు.

హ్యారీ

ఏదో ఒక కొత్త విషయం తెలిస్తే తప్ప, ఏదైనా జరిగిందని –

గిన్నీ

డ్రాకో మాటని నేను ఒప్పుకుంటాను – ఒకవేళ ఇది కిడ్నాప్ అయితే – ఆల్బస్‌ని ఎత్తుకెళ్లడాన్ని నేను అర్థం చేసుకోగలను, కానీ వాళ్లిద్దరినీ ...

హ్యారీ వెంటనే గిన్నీ కళ్లలోకి చూస్తాడు, అతను ఏం చెప్పాలని ఆమె కోరుకుంటోందో అర్థమవుతుంది.

డ్రాకో

నేను అన్నింటినీ అతనిలోకి పంపే వరకు స్కార్పియస్ ఒక అనుచరుడే తప్ప నాయకుడు కాలేడు. కాబట్టి, నిస్సందేహంగా స్కార్పియస్‌ని ఆ రైలు నుంచి ఆల్బస్ తన వెంట తీసుకుని వెళ్లి ఉంటాడు, అయితే, స్కార్పియస్‌ని అతడు ఎక్కడికి తీసుకెళ్లి ఉంటాడు?

గిన్నీ

హ్యారీ, వాళ్లిద్దరూ ఎటో వెళ్లిపోయారు, నీకు, నాకు ఆ సంగతి తెలుసు.

ఆ దంపతులిద్దరూ కళ్లతోనే మాట్లాడుకోవడం డ్రాకో పసిగడుతాడు. వాళ్లిద్దరూ ఏదో విషయాన్ని రహస్యంగా పంచుకుంటున్నారని అతనికి అర్థమవుతుంది.

డ్రాకో

నీకు తెలుసా? అర్థమైందా? నువ్వు ఆమెకు ఏం చెబుతున్నావ్?

అక్కడ నిశ్శబ్దం ఏర్పడుతుంది.

నువ్వు ఆమెకు ఏ సమాచారమైతే చెప్పావో అదంతా నాక్కూడా ఇప్పుడే చెప్పాలి.

హ్యారీ

ఆ ముందురోజు ఆల్బస్‌కి, నాకు మధ్య ఒక విషయమై వాదన జరిగింది.

డ్రాకో

తర్వాత...

హ్యారీ సంశయిస్తాడు, తర్వాత ధైర్యంగా డ్రాకో కళ్లలోకి చూస్తాడు.

హ్యారీ

కొన్ని కొన్ని సమయాల్లో నువ్వు నా కుమారుడివి కాకపోయి ఉండే బాగుండేదని అతనితో అన్నాను.

మళ్లీ ఒకసారి నిశ్శబ్దమవుతుంది. ఈసారి ఆ నిశ్శబ్దం చాలా శక్తిమంతంగా ఉంటుంది. అప్పుడు డ్రాకో ఒక్కసారిగా హ్యారీ మీద విరుచుకుపడుతాడు.

డ్రాకో

ఒకవేళ స్కార్పియస్‌కి గానీ ఏమైనా జరిగితే ...

గిన్ని వెంటనే డ్రాకో, హ్యారీ మధ్యలోకి వస్తుంది.

గిన్నీ

అలాంటి బెదిరింపులు వద్దు డ్రాకో, దయచేసి ఆ పని చేయొద్దు.

డ్రాకో *(అరుస్తూ)*

నా కుమారుడు తప్పిపోయాడు!

గిన్నీ *(అదేవిధంగా అరుస్తూ)*

నా కుమారుడు కూడా!

అతను ఆమె కళ్లలోకి చూస్తాడు. ఆ గదిలో నిజమైన భావోద్వేగాలు ఏర్పడుతాయి.

డ్రాకో *(పెదవి కొరుకుతూ, అతని తండ్రిని సమీపిస్తాడు)*

నీకు బంగారం కావాలంటే ... మాల్ఫోయ్స్ దగ్గర ఉన్నదంతా ఇస్తాను ... అతను నా ప్రాణం ... అతను నా – ఏకైక బంధం.

హెర్మియోన్

మినిస్ట్రీ దగ్గర చాలా ఉంది, కృతజ్ఞతలు డ్రాకో.

డ్రాకో వెళ్లడానికి సిద్ధమవుతాడు. మళ్లీ ఆగుతాడు. హ్యారీ వైపు చూస్తాడు.

డ్రాకో

నువ్వేం చేశావో నాకు అవసరం లేదు, ఎవరిని కాపాడావో కూడా నాకు అనవసరం, కానీ, నా కుటుంబం మీద మాత్రం ఎప్పుడూ పగబడుతున్నావు, హ్యారీ పోటర్.

సన్నివేశం ఒకటి **దృశ్యం పద్దెనిమిది**

మినిస్ట్రీ ఆఫ్ మ్యాజిక్, వరండా

స్కార్పియస్/హ్యారీ

అది అక్కడ ఉందని కచ్చితంగా చెప్పగలవా?

గార్డ్ వేగంగా అక్కడికి వస్తాడు. స్కార్పియస్/హ్యారీ మరియు డెల్ఫీ/ హెర్మీయోన్ అదేవిధంగా నటించడానికి సిద్ధమవుతారు.

అవును మినిస్టర్, ఇది ఖచ్చితంగా మినిస్ట్రీకి సంబంధించి చాలా కీలక విషయం. దీన్ని చాలా జాగ్రత్తగా ఆలోచించాలి, అవును.

గార్డ్ *(వినయంగా)*

మినిస్టర్.

డెల్ఫీ/హెర్మీయోన్

దాన్ని కలిపి ఆలోచించాలి.

గార్డ్ వాళ్ల నుంచి దూరంగా వెళ్తాడు. వాళ్లు చిన్నగా నిట్టూర్పు విడుస్తారు.

వెరిటాసీరమ్ ఉపయోగించాలన్నది మా అంకుల్ ఆలోచన – మనం దానిని సందర్శక మినిస్ట్రీ అధికారుల పానీయంలో పోసేశాం. ఇక్కడ టైమ్-టర్నర్ ఉందనే విషయంతో పాటు దాన్ని ఎక్కడ ఉంచారో కూడా చెప్పాడు – మినిస్టర్ ఫర్ మ్యాజిక్ కార్యాలయంలోనే అది ఉందని చెప్పాడు.

ఆమె ఒక తలుపు చూపిస్తుంది. అకస్మాత్తుగా వాళ్లకొక శబ్దం వినిపిస్తుంది.

హెర్మీయోన్ *(దూరం నుంచి)*

హ్యారీ ... మనం దీని గురించి మాట్లాడాలి ...

హ్యారీ *(దూరం నుంచి)*

దాని గురించి మాట్లాడేందుకు ఏమీ లేదు.

డెల్ఫీ/హెర్మియోన్

ఓహ్ లేదు.

ఆల్బస్/రాన్

హెర్మియోన్. నాన్నా.

ఆ భయం తక్షణం అందరికీ చేరుతుంది.

స్కార్పియస్/హ్యారీ

సరే. దాచే ప్రదేశాలు. ఇక్కడ దాచే ప్రదేశాలేవీ లేవు. ఏవైనా అదృశ్య మెరుపులు ఎవరికైనా కనిపించాయా?

డెల్ఫీ/హెర్మియోన్

మనం వెళ్దామా – ఆమె కార్యాలయంలోకి?

ఆల్బస్/రాన్

ఆమె తన కార్యాలయానికి వచ్చే అవకాశం ఉంది.

డెల్ఫీ/హెర్మియోన్

ఇక్కడెక్కడా కనిపించడం లేదు.

ఆమె తలుపు తెరిచే ప్రయత్నం చేస్తుంది. మళ్లీ ప్రయత్నిస్తుంది.

హెర్మియోన్ *(దూరం నుంచి)*

దీని గురించి నాతో లేదా గిన్నీతో నువ్వు మాట్లాడకపోతే ...

స్కార్పియస్/హ్యారీ

అలాగే నిలబడు. అలోహోమోరా!

అతను తన మంత్రదండాన్ని తలుపు వైపు చూపుతాడు. ఆ తలుపు తెరచుకుంటుంది. అతను నవ్వుతాడు – ఆనందిస్తాడు.

ఆల్బస్. ఆమెను అడ్డుకో. అది నీకు చెందాలి.

హ్యారీ *(దూరం నుంచి)*

ఏమని చెప్పాలి?

ఆల్బస్/రాన్

నేనా. ఎందుకు?

డెల్ఫీ/హెర్మియోన్

నిజానికి, అది మన ఇద్దరిలో ఎవరిదీ కాదు తెలుసా? అందరిది.

హెర్మియోన్ *(దూరం నుంచి)*

నువ్వు చెప్పింది పూర్తిగా తప్పు – కానీ – ఇక్కడ మనం చెప్పుకోవడానికి చాలా కారణాలున్నాయి –

ఆల్బస్/రాన్

కానీ నా వల్ల కాదు ... నా వల్ల కాదు ....

అక్కడొక చిన్న వాగ్వివాదం జరుగుతుంది. హెర్మియోన్ మరియు హ్యారీ దూరం నుంచి రావడంతో తర్వాత ఆల్బస్/రాన్ ఆ తలుపు బయటకి వచ్చి నిలబడుతారు.

హ్యారీ

హెర్మియోన్, నీ జాగ్రత్తని నేను చాలా గొప్పగా భావిస్తున్నాను. కానీ, ఆ అవసరం లేదు –

హెర్మియోన్

రాన్?

ఆల్బస్/రాన్

ఆశ్చర్యం!!!

హెర్మియోన్

మీరు ఇక్కడేం చేస్తున్నారు?

ఆల్బస్/రాన్

ఒక వ్యక్తి తన భార్యని చూడడానికి అనుమతి కావాలా?

అతను హెర్మియోన్‌ని గట్టిగా ముద్దు పెట్టుకుంటాడు.

హ్యారీ

నేను వెళ్లాలి ...

హెర్మియోన్

హ్యారీ. నా వాదన ఏమిటంటే, డ్రాకో ఏమైతే చెప్పాడో – అంటే, నువ్వు ఆల్బస్‌కి చెప్పినవి ... నువ్వు దాని గురించే ఆలోచించడం వల్ల మాలో ఎవరికైనా, ఏదైనా మంచి జరుగుతుందని నేను అనుకోవడం లేదు...

ఆల్బస్/రాన్

ఓహ్, అంటే, నువ్వు చెబుతున్నది హ్యారీ కొన్నిసార్లు నేను – (అతను తనని తాను సరిచేసుకుంటాడు) ఆల్బస్ తన కుమారుడు కాకుండా ఉండాల్సిందని, దాని గురించే కదా.

హెర్మియోన్

రాన్!

ఆల్బస్/రాన్

అప్పుడైతే వెళ్లిపోవడం మంచిది, నేను అంతే చెప్పగలను ...

హెర్మియోన్

అతనికి తెలుసు ... మనం చెప్పిన విషయాలేవీ అర్థవంతమైనవి కావని అతనికి తెలుసు.

ఆల్బస్/రాన్

కానీ, కొన్నిసార్లు మనం చెప్పిన సంగతులు నిజమైనవైతే ... అప్పుడు సంగతేమిటి?

హెర్మియోన్

రాన్, నిజం చెప్పాలంటే, దానికిది సరైన సమయం కాదు.

ఆల్బస్/రాన్

నిజమే ఇది సమయం కాదు. బై, బై డార్లింగ్.

ఆమె వెళ్లడం ఆల్బస్/రాన్ చూస్తాడు, ఆమె వేగంగా కార్యాలయంలోకి వెళ్లి, బయటకు వెళ్లిపోతుందని భావిస్తారు. కానీ, నిజానికి, ఆమె అలా చేయదు. దాంతో, ఆమె కార్యాలయం గదిలోకి అడుగుపెట్టడానికి ముందే ఆమెను అడ్డుకోవడానికి అతను పరుగు తీస్తాడు. అతను ఆమెను ఒకసారి ఆపుతాడు, ఆ తర్వాత మళ్లీ ఆమెను ఆపుతాడు, అలా చేయడానికి అతను నడుము ఊపుతాడు.

హెర్మియోన్

ఆఫీసులోకి వెళ్లకుండా నన్నెందుకు అడ్డుకుంటున్నావ్?

ఆల్బస్/రాన్

నేనేం అడ్డుకోవడం లేదు. దేన్నీ అడ్డుకోవడం లేదు.

ఆమె మళ్లీ ప్రవేశించబోతుంది, అతను ఆమెను మళ్లీ అడ్డుకుంటాడు.

హెర్మియోన్

మర్యాదగా. నన్ను నా గదిలోకి వెళ్లనివ్వు, రాన్.

హెర్మియోన్ వేగంగా అతడిని దాటే ప్రయత్నం చేస్తుంది.

ఆల్బస్/రాన్

మనం మరో బిడ్డకి ప్రయత్నిద్దామా.

హెర్మియోన్

ఏంటీ?

ఆల్బస్/రాన్

బిడ్డ వద్దనుకుంటే, సెలవు మీద వెళ్దామా. నాకు బిడ్డ కావాలి లేదా సెలవు మీద వెళ్లాలి. నేను ఖచ్చితంగా దానిమీదే ఉండాలనుకుంటున్నాను. దాని గురించి మనం తర్వాత

మాట్లాడుకుందాం, సరేనా? లీకీ కలడ్రాన్‌లో ఏదైనా తాగుతూ మాట్లాడుకుందాం? ప్రేమతో.

హెర్మియోన్ ఆలోచిస్తుంది, ఆమె అతని వైపు ఆశ్చర్యంగా చూస్తుంది. తర్వాత, మళ్లీ తలుపు వైపు చూస్తుంది. ఆమె కోపంగా మారుతుంది.

హెర్మియోన్

అక్కడ మరో దుర్వాసన గుళిక గానీ ఉంటే, మెర్లిన్ నీకు సాయం చేయడు. మనం ఖచ్చితంగా మగెల్స్ కి విషయం చెప్పాలి.

ఆమె వెళ్లిపోతుంది. హ్యారీ ఆమెతో కలసి వెళ్తాడు.

ఆల్బస్/ రాన్ ఇద్దరూ తలుపు వైపు తిరుగుతారు. ఆమె మళ్లీ ప్రవేశిస్తుంది, ఈసారి ఒంటరిగా.

బిడ్డ కావాలా – లేదా – సెలవు కావాలా? కొన్నిరోజులుగా నువ్వు సరిగా ఉండడం లేదు, ఆ సంగతి తెలుసా?

ఆల్బస్/రాన్

అందుకే నువ్వు నన్ను పెళ్లి చేసుకున్నావా? నీకు అన్నీ తమాషాగా అనిపిస్తోంది.

ఆమె మళ్లీ నిష్క్రమిస్తుంది. ఆమె తలుపు తెరిచే ప్రయత్నం చేస్తుంది. కానీ, ఆమె మళ్లీ ప్రవేశిస్తుంది. మూతపడేలా తోస్తుంది.

హెర్మియోన్

నేనెప్పుడూ చేపలు రుచిచూడలేదు. అందుకే, ఆ ఫిష్ ఫింగర్ శాండ్‌విచ్‌లు నాకు దూరంగా ఉంచాలని చెబుతున్నాను.

ఆల్బస్/రాన్

నువ్వు చెప్పింది కరెక్ట్.

ఆమె నిష్క్రమిస్తుంది. ఆమె వెళ్లిపోయిందని అతను నిర్ధారించుకుంటాడు. తలుపు తెరవగానే అతను పూర్తిగా ఊపిరి తీసుకున్నట్టుగా భావిస్తాడు.

సన్నివేశం ఒకటి దృశ్యం పందొమ్మిది

మినిస్ట్రీ ఆఫ్ మ్యాజిక్, హెర్మియోన్ ఆఫీస్

ఆల్బస్/రాన్ అలసిపోయి, తిరిగి ప్రవేశిస్తున్న సమయంలో, హెర్మియోన్ ఆఫీస్ తలుపు వద్ద మరోవైపు స్కార్పియస్/హ్యారీ మరియు డెల్ఫీ/హెర్మియోన్ నిరీక్షిస్తూ ఉంటారు.

ఆల్బస్/రాన్
ఇదంతా చాలా విచిత్రంగా ఉంది.

డెల్ఫీ/హెర్మియోన్
నువ్వు చక్కగా చేశావ్. నీ చర్యతో చక్కగా అడ్డుకున్నావ్.

స్కార్పియస్/హ్యారీ
నీకెప్పుడు హై-ఫైవ్ చేశారో లేదంటే మీ ఆంటీని ఐదు వందలసార్లు ముద్దుపెట్టుకున్నందుకు నీ వైపు చికాగ్గా ఎప్పుడు చూశారో నాకు తెలియదు.

ఆల్బస్/రాన్
రాన్ ఒక వాత్సల్యం కలిగిన వ్యక్తి. నేను ఆమె దృష్టి తప్పించే ప్రయత్నం చేశాను, స్కార్పియస్. నేను ఆమెను దృష్టి మళ్లించాను.

స్కార్పియస్/హ్యారీ
అలాగే, ఆ తర్వాత మీ నాన్న ఏం చెప్పారంటే ...

డెల్ఫీ/హెర్మియోన్
అబ్బాయిలూ ... ఆమె మళ్లీ వెనక్కి వస్తోంది – మనకు ఎక్కువ సమయం లేదు.

ఆల్బస్/రాన్ *(స్కార్పియస్/హ్యారీ వైపు చూస్తూ)*
నువ్వు అది విన్నావా?

డెల్ఫీ/హెర్మియోన్

టైమ్-టర్నర్‌ని హెర్మియోన్ ఎక్కడ దాచిపెట్టి ఉంటుంది? (ఆమె గదిలో చుట్టూ చూస్తుంది. అక్కడున్న బుక్ కేసుల వైపు చూస్తుంది.) ఆ బుక్ కేసుల్లో వెతుకుతుంది.

వాళ్లు వెతకడం ప్రారంభిస్తారు. స్కార్పియస్/హ్యారీ అతని స్నేహితుడి వైపు ఆందోళనగా చూస్తాడు.

స్కార్పియస్/హ్యారీ

నువ్వెందుకు నాకు చెప్పలేదు?

ఆల్బస్/రాన్

నేను ఆయన కుమారుడిని కాదని మా నాన్న అన్నాడు. అదొక కఠినమైన సంభాషణ ప్రారంభం కదా?

స్కార్పియస్/హ్యారీ ఏం చెప్పాలా అని ఆలోచించడం ప్రారంభిస్తాడు.

స్కార్పియస్/హ్యారీ

నాకు తెలుసు – వోల్డెమోర్ట్ చెప్పింది – నిజం కాదు – అలాగే – నీకు తెలుసు – కానీ, కొన్నిసార్లు, నాకు అనిపిస్తుంది, నేను దీన్ని ఎలా ఉత్పత్తి చేస్తానా అని మా నాన్న ఆలోచించడాన్ని నేను చూడగలనని.

ఆల్బస్/రాన్

ఇప్పటికీ మా నాన్న కంటే మెరుగే. ఆయన ఎక్కువ సమయం ఆలోచిస్తూ ఉంటాడని నేను ఖచ్చితంగా చెప్పగలను: ఆయనకి నేనెలా తిరిగి ఇవ్వాలి?

స్కార్పియస్/హ్యారీని బుక్ కేస్ వైపు లాగడానికి డెల్ఫీ/హెర్మియోన్ ప్రయత్నిస్తుంది.

డెల్ఫీ/హెర్మియోన్

బహుశా మనం ఆ విషయం మీద దృష్టి పెట్టవచ్చని అనిపిస్తోంది.

స్కార్పియస్/హ్యారీ

నేను చెప్పేది ఏమిటంటే – దానికో కారణం ఉంది – మేము స్నేహితులం, మేము ఒకరికొకరు పరిచయం కావడానికి ఆల్బస్ ఒక కారణం తెలుసా? ఇది ఏమైనప్పటికీ – సాహసం లాగే ఉంటుంది ...

అంతలో అతన్ని చికాకు పెట్టే పుస్తకం ఒకటి అతనికి అల్మరాలో కనిపిస్తుంది.

ఈ అల్మరాల్లో పుస్తకాలను నువ్వు చూశావా? ఇక్కడ కొన్ని సీరియస్ పుస్తకాలున్నాయి. నిషేధించిన పుస్తకాలు. శాపగ్రస్త పుస్తకాలు.

ఆల్బస్/రాన్

క్లిష్టమైన భావోద్వేగ సమస్యల నుంచి స్కార్పియస్‌ని ఎలా దృష్టి మళ్లించాలి. అతన్ని ఒక గ్రంథాలయానికి తీసుకెళ్లాలి.

స్కార్పియస్/హ్యారీ

ఈ అన్ని పుస్తకాలు నియంత్రించిన విభాగం నుంచి వచ్చినవి. చెప్పాలంటే, ఇందులోని మ్యాజిక్ మోస్ట్ ఈవిల్, ఫిఫ్టీన్త్-సెంచురీ ఫ్రెండ్స్. సొనెట్స్ ఆఫ్ ఏ సోర్సెరర్ – లాంటి వాటిని హాగ్‌వార్ట్స్ లో కూడా అనుమతించరు.

ఆల్బస్/రాన్

షాడోస్ అండ్ స్పిరిట్స్. ది సైట్‌షెడ్ గైడ్ టు నెక్రోమ్యాన్సీ.

డెల్ఫీ/హెర్మియోన్

వాటిలో ఖచ్చితంగా ఏదో ఉంది కదా ...

ఆల్బస్/రాన్

ది ట్రూ హిస్టరీ ఆఫ్ ది ఓపెల్ ఫైర్. ది ఇంపీరియస్ కర్స్ అండ్ హౌ టూ అబ్యూస్ ఇట్.

స్కార్పియస్/హ్యారీ

ఇక్కడ చూడు. హువా. సైబిల్ ట్రెలవ్నే రాసిన మై ఐస్ అండ్ హౌ టూ సీ పాస్ట్ థెమ్ ఉంది. భవిష్యవాణి గురించిన పుస్తకమిది. హెర్మియోన్ గ్రాంజెర్‌కి భవిష్యవాణి అంటే అసహ్యం. ఇదొక ఊహాకల్పితం. ఇదొక అన్వేషణ ...

అతను ఆ పుస్తకాన్ని షెల్ఫ్ నుంచి లాగుతాడు. అది తెరచుకుంటుంది. మాట్లాడుతుంది.

పుస్తకం

మొదటిదే నాలుగవది, ఒక నిరాశపరిచే గుర్తు.

నువ్వు దానిని పార్క్ స్థితిలో చూడొచ్చు. కానీ, పార్కులో కాదు.

స్కార్పియస్/హ్యారీ

సరే, పుస్తకం మాట్లాడుతుంది.

పుస్తకం

రెండు కాళ్ల మీద నడిచే వారికి రెండు తక్కువ అనుకూలంగా ఉంది. గ్రబ్బీ, వెంట్రుకలతో ఉండే గుడ్డు వ్యాధి. అలాగే, మూడవది కొండ ఎక్కడానికి మరియు ఎంచుకోవడానికి మార్గం రెండింటినీ కలిగి ఉంటుంది.

ఆల్బస్/రాన్

ఇదొక పొడుపు కథ. ఇది మనకి పొడుపు కథ వేస్తోంది.

పుస్తకం

నగరంలోకి తిరిగిన తర్వాత, నెమ్మదిగా సరస్సులోకి వెళ్లాలి.

డెల్ఫీ/హెర్మియోన్

ఏంటీ నువ్వు చేశావా?

స్కార్పియస్/హ్యారీ

నేను, ఓహ్, నేను ఒక పుస్తకం తెరిచాను. ఈ భూగోళం మీద నేను గడిపిన – అన్ని సంవత్సారుల అందులో ఉన్నాయి – ప్రత్యేకించి ప్రమాదకర యాక్టివిటీ ఒకటి కూడా లేదు.

ఆ పుస్తకాలు వచ్చి ఆల్బస్/రాన్‌ని పట్టుకుంటాయి. అతను వాటి పట్టు నుంచి తప్పించుకోలేపోతాడు.

ఆల్బస్/రాన్

ఇదేమిటి?

డెల్ఫీ/హెర్మియోన్ *(ఉద్వేగంగా)*

ఆమె దానిని సాయుధీకరణ చేసి పెట్టింది. ఆమె తన గ్రంథాలయంలో ఆయుధాలు పెట్టింది. కాబట్టి, ఇక్కడే ఆ టైమ్-టర్నర్ ఉంటుంది. ఈ పొడుపు కథ విప్పితే, మనం దాన్ని కనిపెట్టవచ్చు.

ఆల్బస్/రాన్

మొదటిది నాలుగవది. దాన్ని మీరు పార్క్ చోట కనిపెట్టవచ్చు. కానీ, పార్క్ కాదు. ఎడ్- డి –

స్కార్పియస్/హ్యారీ

రెండవది గుడ్డుకి సంబంధించిన వ్యాధి, రెండు కాళ్ల మీద నడిచే వారికి తక్కువ అనుకూలంగా ఉంటుంది. ...

డెల్ఫీ/హెర్మియోన్ *(గంభీరంగా)*

మెన్! డీ – మెన్ – టార్స్. మనం డెమెంటోర్స్ లో ఒక పుస్తకాన్ని కనిపెట్టాలి. (ఆమె బుక్ కేస్ దగ్గరికి వెళ్తుంది. అప్పుడు అది ఆమెను మింగేసే ప్రయత్నం చేయడంతో ఆశ్చర్యపోతుంది.) ఆల్బస్!

ఆల్బస్/రాన్ వెంటనే బుక్ కేస్ వద్దకి పరిగెత్తుతాడు, కానీ, అంతలోనే అది ఆమెను మొత్తంగా మింగేస్తుంది.

ఆల్బస్/రాన్

డెల్ఫీ! ఏం జరుగుతోంది?

స్కార్పియస్/హ్యారీ

ఏకాగ్రత పెట్టు, ఆల్బస్. ఆమె చెప్పినట్టుగా చేయ్. భవిష్యవాణి గురించిన పుస్తకాన్ని వెతుకు. చాలా జాగ్రత్తగా వెతుకు.

ఆల్బస్/రాన్

ఇక్కడ ఉంది. డెమోనేటింగ్ డెమెంటోర్స్: ఏ ట్రూ హిస్టరీ ఆఫ్ అజ్కాబాన్.

ఆ పుస్తకం పైకి లేచి, తెరచుకుంటుంది. అలాగే, స్కార్పియస్/హ్యారీ వైపు ప్రమాదకరంగా ఊగుతుంది, అతను దాని దారి నుంచి తప్పించుకునే ప్రయత్నం చేస్తుంటాడు. అదే సమయంలో, అతను వేగంగా వెళ్లి ఒక బుక్ కేస్ మీద పడుతాడు. అది అతన్ని మింగేయడానికి చూస్తుంటుంది.

పుస్తకం

నేను ఒక బోనులో పుట్టాను
కానీ, కోపంతో దాన్ని ధ్వంసం చేశాను
నాలోని ఆకలి నాకు స్వేచ్ఛను
అందించింది, అది నన్ను
ఆపేయడానికి ప్రయత్నిస్తూ వచ్చింది.

ఆల్బస్/రాన్

వోల్డెమోర్ట్.

డెల్ఫీ తనకు తానే వెనక్కు వెళ్లి పుస్తకాల్లో మునిగిపోతుంది.

డెల్ఫీ

వేగంగా పనిచేయాలి!

ఆమె అరుస్తూ వెనక్కి వస్తుంది.

ఆల్బస్/రాన్

డెల్ఫీ! డెల్ఫీ!

అతను ఆమె చెయ్యి పట్టుకునే ప్రయత్నం చేస్తాడు, కానీ, ఆమె మాయమవుతుంది.

స్కార్పియస్/హ్యారీ

ఆమె మళ్లీ తనకు తానే వచ్చింది – నువ్వు గమనించావా?

ఆల్బస్/రాన్

లేదు! ఎందుకంటే, ఆమెను బుక్ కేస్ మింగేస్తుందేమోనని నేను చాలా భయపడ్డాను! వెతుకు. ఏదైనా. అతని మీద ఉండే ఏదైనా.

అతను ఒక పుస్తకం గుర్తిస్తాడు.

ఇది ది హెయిర్ ఆఫ్ స్లిథెరిన్ కదా? నువ్వూ అదే అనుకుంటున్నావా?

అతను ఆ పుస్తకాన్ని షెల్ఫ్ నుంచి లాగుతాడు, అది వెనక్కి వెళ్లిపోతూ ఉంటుంది. అతను వదలకుండా పోరాడుతాడు, కానీ, ఆల్బస్/రాన్ ని ఆ బుక్ కేస్ మింగేస్తుంది.

స్కార్పియస్/హ్యారీ

ఆల్బస్? ఆల్బస్!!

స్కార్పియస్/హ్యారీ దగ్గరికి రావడానికి ముందే ఆల్బస్/రాన్ మాయమవుతాడు. అతను ఒక క్షణం ఆలోచిస్తాడు, పూర్తిగా సందేహం వస్తుంది, అయితే, అది తాను పూర్తి చేయాల్సిన పని అనే విషయం గుర్తుకు వస్తుంది.

సరే. అది కాదు. వోల్డెమోర్ట్. వోల్డెమోర్ట్. వోల్డెమోర్ట్.

అతను షెల్ఫుల్లో వెతుకుతాడు.

మార్వలో: ఆ నిజం, కచ్చితంగా ఇదే ...

అతను దాన్ని బలంగా తెరుస్తాడు. మళ్లీ అది దూరంగా వెళ్తుంది, ఒక చిన్న కాంతిని వదులుతుంది, గతంలో వినిపించిన ఒక లోతైన స్వరం వినిపిస్తుంది.

పుస్తకం

నేను నువ్వు చూడని ఒక జీవిని ఒక జీవిని నేను నువ్వు. నేను నేను.
ఆ ప్రతిధ్వని ఎదురుచూడనిది. ఎదురుచూడనిది.
కొన్నిసార్లు ముందు ఉంటుంది, కొన్నిసార్లు వెనుక ఉంటుంది,
మనల్ని చుట్టుకుని ఉండే నిరంతర తోడు అది.

పుస్తకం నుంచి ఆల్బస్ బయటకు వస్తాడు. మళ్లీ అతనే స్వయంగా వస్తాడు.

స్కార్పియస్/హ్యారీ

ఆల్బస్ ...

అతన్ని పట్టుకోవడానికి అతను ప్రయత్నిస్తాడు. కానీ, ఆ బుక్ కేస్ చాలా దృఢంగా ఉంటుంది.

ఆల్బస్

లేదు. కొద్దిగా – ఆలోచించు.

ఆల్బస్ ని ఆ పుస్తకం క్రూరంగా వెనక్కి లాగేసుకుంటుంది.

స్కార్పియస్/హ్యారీ

కానీ, నేను ఏ... అదృశ్య ప్రతిధ్వని వినలేదు, అదేమిటి? ఆలోచించడంలో నేనెప్పుడూ మెరుగ్గానే ఉంటాను, కానీ, ఎప్పుడు ఆలోచించాలో మాత్రం – నాకు తెలియదు.

ఆ పుస్తకాలు అతడిని వాటి మధ్యలోకి లాగేసుకుంటాయి. అతను శక్తిహీనంగా మారుతాడు. అది భయంకరంగా ఉంటుంది.

అక్కడ నిశ్శబ్దం ఏర్పడుతుంది. మన ముగ్గుర్నీ మింగేసింది. అక్కడ ఇంకెవరూ లేరు.

తర్వాత పెద్ద శబ్దం – బుక్ కేస్ నుంచి పెద్ద ఎత్తున పుస్తకాలు వచ్చి పడుతాయి – స్కార్పియస్ మళ్లీ కనిపిస్తాడు. పుస్తకాలను పక్కకి తోసి, బయటకొస్తాడు.

స్కార్పియస్

లేదు! నీ వల్ల కాదు! సిబిల్ ట్రెలావ్నే. లేదు!!!

అతను చుట్టూ చూస్తాడు. మునిగిపోతాడు, కానీ, పూర్తి శక్తితో.

ఇదంతా సరికాదు. ఆల్బస్? నా మాటలు వినిపిస్తున్నాయా? ఇదంతా టైమ్-టర్నర్ కోసం చేస్తున్నవే. ఆలోచించు, స్కార్పియస్. ఆలోచించు.

పుస్తకాలు అతన్ని పట్టుకునే ప్రయత్నం చేస్తాయి. కానీ, అతను వాటి పట్టు నుంచి తప్పించుకుంటాడు.

ఒక స్థిరమైన తోడు. కొన్నిసార్లు వెనుక. కొన్నిసార్లు ముందు. అలాగే ఉండు. నేను దాన్ని కోల్పోయాను. నీడ. నువ్వొక నీడ. నీడలు మరియు ఆత్మలు. ఇది ఖచ్చితంగా ...

అతను బుక్ కేస్ మీదకు ఎక్కుతాడు, కానీ, అది అతని మీదకు ఎక్కడం ద్వారా భయపెడుతుంది. అది దాని ప్రతి అడుగుతో అతడిని పట్టేసుకుంటుంది. అతను షెల్ఫ్ నుంచి పుస్తకం లాగుతాడు. అది బయటకు వస్తుంది. వెంటనే ఆ శబ్దాలు మరియు గందరగోళం ఆగిపోతుంది.

అదేనా –

ఆకస్మికంగా అక్కడొక విస్ఫోటనం జరుగుతుంది. ఆల్బస్ మరియు డెల్ఫీ సెల్ఫ్ ల నుంచి బయటపడి నేల మీద పడుతారు.

మనం పగులగొడుదామా! మనం గ్రంథాలయాన్ని పగులగొడుదామా!

డెల్ఫీ వైపు ఆల్బస్ ఆతృతగా చూస్తుండగా, అతను విజయగర్వంతో చేతులు పైకెత్తుతాడు.

ఆల్బస్

డెల్ఫీ, నువ్వు ...?

డెల్ఫీ

అద్భుతం. గొప్ప ప్రయాణం.

స్కార్పియస్ తన ఛాతికి నొక్కి పట్టుకున్న పుస్తకాన్ని ఆల్బస్ గమనిస్తాడు.

ఆల్బస్

అదేనా ...? స్కార్పియస్? ఆ పుస్తకం లోపల ఏముంది?

డెల్ఫీ

నువ్వు కాకుండా మేము కనుగొంటామని అనుకుంటున్నాను?

స్కార్పియస్ పుస్తకం తెరుస్తాడు. దాని మధ్య భాగంలో – తిరుగుతూ ఉండే టైమ్-టర్నర్ ఉంటుంది.

అద్భుతం.

స్కార్పియస్

మనం టైమ్-టర్నర్ కనుగొన్నాము – మనం దీన్ని కనుగొనగలమని నేను అనుకోలేదు.

ఆల్బస్

స్నేహితుడా, ఇప్పుడు మనం దీన్ని కనుగొన్నాం, ఇక మనం తర్వాత చేయాల్సిన పని సెడ్రిక్ ని కాపాడాలి. మన ప్రయాణం ఇప్పుడే మొదలైంది.

స్కార్పియస్

ఇప్పుడే మొదలైంది, కానీ, ఇప్పటికే ఇది మనల్ని దాదాపు సగం చంపేసింది. మంచిగానే జరుగుతుందనుకుంటున్నాను.

గుసగుసలు బిగ్గరగా మారుతాయి. మొత్తం చీకటవుతుంది.

విశ్రాంతి

భాగం ఒకటి

సన్నివేశం రెండు

సన్నివేశం రెండు **దృశ్యం ఒకటి**

కల, ప్రైవెట్ డ్రైవ్, మెట్ల క్రింద కప్‌బోర్డ్

యువ హ్యారీ అప్పుడు మెట్ల కింద ఉన్న కప్‌బోర్డులో నిద్రపోతుండగా, ఒక పీడకల వస్తుంది. అతని చుట్టూ క నల్లటి ఆకారం తిరుగుతున్నట్టుగా అతనికి కల వస్తుంది.

ఆంటీ పెటూనియా (కనిపించకుండా)

హ్యారీ. హ్యారీ. ఈ కుండలు శుభ్రంగా లేవు. ఈ కుండలన్నీ చాలా అసహ్యంగా ఉన్నాయి. హ్యారీపోటర్. నిద్ర లేయ్.

యువ హ్యారీ నిద్ర లేస్తాడు. ఆంటీ పెటూనియాని చూసి, ఆమె మీద వాలిపోతాడు.

యువ హ్యారీ

ఆంటీ పెటూనియా. ఇప్పుడు టైం ఎంతైంది?

ఆంటీ పెటూనియా

చాలినంత అయ్యింది. నీకు తెలుసా, నిన్ను లోపలకి తీసుకెళ్లడానికి మేము అంగీకరించిన సమయంలో, మేము నిన్ను వృద్ధి చేస్తామని – గొప్పగా చేస్తామని – నిన్నొక చక్కని వ్యక్తిగా తీర్చిదిద్దుతామని అనుకున్నాము. కానీ, నువ్వు ఇలా నిరాశ కలిగించే విధంగా ఉంటే అది మాకు అవమానకరమైన విషయంగా ఉంటుందనే విషయం మర్చిపోవద్దు.

యువ హ్యారీ

నేను ప్రయత్నిస్తాను –

ఆంటీ పెటూనియా

కేవలం ప్రయత్నం మాత్రమే విజయం అందించదు, తెలుసు కదా? గ్లాసుల మీద నూనె మరకలు ఉన్నాయి. కుండల మీద కూడా మురికి

మరకలు ఉన్నాయి. నువ్వు త్వరగా లేవాలి. అలాగే, వంటగదిలోకి వెళ్లి వాటిని తోమి, శుభ్రం చేయాలి.

అతను పడక మీద నుంచి లేస్తాడు. అతని ప్యాంట్ వెనుక భాగంలో తడిగా ఉండడం కనిపిస్తుంది.

ఓహ్, అయ్యో, అయ్యో. నువ్వేం చేశావో తెలుసా? నువ్వు మళ్లీ పక్క తడిపేశావు.

ఆమె కవర్లని వెనక్కి లాగుతుంది.

ఇది ఏమాత్రం అంగీకరించదగినది కాదు.

యువ హ్యారీ

నన్ను ... క్షమించు. నాకు రాత్రి పీడకల వచ్చినట్టుగా ఉంది.

ఆంటీ పెటూనియా

నువ్వు విసుగు తెప్పిస్తున్నావు. జంతువులు మాత్రమే ఇలా వాటికవే తడిపేసుకుంటాయి. జంతువులు, చంటి పిల్లలు మాత్రమే ఇలా చేస్తారు.

యువ హ్యారీ

అది మా అమ్మ, నాన్నల కల అనుకుంటాను. నేను వాళ్లని చూశాను – నేను వాళ్లని చూశాననే అనుకుంటున్నాను – చనిపోయారా?

ఆంటీ పెటూనియా

ఆ విషయంలో నాకు చాలా తక్కువ ఆసక్తి మాత్రమే ఉండడానికి కారణమేంటి?

యువ హ్యారీ

అక్కడ ఒక వ్యక్తి అడ్కావా అని అరుస్తున్నాడు. అడ్- లేదంటే అకాబ్రా – అడ్ – అని ఏదో పేరుతో పిలుస్తున్నాడు. అతని అరుపు పాము బుసకొట్టినట్టు ఉంది. మా అమ్మ అరవడం నేను విన్నాను.

ఆంటీ పెటూనియా ఒక నిమిషం మౌనంగా ఉంటుంది.

ఆంటీ పెటూనియా

వాళ్ల మరణాన్ని నువ్వు నిజంగా నమ్ముతుంటే, నువ్వు విన్న ఆ శబ్దాలన్నీ ఏవో విచిత్ర శబ్దాలై ఉంటాయి. నీ తల్లితండ్రులు ఒక కారు ప్రమాదంలో మరణించారు. నీకు ఆ విషయం తెలుసు. మీ అమ్మకి కనీసం అరిచే అవకాశం కూడా ఉండి ఉండదని అనుకుంటాను. లార్డ్ నీకు ఆ విషయాలన్నీ తెలియజేశాడు. నువ్వు లేచి ఆ షీట్లన్నీ తీసుకుని వంటగదిలోకి వెళ్లు. ఆ వస్తువులని రుద్ది కడుగు. నీకు మళ్లీ మళ్లీ చెప్పే ఓపిక నాకు లేదు.

ఆమె గట్టిగా శబ్దం చేస్తూ వెళ్లిపోతుంది.

ఆ షీట్లు పట్టుకుని యువ హ్యారీ అలాగే నిల్చుని ఉంటాడు.

స్టేజ్ రూపం మారుతుంది. కల పూర్తిగా మారిపోతుండగా, వృక్షాలన్నీ పెరుగుతాయి.

ఆకస్మాత్తుగా, ఆ వృక్షాల నుంచి ఆల్బస్ ప్రత్యక్షమవుతాడు, అలాగే నిల్చుని యువ హ్యారీ వైపు చూస్తాడు.

తర్వాత అతన్ని ఎవరో బలంగా అవతలకి లాగేస్తారు.

అంతలో థియేటర్ వ్యాప్తంగా సర్పాలు మాట్లాడుకుంటున్నట్టుగా విచిత్రమైన ధ్వనితో నిండిపోతుంది.

అతను వస్తున్నాడు. అతను వస్తున్నాడు.

ఒక స్పష్టమైన స్వరంతో ఆ మాటలు వినిపిస్తాయి. అది వోల్డెమోర్ట్ స్వరం ...

హ్యాహ్యాహ్యారీ పోటటటర్ .....

సన్నివేశం రెండు దృశ్యం రెండు

హ్యారీ మరియు గిన్నీ పోటర్ ఇల్లు, మెట్లు

హ్యారీ చీకట్లో నడుస్తుంటాడు, గాఢంగా ఊపిరి తీసుకుంటూ ఉంటాడు. అతని అలసట స్పష్టంగా తెలుస్తుంటుంది, అతను తీవ్రంగా భయపడుతుంటాడు.

హ్యారీ

లూమోస్.

కాంతిని ఆశ్చర్యంగా చూస్తూ, గిన్నీ ప్రవేశిస్తుంది.

గిన్నీ

ఫర్వాలేదు కదా ...?

హ్యారీ

నేను నిద్రపోతున్నాను.

గిన్నీ

నువ్వా.

హ్యారీ

నువ్వు నిద్రపోలేదా. ఏదైనా – విషయమా? ఏవైనా గుడ్లగూబలు లేదా...?

అలసిపోయి, భయంతో ఉన్న అతని వైపు గిన్నీ చూస్తుంది.

గిన్నీ

లేదు.

హ్యారీ

నేను కలగన్నాను – నేను మెట్ల కింద ఉన్నాను. అప్పుడు నేను విన్నాను – నేను విన్నాను – వెల్డేమోర్ట్ స్వరం – చాలా స్పష్టంగా.

గిన్నీ

వెల్డేమోర్ట్?

హ్యారీ

ఆ తర్వాత నాకు – ఆల్బస్ కనిపించాడు. ఎర్రగా – అతను డుర్మ్ స్ట్రాంగ్ దుస్తుల్లో కనిపించాడు.

గిన్నీ

డ్రుమ్ స్ట్రాంగ్ దుస్తుల్లోనా?

హ్యారీ ఆలోచిస్తుంటాడు.

హ్యారీ

గిన్నీ, అతను ఎక్కడ ఉన్నాడో నాకు అర్థమైంది ...

సన్నివేశం రెండు దృశ్యం మూడు

హాగ్‌వార్ట్స్, ప్రధానోపాధ్యాయురాలి గది

హ్యారీ మరియు గిన్నీ కలసి ప్రొఫెసర్ మెక్‌గొంగల్ ఆఫీసులో నిల్చుని ఉంటారు.

ప్రొఫెసర్ మెక్‌గొంగల్

నిషేధించిన అడవిలో ఎక్కడో మాకు తెలియదు.

హ్యారీ

అలాంటి కల నాకు ఇన్నేళ్లలో ఎప్పుడూ రాలేదు. కానీ, ఆల్బస్ అక్కడే ఉన్నాడు. అతను అక్కడే ఉన్నాడని నాకు తెలుసు.

గిన్నీ

మనం వీలైనంత త్వరగా అక్కడికి వెళ్లి తనిఖీ చేయాలి.

ప్రొఫెసర్ మెక్‌గొంగల్

నేను మీకు ప్రొఫెసర్ లాంగ్ బాటమ్‌ని తోడు పంపుతాను – వృక్షాల గురించి ఆయనకు ఉన్న పరిజ్ఞానం మీకు ఉపయోగపడవచ్చు – అలాగే-

అంతలో అకస్మాత్తుగా అక్కడున్న చిమ్నీలో ఉరుముతుంది. ప్రొఫెసర్ మెక్‌గొంగల్ దాన్ని చూస్తాడు. ఆందోళన చెందుతాడు. తర్వాత, హెర్మియోన్ బయటకు వెళ్తుంది.

హెర్మియోన్

ఇదంతా నిజమా? నేను మీకు సాయం చేయనా?

ప్రొఫెసర్ మెక్‌గొంగల్

మినిస్టర్ – ఇది పూర్తిగా ఊహించని పరిణామం ...

గిన్నీ

బహుశా అది నా పొరబాటు కావచ్చు – డెయిలీ ప్రొఫెట్ అత్యవసర ఎడిషన్ కోసం నేను వాళ్లని ఒప్పించాను. వాలంటీర్ల కోసం అడిగాను.

ప్రొఫెసర్ మెక్‌గొంగల్

అర్థమైంది. చాలా సున్నితమైన అంశం. కొన్ని మాత్రమే ... ఉంటాయని అనుకుంటున్నాను.

రాన్ అకస్మాత్తుగా వస్తాడు. మసి పూసుకుని ఉంటాడు. అతను ధరించిన డిన్నర్ న్యాప్కిన్ మీద గ్రేవీ మరకలుంటాయి.

రాన్

నేను ఏదైనా మిస్సయ్యానా – ఏ ఫ్లూ ప్రయాణించాలనే విషయం మీద నేను ఏ పనీ పూర్తి చేయలేదు. నాకు కొద్దిసేపు వంటగదిలోనే సరిపోయింది. (అతడి నుంచి న్యాప్కిన్ తీసిన హెర్మియోన్ కోపంగా చూస్తుంది.) ఏమన్నావ్?

అక్కడున్న చిమ్నీలో ఉన్నట్టుండి మరో ఉరుము కనిపిస్తుంది. డ్రాకో బయటకు వస్తాడు, అతని ఒళ్లంతా మసి, దుమ్ము నిండిపోయి ఉంటుంది.

అందరూ అతని వైపు చూసి, ఆశ్చర్యపోతారు. అతను నిలబడి, తన శరీరం మీద దుమ్ముని దులుపుకుంటాడు.

డ్రాకో

మీ నేల పాడైనందుకు క్షమించండి, మినర్వా.

ప్రొఫెసర్ మెక్‌గొంగల్

ఈ చిమ్నీని ఇక్కడ పెట్టడం నా తప్పే అని నేను ఒప్పుకుంటున్నాను.

హ్యారీ

మిమ్మల్ని చూడడం చాలా సంతోషంగా ఉంది, డ్రాకో. నువ్వు నా కలల్ని నమ్మవేమో అనుకున్నాను.

డ్రాకో

నేను నమ్మను, కానీ, నీ అదృష్టం మీద నమ్మకముంది. ఎక్కడ యాక్షన్ ఉంటే, హ్యారీ పోటర్ అక్కడ ఉంటాడు. నాకు నా కుమారుడు సురక్షితంగా, వెనక్కు వస్తే చాలు.

గిన్నీ

అయితే, మనం వెంటనే నిషేధించిన అడవిలోకి వెళ్లి, వాళ్లిద్దరినీ వెతుకుదాం.

సన్నివేశం రెండు దృశ్యం నాలుగు

నిషిద్ధ అడవి అంచు

ఆల్బస్ మరియు డెల్ఫీ మంత్రదండాలు పట్టుకుని ఒకరినొకరు చూసుకుంటారు.

ఆల్బస్

ఎక్స్పెలియార్మస్!

డెల్ఫీ మంత్రదండం గాల్లోకి లేస్తుంది.

డెల్ఫీ

మీరు ఇందులోకి ప్రవేశిస్తున్నారు. మీకు మంచి జరగాలి.

అతడి నుంచి మె మంత్రదండాన్ని వెనక్కి తీసుకుంటుంది.

ఒక ఉన్నతమైన స్వరంతో.

'నువ్వు అనుకూలంగా నిరాయుధం చేశావ్ యువకుడా.'

ఆల్బస్

ఎక్స్పెలియార్మస్!

ఆమె మంత్రదండం మళ్లీ గాల్లోకి ఎగురుతుంది.

డెల్ఫీ

మన దగ్గర ఒక విజేత ఉన్నారు.

ఇద్దరు హై-ఫైవ్‌లు.

ఆల్బస్

నేను గొప్పగా మంత్రాలు చెప్పలేను.

స్టేజ్ వెనుక నుంచి స్కార్పియస్ కనిపిస్తాడు. తన స్నేహితుడు ఎవరో అమ్మాయితో మాట్లాడడం అతను చూస్తాడు. ఒక వైపు అతనికి ఆ విషయం నచ్చుతుంది. మరోవైపు ఆ విషయం అతనికి నచ్చదు.

డెల్ఫీ

నేను అసంబద్ధంగా ఆలోచించాను – తర్వాత, కొంత అర్థమైంది. అది నీకు కూడా అర్థమవుతుంది. నేనేమీ అద్భుత మంత్రగత్తె లేదా ఇంకేదో కావాలనుకోవడం లేదు. కానీ, నువ్వు మాత్రం గొప్ప తాంత్రికుడివి అవుతావు, ఆల్బస్ పోటర్.

ఆల్బస్

అయితే, నువ్వు నాతోనే ఉండాలి – నాకు చాలా నేర్పించాలి –

డెల్ఫీ

తప్పకుండా, నేను నీతోనే ఉంటాను, మనం స్నేహితులం కూడా కదా?

ఆల్బస్

అవును. అవును. ఖచ్చితంగా స్నేహితులమే. ఖచ్చితంగా.

డెల్ఫీ

చాలా సంతోషం. విజ్జో!

స్కార్పియస్

విజ్జో అంటే ఏమిటి?

స్కార్పియస్ నిశ్చయాత్మకంగా ముందుకొస్తాడు.

ఆల్బస్

నేను దాన్ని కనిపెట్టాను. అంటే, అది చాలా మామూలు విషయం, కానీ, నేను – మొత్తానికి కనిపెట్టాను.

స్కార్పియస్ (అత్యంత ఉత్సాహంతో, అందులో చేరే ప్రయత్నం చేస్తాడు)

స్కూల్ లోకి వెళ్లేందుకు నేను దారి కనుగొన్నాను. వినండి, ఇది పనిచేస్తుందని మనం అనుకోవచ్చు...

డెల్ఫీ

అవును!

ఆల్బస్

ఇదొక తెలివైన ప్రణాళిక. ట్రివిజార్డ్ టోర్నమెంట్లో విజయం సాధించకుండా అడ్డుకోవడానికే సెడ్రిక్‌ని చంపారనే రహస్యం అది. ఒకవేళ అతను గెలవకుండా ఉంటే, అతన్ని చంపేవారు కాదు.

స్కార్పియస్

నేను అది అర్థం చేసుకున్నాను. కానీ ...

ఆల్బస్

అంటే, మొదటి పోటీలో మనం అతని అవకాశాలను అత్యంత ఘోరంగా నాశనం చేయాలన్నమాట. డ్రాగన్ నుంచి బంగారు గుడ్డును తీసుకు రావడమే మొదటి పోటీ – డ్రాగన్‌ని సెడ్రిక్ ఎలా దృష్టి మళ్లిస్తాడు –

డెల్ఫీ తన చేతిని గాల్లో తిప్పుతుంది. ఆల్బస్ నవ్వుతాడు. అలాగే, ఆమె వైపు చూస్తాడు. వీళ్లిద్దరూ ఇప్పుడు చక్కగానే ఉన్నారు.

డిగోరీ.

డెల్ఫీ

--- ఒక రాయిని కుక్కగా మార్చడం ద్వారా.

ఆల్బస్

--- నిజానికి, ఒక చిన్న ఎక్స్పెలియార్మస్ గా అతను ఆ పని చేయలేడు.

డెల్ఫీ-ఆల్బస్ చేస్తున్న డబుల్ యాక్ట్ ని స్కార్పియస్ ఆస్వాదించలేకపోతాడు.

స్కార్పియస్

సరే, రెండు విషయాలు, మొదటిది ఏమంటే, డ్రాగన్ అతడిని చంపదు అనేది నిశ్చయంగా తెలిసినట్టే కదా?

డెల్ఫీ

అతని విషయంలో ఎప్పుడూ రెండు విషయాలు ఉండాల్సిందేనా? నిజానికి, అవసరం లేదు. ఇది హాగ్వార్ట్స్. ఛాంపియన్లలో ఎవరికీ నష్టం జరగడానికి వాళ్లు అనుమతించరు.

స్కార్పియస్

సరే, రెండో విషయం – చాలా ముఖ్యమైన విషయం – దీని తర్వాత మనం ఎక్కడికి వెళ్లాలనేది తెలియకుండానే మనం వెనక్కి వెళ్లనున్నాం కదా. అదే నాకు ఆతృతగా ఉంది. బహుశా మనం – గంటపాటు వెనక్కి వెళ్లి, అప్పుడు, ముందు మరియు తర్వాత ...

డెల్ఫీ

నన్ను క్షమించు, స్కార్పియస్, మనం వృథా చేయడానికి అంత సమయం లేదు. ఈ స్కూల్ కి మనం ఇంత దగ్గరగా ఉండడమనేది చాలా ప్రమాదకరం – వాళ్లు నీకోసం చూస్తుంటారని నేను ఖచ్చితంగా చెప్పగలను, అలాగే ...

ఆల్బస్

ఆమె చెప్పింది కరెక్టే.

డెల్ఫీ

ఇప్పుడు, నువ్వు దీన్ని ధరించాల్సిన అవసరం ఉంది –

ఆమె రెండు పెద్ద కాగితం సంచులు బయటకు తీస్తుంది. ఆ కుర్రాళ్లు వాటిలో నుంచి దుస్తులు బయటకు తీస్తారు.

ఆల్బస్

కానీ, ఇవి డ్రుమ్ స్ట్రాంగ్ దుస్తులు కదా.

డెల్ఫీ

ఇది మా అంకుల్ ఆలోచన. మనం హాగ్‌వార్ట్స్ దుస్తుల్లో ఉంటే, మనం ఎవరో తెలుసుకోవాలని అందరూ అనుకుంటారు. అయితే, ట్రివిజార్డ్ టోర్నమెంట్లో మరో రెండు స్కూళ్లు కూడా పోటీపడుతున్నాయి – కాబట్టి, మనం డ్రుమ్ స్ట్రాంగ్ దుస్తుల్లో ఉంటే – మనం నేపథ్యంలో కలసిపోవచ్చు, అర్థమైంది కదా?

ఆల్బస్

మంచి ఆలోచన! అలాగే చేద్దాం, ఇంతకీ నీ దుస్తులు ఎక్కడ?

డెల్ఫీ

ఆల్బస్, నేను లావెక్కిపోయాను, కాబట్టి, నేను ఒక విద్యార్థిలా కనిపిస్తానని అనుకోను. నిజమే కదా? అందుకే, నేను తెరవెనకే ఉండిపోతాను, అలాగే, నేను ఎలా నటిస్తానంటే – ఓహ్, నేను ఒక డ్రాగన్ లాగా నటించడమే మంచిదనుకుంటాను. అలాగే, నువ్వు మిగిలిన పని చూడు.

స్కార్పియస్ ముందుగా ఆమెను చూస్తాడు, తర్వాత ఆల్బస్‌ని చూస్తాడు.

స్కార్పియస్

నువ్వు రాకూడదు

డెల్ఫీ

ఏంటి?

స్కార్పియస్

నువ్వు చెప్పింది నిజమే. మొత్తం పనికోసం మాకు నువ్వు అవసరం లేదు. నువ్వు విద్యార్థి దుస్తులు ధరించకపోతే – నువ్వు చాలా ప్రమాదంలో పడుతావు. క్షమించు, డెల్ఫీ, నువ్వు ఖచ్చితంగా రాకూడదు.

డెల్ఫీ

కానీ, నేను రావాలి – అతను నా బంధువు. ఆల్బస్?

ఆల్బస్

అతను చెప్పిందే కరెక్ట్ అనిపిస్తోంది. నన్ను క్షమించు.

డెల్ఫీ

ఏంటీ?

ఆల్బస్

మనం ఇబ్బందుల్లో పడకూడదు.

డెల్ఫీ

కానీ నేను లేకుండా – మీరు ఆ టైమ్-టర్నర్‌తో ఏ పనీ చేయలేరు.

స్కార్పియస్

కావాలంటే, టైమ్-టర్నర్‌ను ఎలా ఉపయోగించాలో నువ్వు మాకు చెప్పు.

డెల్ఫీ పూర్తి విచారంగా మారిపోతుంది.

డెల్ఫీ

లేదు. మీరు మాత్రమే వెళ్లడానికి నేను ఒప్పుకోను ...

ఆల్బస్

మీ అంకుల్ మమ్మల్ని నమ్ముతాడని నువ్వు చెప్పావు. ఇది ఇప్పుడు నీ సమయం. ఆ స్కూల్ ఇప్పుడు మూసి ఉంది. మేము నిన్ను ఇక్కడే వదిలేయాలి.

డెల్ఫీ వాళ్లిద్దరినీ చూస్తుంది. గాఢంగా శ్వాస తీసుకుంటుంది. చివరకు సరే అంటుంది. చిన్నగా నవ్వుతుంది.

డెల్ఫీ

సరే వెళ్లండి. కానీ – ఒకటి మర్చిపోవద్దు ... చాలా కొద్దిమందికి మాత్రమే దొరికే అవకాశం ఈరోజు మీకు దొరికింది – చరిత్రలో నిలిచిపోయే అవకాశం దొరికింది – సమయాన్ని సైతం మార్చనున్నారు. అయితే, వీటన్నింటికీ మించి, ఈరోజు మీరు ఒక వృద్ధుడికి, అతని కుమారుడిని మళ్లీ వెనక్కి తెప్పించి ఇవ్వబోతున్నారు.

ఆమె నవ్వుతుంది. ఆమె ఆల్బస్ వైపు చూస్తుంది. ఆమె మెల్లగా వంగి, అతని రెండు బుగ్గల మీద సున్నితంగా ముద్దు పెడుతుంది.

తర్వాత అక్కడి నుంచి వెళ్లిపోతుంది. ఆల్బస్ ఆమె వెళ్తున్న వైపు చూస్తూ ఉండిపోతాడు.

స్కార్పియస్

ఆమె నాకు ముద్దు పెట్టలేదు – నువ్వు గమనించావా? (అతను తన స్నేహితుడి వైపు చూస్తాడు.) నువ్వు బాగున్నావు కదా, ఆల్బస్?

నువ్వు కాస్త పాలిపోయినట్టు, ఎర్రగా కనిపిస్తున్నావ్. ఒకే సమయంలో పాలిపోయినట్టు, ఎర్రగా కనిపిస్తున్నావ్ తెలుసా.

ఆల్బస్

మనం ఈ పని పూర్తి చేయాలి.

సన్నివేశం రెండు దృశ్యం ఐదు

నిషేధించబడిన అడవి

ఆ అడవి చాలా పెద్ద పెద్ద వృక్షాలతో, దట్టంగా కనిపిస్తుంటుంది. ఆ అడవి మధ్యలో – అందరూ వెతుకుతుంటారు – తప్పిపోయిన మంత్రగత్తెల కోసం అన్వేషిస్తుంటారు. అయితే, హ్యారీ ఒంటరి వాడయ్యే కొద్దీ ఆ వ్యక్తులు ఒక్కొక్కరుగా మాయమవుతారు.

అతనికి ఏదో వినిపిస్తుంది. అతను కుడివైపు తిరుగుతాడు.

హ్యారీ

ఆల్బస్? స్కార్పియస్? ఆల్బస్?

అప్పుడు అతనికి కాలి అడుగుల శబ్దం వినిపిస్తుంది. హ్యారీ భయపడుతాడు. ఆ శబ్దం ఎక్కడి నుంచి వస్తోందా అన్నట్టు అతను చుట్టూ చూస్తాడు. అకస్మాత్తుగా బేన్ వెలుగులోకి వస్తాడు. అతనొక అద్భుత సెంటార్.

బేన్

హ్యారీ పోటర్

హ్యారీ

బాగున్నాను. నువ్వు నన్ను గుర్తు పట్టావా, బేన్.

బేన్

నువ్వు చాలా పెద్దవాడివయ్యావు.

హ్యారీ

అవును.

బేన్

కానీ, అనుభవం రాలేదు. మా భూమి మీదకొచ్చి తప్పు చేశావ్.

హ్యారీ

నేను ఎల్లప్పుడూ సెంటార్లని గౌరవిస్తాను. మనం శత్రువులు కాదు. నువ్వు హాగ్వార్ట్స్ యుద్ధంలో ధైర్యంగా పోరాడావు. నేను నీ పక్కనే పోరాడాను.

బేన్

నేను నా పని చేశాను. అయితే, అది నా వారి కోసం, నా గౌరవం కోసం. నీకోసం కాదు. అలాగే, ఆ యుద్ధం తర్వాత, ఈ అడవి సెంటార్ భూమిగా మారింది. కాబట్టి, నువ్వు మా నేల మీద అడుగుపెడితే – అంటే, మా అనుమతి లేకుండా – నువ్వు మా శత్రువవనే అర్థం.

హ్యారీ

నా కుమారుడు తప్పిపోయాడు బేన్. అతడిని వెతకడంలో నాకు నీ సాయం కావాలి.

బేన్

అతను ఇక్కడున్నాడా? మా అడవిలోనా?

హ్యారీ

అవును.

బేన్

అయితే, అతను కూడా నీలాగే మూర్ఖపు పని చేశాడు.

హ్యారీ

నువ్వు నాకు సాయం చేస్తావా బేన్?

కాసేపు నిశ్శబ్దం. బేన్ తల వంచి, హ్యారీ కళ్లలోకి చూస్తాడు.

బేన్

నేను నాకు తెలిసింది మాత్రమే చెప్పగలను ... అయితే, నేను చెప్పబోయేది నీ ప్రయోజనం కోసం కాదు. అది నా వాళ్ల ప్రయోజనం కోసం మాత్రమే. సెంటార్లు మరో యుద్ధం కోరుకోవడం లేదు.

హ్యారీ

నీకు ఏం తెలుసు? ఏం తెలుసో చెబుతావా?

బేన్

నేను నీ కుమారుడిని చూశాను, హ్యారీ పోటర్. అతడిని నేను నక్షత్రాల కదలికల్లో చూశాను.

హ్యారీ

నువ్వు అతడిని నక్షత్రాల్లో చూశావా?

బేన్

అతను ఎక్కడున్నాడో నేను చెప్పలేను. అలాగే, అతడిని నువ్వు ఎలా కనిపెట్టగలవో కూడా చెప్పలేను.

హ్యారీ

కానీ, నువ్వు ఏదో చూశావు కదా? నువ్వు ఏదో గుర్తించావు కదా?

బేన్

నీ కుమారుడి చుట్టూ ఏదో నల్ల మేఘం కనిపించింది, అదొక ప్రమాదకరమైన నల్లటి మేఘం.

హ్యారీ

ఆల్బస్ చుట్టూ కనిపించిందా?

బేన్

నల్లటి మేఘం. అది మన అందరికీ ప్రమాదం కలిగించగలదు. నీకు నీ కుమారుడు మళ్లీ కనిపిస్తాడు, హ్యారీ పోటర్. కానీ, అప్పుడు నువ్వు అతడిని శాశ్వతంగా కోల్పోతావు.

అతను గుర్రం లాగా సకిలిస్తాడు – ఆ తర్వాత ఒక్కసారిగా అక్కడి నుంచి మాయమవుతాడు – హ్యారీ అలాగే తికమకలో ఉండిపోతాడు. హ్యారీ మళ్లీ వెతకడం ప్రారంభిస్తాడు – ఇప్పుడు మరింత ఆతృతగా వెతుకుతుంటాడు.

హ్యారీ

ఆల్బస్! ఆల్బస్!

సన్నివేశం రెండు దృశ్యం ఆరు

నిషేధించబడిన అడవి అంచులో

స్కార్పియస్ మరియు ఆల్బస్ ఒకచోట మూలగా తిరుగుతారు. అక్కడ వృక్షాల మధ్య ఖాళీ ప్రదేశం కనిపిస్తుంది ...

ఆ ఖాళీ ప్రదేశంలో చూస్తే ... ప్రకాశవంతమైన కాంతి కనిపిస్తుంది ...

స్కార్పియస్

అంటే, ఇది ...

ఆల్బస్ దాన్ని చూస్తూ గుటకలు వేస్తాడు.

ఆల్బస్

హాగ్వార్ట్స్. గతంలో ఇలాంటి దానిని ఎప్పుడూ చూడలేదు.

స్కార్పియస్

చూస్తుంటేనే ఒళ్లు జలదరిస్తోంది కదా? ఇది నువ్వెప్పుడు చూశావ్?

ఆ వృక్షాల మధ్యలో నుంచి వాళ్లకు హాగ్వార్ట్స్ కనిపిస్తుంది – ఒక అద్భుతమైన, ఎత్తైన భవనాలు, స్థంభాలు కనిపిస్తాయి.

నేను దాని గురించి మొదటగా విన్నప్పటి నుంచి, అక్కడికి వెళ్లాలని తీవ్రంగా కోరుకున్నాను. నిజానికి, మా నాన్నకి నా ఆలోచన ఇష్టం ఉండేది కాదు. కానీ, ఈ మార్గాన్ని మాత్రం ఆయన వర్ణించారు. ... నా పదేళ్ల వయసు నుంచి డెయిలీ ప్రొఫెట్‌లో నేను ప్రతి ఉదయం దీనిగురించే వెతుకుతాను – ఇక్కడ ఏదైనా విషాదం జరగక ముందే ఇక్కడికి రావాలని కోరుకున్నాను–కానీ, ఇప్పటివరకు ఇక్కడికి రాలేకపోయాను.

ఆల్బస్

మనం అక్కడికి చేరగానే, అది భయంకరమైనదిగా మారిపోతుంది.

స్కార్పియస్

నాకైతే కాదు.

ఆల్బస్ తన స్నేహితుడి వైపు చూసి, దిగ్భ్రాంతి చెందుతాడు.

నేను ఎల్లప్పుడూ కోరుకున్నది ఒక్కటే. నేరుగా హాగ్వార్ట్స్ కి వెళ్లి, అక్కడో సహచరుడిని సాధించి, అతనితో కలసి అక్కడ గొప్ప సందడి చేయాలి. అచ్చంగా హ్యారీ పోటర్ లాగే. నాకిప్పుడు అతని కుమారుడు దొరికాడు. నిజంగానే, గొప్ప అదృష్టం కదా.

ఆల్బస్

కానీ, నేను అస్సలు మా నాన్నలా ఉండను.

స్కార్పియస్

నువ్వు ఇంకా మెరుగు. నువ్వు నా బెస్ట్ ఫ్రెండ్, ఆల్బర్ట్. ఇక్కడ మనం సందడి చేయడం కోసం వచ్చాం. ఇది చాలా గొప్ప విషయం. మనం గొప్పగా భావించాల్సిన విషయం – నేను ఒక్కటే చెప్పబోతున్నాను – నేను అడ్మిషన్ గురించి పట్టించుకోను – నేను చాలా కొద్దిగానే – చాలా కొద్దిగానే భయపడ్డాను.

ఆల్బస్ అప్పుడు స్కార్పియస్ వైపు చూసి, నవ్వుతాడు.

ఆల్బస్

నువ్వూ నాకు బెస్ట్ ఫ్రెండ్ వి. నువ్వు ఆందోళన పడొద్దు – ఈ విషయమై నాకు గొప్ప ఆలోచన ఉంది.

దూరం నుంచి మనకి రాన్ స్వరం వినిపిస్తోంది. అతను ఇక్కడే దగ్గర్లో ఉన్నాడు.

రాన్

ఆల్బస్? ఆల్బస్!

ఆల్బస్ ఆ వైపు తిరుగుతాడు, భయపడిపోతాడు.

ఆల్బస్

మనం వెళ్లిపోవాలి – ఇప్పుడే.

స్కార్పియస్ నుంచి టైమ్-టర్నర్‌ని ఆల్బస్ తీసుకుంటాడు – అతను దాని మీద నొక్కుతాడు, దాంతో, ఆ టైమ్-టర్నర్‌లో ప్రకంపనాలు మొదలవుతాయి, తర్వాత ఉరుము లాంటి శబ్దం మొదలవుతుంది.

అంతలో స్టేజ్ కూడా రూపం మారడం మొదలవుతుంది. ఇద్దరు కుర్రాళ్లు ఆ వైపు చూస్తారు.

అక్కడో భారీ కాంతి కనిపిస్తుంది. ఒక పెద్ద శబ్దం వినిపిస్తుంది. సమయం ఆగిపోతుంది. తర్వాత అది తిరగడం మొదలవుతుంది. ఒక క్షణం ఆలోచించినట్టుగా ఆగుతుంది, తర్వాత వెనక్కి తిరుగుతుంది, మొదట్లో మెల్లగా తిరుగుతుంది ...

తర్వాత దాని వేగం పెరుగుతుంది.

సన్నివేశం రెండు **దృశ్యం ఏడు**

ట్రివిజార్డ్ టోర్నమెంట్, నిషేధించబడిన అడవి అంచు, 1994

ఒక్కసారిగా అక్కడ తీవ్రమైన గోల మొదలవుతుంది. ఆ గోల, ఆ రద్దీ మధ్యలో ఆల్బస్ మరియు స్కార్పియస్ కలిసిపోతారు.

అప్పుడు ఆకస్మాత్తుగా 'ఈ భూమ్మిది అతిగొప్ప ప్రదర్శనకారుడు' (అతని మాటలు, మనవి కావు) వేదిక మీదకు వస్తాడు, తన స్వరం పెంచడం కోసం సొనోరస్ ఉపయోగిస్తాడు, అలాగే ... నిజానికి ... అతని చేతిలో ఒక బంతి ఉంటుంది.

లూడో బ్యాగ్ మ్యాన్

లేడీస్ అండ్ జెంటిల్మెన్, అబ్బాయిలూ మరియు అమ్మాయిలూ, నేను మీకు సమర్పించబోతున్నాను – అత్యంత గొప్పదైన – అత్యంత అద్భుతమైన – ఏకైక – ట్రివిజార్డ్ టోర్నమెంట్.

అక్కడి వాళ్లంతా గట్టిగా చప్పట్లు చరుస్తారు.

మీరు హాగ్వార్ట్స్ నుంచి వచ్చారు. మరింత ఉత్సాహం అందించండి.

మరింత గట్టిగా చప్పట్లు వినిపిస్తాయి.

మీరు డ్రుమ్ స్ట్రాంగ్ నుంచి వచ్చారు. మరింత ఉత్సాహం అందించండి.

మరింత గట్టిగా చప్పట్లు వినిపిస్తాయి.

మీరు బీక్స్ బాటన్స్ నుంచి వచ్చారు. మరింత ఉత్సాహం అందించండి.

మరింత గట్టిగా చప్పట్లు వినిపిస్తాయి.

అక్కడ ఫ్రెంచ్ నుంచి కొంచెం తక్కువ ఉత్సాహం కనిపిస్తుంది.

స్కార్పియస్ (నవ్వుతూ)

ఇది పని చేసింది. అతను లూడో బ్యాగ్ మ్యాన్.

లూడో బ్యాగ్ మ్యాన్

అదిగో వాళ్లు అక్కడున్నారు. లేడీస్ అండ్ జెంటిల్మెన్ – అబ్బాయిలూ మరియు అమ్మాయిలూ – నేను మీకు సమర్పిస్తున్నాను – మనమందరం ఇక్కడికి ఎందుకొచ్చామో తెలుసు కదా – ది ఛాంపియన్స్. డ్రూమ్ స్ట్రాంగ్ సమర్పిస్తోంది, అద్భుతమైన కనుబొమ్మలు, అద్భుతమైన నడక, ఆ కుర్రాడు గొప్పగా ఉన్నాడు కదా, అతనింకా మంత్రదండం తీయనే లేదు, అతనే విక్టర్ క్రేజీ క్రూమ్.

స్కార్పియస్ మరియు ఆల్బస్ (వాళ్లిద్దరూ ఇప్పుడు డ్రూమ్ స్ట్రాంగ్ విద్యార్థులుగా నటిస్తుంటారు)

వెళ్లిపో, వెళ్లిపో క్రేజీ క్రూమ్. వెళ్లిపో, వెళ్లిపో క్రేజీ క్రూమ్.

లూడో బ్యాగ్ మ్యాన్

బ్యూక్సాబ్యాటన్స్ అకాడమీ నుంచి – జుట్ అలోర్స్, ఇదొక ఫ్లూర్ డెలాకూర్!

అప్పుడు ప్రశాంతమైన ప్రశంసలు వినిపిస్తాయి.

హాగ్వార్ట్స్ నుంచి ఒకరు కాదు, ఇద్దరు విద్యార్థులు వచ్చారు; అందులో ఒకరు మన మోకాళ్లని బలహీనం చేసేయగలడు, అతనే సెడ్రిక్ డెలీసియస్ డిగోరీ.

ప్రేక్షకుల నుంచి సందడి తీవ్రమవుతుంది.

అలాగే మరొకరు –జీవించిన కుర్రాడిగా అతను మీకు తెలుసు, కానీ, నాకు తెలిసిన ఆ కుర్రాడు మనల్ని ఆశ్చర్యంలో ముంచేయగలడు ...

ఆల్బస్

అతనే మా నాన్న.

లూడో బ్యాగ్ మ్యాన్

అవును, అతనే హ్యారీ ప్లూకీ పోటర్.

పెద్ద ఎత్తున చప్పట్లు వినిపిస్తాయి. ప్రత్యేకించి ఆ జనం నుంచి కొంచెం పక్కగా కంగారు పడుతూ నిల్చున్న ఒక అమ్మాయి జోరుగా చప్పట్లు కొడుతుంది – ఆమె చిన్న వయసులోని హెర్మియోన్ (రోజ్ పాత్ర ధరించి అమ్మాయే ఈ పాత్ర కూడా చేస్తుంది). అయితే, సెడ్రిక్ వచ్చినప్పుడు కనిపించిన ఉత్సాహం కంటే హ్యారీ వచ్చినప్పుడు కనిపించిన ఉత్సాహం కొంచెం తక్కువగా ఉంటుంది.

ఇక ఇప్పుడు – అందరూ నిశ్శబ్దంగా ఉండండి. ఇప్పుడు – మొదటి – పోటీ. బంగారు గుడ్డు తీసుకురావాలి. ఏ గూడు నుంచి అంటే – లేడీస్

అండ్ జెంటిల్మెన్, అబ్బాయిలూ మరియు అమ్మాయిలూ, మీకు తెలుసా – డ్రాగన్ల నుంచి. డ్రాగన్ల వైపు మార్గం చూపేది – ఛార్లీ వెస్లీ.

మరింత గట్టిగా చప్పట్లు వినిపిస్తాయి.

యువ హెర్మియోన్

మీరు మరీ దగ్గరగా నిల్చుంటే, మీరు పూర్తిగా నా మీదే ఊపిరి వదిలే పని చేయకూడదు.

స్కార్పియస్

రోజ్? ఇక్కడ నువ్వేం చేస్తున్నావ్?

యువ హెర్మియోన్

రోజ్ ఎవరు? ఇంతకీ నీ గొంతుకి ఏమైంది?

ఆల్బస్ *(లోతైన స్వరంతో)*

క్షమించు. హెర్మియోన్. ఇతను నిన్ను చూసి ఇంకెవరో అనుకున్నాడు.

యువ హెర్మియోన్

నీకు నా పేరెలా తెలుసు?

లూడో బ్యాగ్ మ్యాన్

ఇక ఏమాత్రం ఆలస్యం చేయకుండా, మన మొదటి ఛాంపియన్‌ని పిలిచేద్దాం – స్వీడిష్ షార్ట్-స్నౌట్ వచ్చేస్తున్నాడు – అతనే సెడ్రిక్ డిగోరీ!

డ్రాగన్ అరుపుతో యువ హెర్మియోన్ అటు చూస్తుంది, ఆల్బస్ వెంటనే తన మంత్రదండం సిద్ధంగా పట్టుకుంటాడు.

అప్పుడు సెడ్రిక్ డిగోరీ స్టేజ్ మీదకు వస్తాడు. అతను సిద్ధంగా కనిపిస్తాడు. భయపడుతుంటాడు. కానీ, సిద్ధంగా ఉంటాడు. అతను అటు దూకుతాడు, ఇటు దూకుతాడు. అతను అలా దూకడం చూసి ఆ అమ్మాయి మూర్ఛపోతుంది. ఒకరు అరుస్తారు: మా డిగోరీని ఏమీ చేయొద్దు, మిస్టర్ డ్రాగన్.

స్కార్పియస్ ఆందోళనగా కనిపిస్తాడు.

స్కార్పియస్

ఆల్బస్, ఏదో చెడు జరిగేలా ఉంది. ఈ టైమ్-టర్నర్ వణుకుతోంది.

టిక్ మనే శబ్దం మొదలవుతుంది. అదొక ప్రమాదకర శబ్దం. ఆ శబ్దం టైమ్-టర్నర్ నుంచి వస్తుంటుంది.

లూడో బ్యాగ్ మ్యాన్

సెడ్రిక్ స్కర్ట్ తీసేశాడు, అతను కుడివైపు దూకాడు – అతను తన మంత్రదండం సిద్ధం చేసుకున్నాడు – ఈ యువకుడు, ధైర్యవంతుడు, అందగాడు తన వద్ద ఏం మహిమ ఉంచుకున్నాడో –

ఆల్బస్ (మంత్రదండం పైకి తీస్తాడు)
ఎక్స్పెలియారమ్స్!

సెడ్రిక్ మంత్రదండం ఆల్బస్ చేతికి చేరుతుంది.

లూడో బ్యాగ్ మ్యాన్
ఏదీ లేదు, ఇదేమిటి? ఇదేమైనా తాంత్రిక విద్యా లేదంటే ఇదేమైనా పూర్తిగా – సెడ్రిక్ డిగోరీ పూర్తి నిరాయుధుడిగా మారాడు –

స్కార్పియస్
ఆల్బస్, నాకు తెలిసి టైమ్-టర్నర్ – ఏదో అయినట్టుగా ఉంది ...

టైమ్-టర్నర్ నుంచి వచ్చే శబ్దం మరింత ఎక్కువవుతుంది.

లూడో బ్యాగ్ మ్యాన్
డిగోర్స్ విషయంలో ఇదంతా తప్పుగా జరుగుతోంది. దీంతో, అతని ఆట ముగిసినట్టే. టోర్నమెంట్ కూడా చివరకు వచ్చింది.

ఆల్బస్‌ని స్కార్పియస్ లాగుతాడు.

అంతలో టిక్ అనే శబ్దం మరియు వెలుగు చివరి దశకు చేరుతుంది.

సమయం ప్రస్తుతానికి మారుతుంది, ఆల్బస్ నొప్పితో బాధపడుతుంటాడు.

స్కార్పియస్
ఆల్బస్! దానివల్ల నీకు గాయమైందా? ఆల్బస్ నువ్వు –

ఆల్బస్
ఏం జరిగింది?

స్కార్పియస్
దానికి పరిమితి ఉన్నట్టుగా ఉంది – టైమ్ టర్నర్‌కి ఖచ్చితంగా కొంత సమయ పరిమితి ఉన్నట్టుగా ఉంది ...

ఆల్బస్
మనం ఆ పని చేశామనుకుంటున్నావా? మనం ఏదైనా మార్చినట్టు నీకు అనిపిస్తోందా?

ఉన్నట్టుండి స్టేజ్ మీదకి హ్యారీ, రాన్ (అతనిప్పుడు పక్కకి ఉంటాడు, అతని వస్త్రధారణ చాలా ప్రశాంతంగా ఉంటుంది), గిన్నీ మరియు డ్రాకో వస్తారు. స్కార్పియస్ వాళ్లందరినీ చూస్తాడు – వెంటనే టైమ్-టర్నర్ ని తన జేబులో వేసుకుంటాడు. ఆల్బస్ వాళ్ల వైపు శూన్యంగా చూస్తాడు. అతనికి నొప్పి తీవ్రంగా ఉంటుంది.

రాన్

నేను నీకు చెప్పాను. వాళ్లను నేను చూశానని.

స్కార్పియస్

మనం ఇంకా వెతకాల్సి ఉందనుకుంటాను.

ఆల్బస్

హలో, నాన్న. ఏదైనా సమస్య వచ్చిందా?

హ్యారీ తన కుమారుడి వైపు నమ్మశక్యం కానట్టు చూస్తాడు.

హ్యారీ

అవును. అదేమిటో నువ్వే చెప్పాలి.

ఆల్బస్ అక్కడే నేల మీద కూలిపోతాడు. అతనికి సాయం కోసం హ్యారీ మరియు గిన్నీ వస్తారు.

సన్నివేశం రెండు దృశ్యం ఎనిమిది

హాగ్వార్ట్స్, హాస్పిటల్ ప్రదేశం

హాస్పిటల్‌లో బెడ్ మీద ఆల్బస్ పడుకుని ఉంటాడు. హ్యారీ అతని పక్కన దిగులుగా కూర్చుని ఉంటాడు. వాళ్లకి పైన దయార్థ మనిషి చిత్రం కనిపిస్తుంది. ఆ చిత్రం వాళ్లిద్దరి మీద జాగ్రత్తగా కన్నేసి ఉంటుంది. హ్యారీ కళ్లు నలుపుకుంటాడు, నిలబడి, ఆ గది మొత్తం తిరుగుతూ తన వీపు విరుచుకుంటాడు.

తర్వాత అతను ఆ పెయింట్‌తో కళ్లు కలుపుతాడు. ఆ కళ్లు హ్యారీ వైపు భయపెట్టేలా చూస్తాయి. బదులుగా హ్యారీ కూడా ఆ చిత్రాన్ని అదే విధంగా చూస్తాడు.

హ్యారీ

ప్రొఫెసర్ డంబెల్ డోర్

డంబెల్ డోర్

గుడ్ ఈవెనింగ్, హ్యారీ.

హ్యారీ

నేను మిమల్ని చాలా మిస్సయ్యాను. ప్రధానోపాధ్యాయురాలి ని కలిసినప్పుడల్లా మీ ఫ్రేమ్ ఖాళీగానే కనిపించేది.

డంబెల్ డోర్

ఓహ్, నిజానికి, నేను ఇతర రూపాల్లో కనిపించాలని అనుకుంటున్నాను. అలాగే, (అతను ఆల్బస్ వైపు చూస్తాడు). తను ఇప్పుడు బాగున్నాడు కదా?

హ్యారీ

గడచిన ఇరవై నాలుగు గంటలుగా అతను అదేవిధంగా ఉన్నాడు, అతను స్పృహలోకి వస్తే, మేడమ్ పోంఫ్రే అతని చేతిని బాగు చేస్తానని చెప్పింది. అదొక అసాధారణ విషయమని ఆమె చెప్పింది ... ఆ గాయం

చూస్తే, అది ఇరవై ఏళ్ల క్రితం నాటిది లాగా ఉందట. అలాగే, 'అత్యంత విరుద్ధంగా' దాన్ని బాగు చేసే ప్రయత్నం చేశారట. కానీ, అతను బాగానే ఉన్నాడని ఆమె చెప్పింది.

డంబెల్ డోర్

మీ అబ్బాయిని ఇలా చూడడం నాకు నిజంగానే చాలా కష్టంగా ఉంది.

హ్యారీ ముందుగా డంబెల్ డోర్ ముఖం చూస్తాడు, తర్వాత తల దించి ఆల్బస్ ని చూస్తాడు.

హ్యారీ

అతనికి పేరు పెట్టే సమయంలో, ఆ పేరు గురించి మీరేం అనుకుంటున్నారనే విషయం నేను మీ దగ్గర అడగనే లేదు కదా?

డంబెల్ డోర్

నిజం చెప్పాలంటే, హ్యారీ, ఈ చిన్న పిల్లాడి మీద చాలా బరువు పెట్టినట్టుగా ఉన్నారు.

హ్యారీ

నాకు మీ సాయం కావాలి. నాకు మీ సలహా కావాలి. ఆల్బస్ ప్రమాదంలో ఉన్నట్టు బేన్ చెప్పాడు. నేను నా కుమారుడిన ఎలా రక్షించుకోవాలో చెబుతారా డంబెల్ డోర్?

డంబెల్ డోర్

నా కుమారుడిని ఎలా రక్షించుకోవాలి అంటూ అందరు వ్యక్తుల్లా నువ్వూ నన్ను అడుగుతావా? పిల్లల్ని మనం ప్రమాదం నుంచి కాపాడలేం. నొప్పి తప్పనిసరి. అది రావాల్సిందే.

హ్యారీ

అంటే, నేను నిస్సహాయంగా నిలబడి చూడాల్సిందేనా?

డంబెల్ డోర్

లేదు. జీవితాన్ని ఎలా ఎదుర్కోవాలో నువ్వు అతనికి నేర్పవచ్.

హ్యారీ

ఎలా? అతను వినడం లేదు.

డంబెల్ డోర్

అతన్ని నువ్వు స్పష్టంగా చూడడం కోసం అతను వేచి చూస్తున్నాడేమో.

హ్యారీ దీన్ని తట్టుకునే ప్రయత్నంలో కోపంగా కనిపిస్తాడు.

(సున్నితంగా.) ఇది ఆ చిత్రం ఇచ్చిన శాపం. అలాగే, దీవెన కూడా ... నేను చాలా విన్నాను. స్కూల్ లో, మినిస్ట్రీలో అందరూ మాట్లాడుకోవడం విన్నాను...

హ్యారీ

నా గురించి, నా కుమారుడి గురించి ఎలాంటి పుకార్లు ఉన్నాయి?

డంబెల్ డోర్

పుకార్లు కాదు. ఆందోళన. మీరిద్దరూ కష్టాల్లో ఉన్నారనే ఆందోళన అది. అతను క్లిష్ట పరిస్థితిలో ఉన్నాడు చూశావా. అతనికి నీ మీద కోపంగా ఉంది. నేను ఒక విషయం అర్థం చేసుకున్నాను. నువ్వు అతని మీద ప్రేమతో అతని విషయంలో గుడ్డిగా మారావు.

హ్యారీ

గుడ్డిగానా?

డంబెల్ డోర్

అతడిని నువ్వు అతడిగానే చూడాలి, హ్యారీ. అతడి సమస్య ఏమిటో నువ్వు తప్పకుండా తెలుసుకోవాలి.

హ్యారీ

నేను అతడిని అతడిగా చూడడం లేదా? నా కుమారుడిని ఏది బాధిస్తోంది? (అతను ఆలోచిస్తాడు.) లేదంటే, ఎవరు నా కుమారుడిని బాధిస్తున్నారు?

ఆల్బస్ *(నిద్రలో కలవరిస్తుంటాడు)*

నాన్న...

హ్యారీ

అంటే, ఆ నల్లటి మేఘం తనని బాధిస్తోందా? ఇంకేదైనా బాధిస్తోందా?

డంబెల్ డోర్

ఓహ్, నిజంగానే, నా అభిప్రాయం ఏమైఉంటుంది? నేనొక పెయింట్ మరియు జ్ఞాపకం, హ్యారీ పెయింట్ మరియు జ్ఞాపకం. నాకు కుమారుడు లేడు.

హ్యారీ

కానీ, నాకు నీ సలహా కావాలి.

ఆల్బస్

నాన్నా?

హ్యారీ అప్పుడు ఆల్బస్‌ని చూస్తాడు. మళ్లీ డంబెల్ డోర్ వైపు చూస్తాడు. కానీ, డంబెల్ డోర్ వెళ్లిపోతాడు.

హ్యారీ

లేదు, నువ్విప్పుడు ఎక్కడికి వెళ్లాలి?

ఆల్బస్

మనం – ఇప్పుడు హాస్పిటల్ లో ఉన్నామా?

హ్యారీ తన దృష్టిని ఆల్బస్ వైపు తిప్పుతాడు.

హ్యారీ *(తికమకపడుతూ)*

అవును. నీకు – నీకేమీ కాలేదు. నువ్వు మళ్లీ బలం పుంజుకోవాలని చెప్పారు. అయితే, నీకేమి సూచించాలో మేడమే పోంఫ్రీ నిర్ధారణకు రాలేకపోయారు. బహుశా నువ్వు ఎక్కువ ఛాక్లెట్లు తింటే మంచిదన్నారు. నా దగ్గర కొన్ని చాక్లెట్లు ఉన్నాయనే అనుకుంటా? నేను నీకో విషయం చెప్పాలి. అయితే, అది నీకు నచ్చదేమో అనుకుంటాను.

ఆల్బస్ తన తండ్రి వైపు చూస్తాడు, ఆయన ఏం చెప్పాలనుకున్నాడు? కానీ అది వినకూడదని అనుకుంటాడు.

ఆల్బస్

సరే. నేను ఆలోచిస్తాను.

హ్యారీ కొంచెం చాక్లెట్ తీసుకుంటాడు. ఒక పెద్ద ముక్క తింటాడు. ఆల్బస్ తన తండ్రి వైపు తికమకగా చూస్తాడు.

బాగుందా?

హ్యారీ

చాలా.

అతను చాక్లెట్‌ని తన కుమారుడి వైపు చూపుతాడు. ఆల్బస్ ఒక ముక్క తీసుకుంటాడు. తండ్రి, కొడుకు బాగా దగ్గరవుతారు.

ఆ చేతికి, ఏమైంది.

ఆల్బస్ తన చేతిని ముందుకి చాస్తాడు.

ఆల్బస్

చాలా గొప్పగా ఉంది.

హ్యారీ *(మృదువుగా)*

నువ్వు ఎక్కడికి వెళ్తున్నావ్ ఆల్బస్? దానివల్ల మనకి నష్టమేమిటో నేను చెప్పను – మీ అమ్మ బాధతో చాలా నీరసిస్తోంది.

ఆల్బస్ పైకి చూస్తాడు, అతను గొప్పగా అబద్ధం చెప్పగలడు.

ఆల్బస్

మేము స్కూల్‌కి వెళ్లకూడదని నిర్ణయించుకున్నాము. మేము మళ్లీ ప్రారంభించగలమని అనుకున్నాం – మగిల్ ప్రపంచంలో – కానీ మేము తప్పు చేశామని అర్థమైంది. మేము హాగ్‌వార్ట్స్ కి తిరిగి వస్తుండగా, మీరు మమ్మల్ని చూశారు.

హ్యారీ

డ్రూమ్ స్ట్రాంగ్ దుస్తుల్లోనా?

ఆల్బస్

ఆ దుస్తులు ఎందుకంటే ... ఆ మొత్తం విషయం – స్కార్పియస్, నేను – మేము ఆలోచించలేదు.

హ్యారీ

కానీ ఎందుకు ... ఎందుకు మీరు పరిగెత్తారు? నన్ను చూసి పరిగెత్తారా? నేనేం చెబుతున్నానో అర్థమైందా?

ఆల్బస్

నాకు తెలియదు. హాగ్వార్ట్స్ నిజానికి అలాంటి ప్రశాంత ప్రదేశమేమీ కాదు. అది నీకు ఏమాత్రం తగదు.

హ్యారీ

అంటే, స్కార్పియస్ – నిన్ను కూడా రెచ్చగొట్టాడా – వెళ్లిపో అని?

ఆల్బస్

స్కార్పియస్? లేదు.

హ్యారీ అప్పుడు ఆల్బస్ వైపు చూస్తాడు. అతని చుట్టూ ఒక కాంతి వలయం చూసే ప్రయత్నం చేస్తాడు, లోతుగా ఆలోచిస్తుంటాడు.

హ్యారీ

నువ్వు స్కార్పియస్ మాల్ఫోయ్ నుంచి దూరంగా ఉండాల్సిన అవసరముంది.

ఆల్బస్

ఏంటీ? స్కార్పియస్ నుంచా?

హ్యారీ

అసలు మీరిద్దరూ ఎలా స్నేహితులయ్యారో నాకు తెలియదు, కానీ, జరిగింది – కానీ ఇప్పుడు – నా మాట విను –

ఆల్బస్

నా బెస్ట్ ఫ్రెండ్ నుంచా? నా ఏకైక ఫ్రెండ్ నుంచా?

హ్యారీ

అతను ప్రమాదకారి.

ఆల్బస్

స్కార్పియస్? ప్రమాదమా? అతన్ని నువ్వు కలిశావా? నాన్నా, ఒకవేళ నువ్వు అతన్ని వోల్డేమోర్ట్ కుమారుడని అనుకుంటున్నావా –

హ్యారీ

అతనెవరో నాకు తెలియదు, కానీ, నువ్వు మాత్రం అతనికి దూరంగా ఉండాలి. బేన్ నాతో చెప్పాడు –

ఆల్బస్

బేన్ ఎవరు?

హ్యారీ

అతను భవిష్యవాణి నైపుణ్యాలు తెలిసిన ఒక సెంటార్. అతను చెప్పాడు, నీ చుట్టూ ఒక నల్లటి మేఘం ఉందని. అలాగే –

ఆల్బస్

నల్లటి మేఘమా?

హ్యారీ

నాకిప్పుడు ఈ విషయాన్ని పూర్తిగా నమ్మే పరిస్థితి వచ్చింది. ఆ తాంత్రిక విద్య మళ్లీ శక్తి పుంజుకుంది. దాని నుంచి నిన్ను నేను కాపాడుకోవాలి. అతని నుంచి, స్కార్పియస్ నుంచి.

ఆల్బస్‌కి ఒక నిమిషం చికాకు కలుగుతుంది, తర్వాత అతని ముఖం దృఢంగా మారుతుంది.

ఆల్బస్

అంటే నేనిప్పుడు అతనికి దూరంగా ఉండాలా?

హ్యారీ తన కుమారుడి వైపు చూస్తాడు, వేగంగా ఆలోచిస్తాడు.

హ్యారీ

ఒక మ్యాప్ ఉంది. కీడు చేయాలనుకునే వాళ్లు దానిని ఉపయోగిస్తుంటారు. ఇప్పుడు మనం దానిని ఉపయోగించాలి. దాని మీద ఒక కన్నేసి ఉంచాలి – అలాగే, నీ మీద శాశ్వతంగా కన్నేయాలి. ప్రొఫెసర్ మెక్‌గొనగల్ నీ ప్రతి కదలికని కనిపెడుతుంది. మీరిద్దరూ ఎప్పుడు కలిసి కనిపించినా సరే – ఆమె అక్కడికి వచ్చేస్తుంది. అలాగే, నువ్వెప్పుడు హాగ్‌వార్ట్స్ వదలి వెళ్లాలనుకున్నా – ఆమె వచ్చేస్తుంది. నువ్వు నీ పాఠాల మీద దృష్టి పెడితే మంచిది, ఈ సంగతులేవీ నువ్వు స్కార్పియస్‌తో పంచుకోకూడదు. అలాగే, మీరిద్దరూ కలసి ఉండే సమయంలోనూ గ్రిఫిండార్ కామన్ రూమ్‌లోనే ఉండాలి!

ఆల్బస్

నువ్వు నన్ను గ్రిఫిండర్‌లోకి వెళ్లనివ్వవా! నేను స్లిథెరిన్!

హ్యారీ

నువ్వు నాతో ఆట్లాడొద్దు ఆల్బస్, నువ్వు ఏ ఇల్లో నీకు తెలుసు. నువ్వు స్కార్పియస్‌తో ఉండడం ఆమె చూసిందంటే – నేను నీపై మంత్రం

ప్రయోగిస్తాను – అప్పుడు నీ ప్రతి కదలిక, ప్రతి సంభాషణ నా దృష్టికి వస్తుంది, నాకు వినిపిస్తుంది. అదేసమయంలో, అతని వారసత్వం గురించి తెలుసుకోవడానికి నా డిపార్ట్ మెంట్ నుంచి దర్యాప్తులు మొదలవుతాయి.

ఆల్బస్ *(ఏడవడం మొదలుపెడుతాడు)*

కానీ నాన్నా – నువ్వలా చేయడం – అది ఏమాత్రం ...

హ్యారీ

నువ్వు నన్ను ఇష్టపడకపోవడంతో, నేను నీకు మంచి తండ్రిని కాలేకపోయానే అని చాలాకాలం బాధ పడ్డాను. ఇప్పుడు ఒకటి గ్రహించాను, నువ్వు నన్ను ఇష్టపడాల్సిన అవసరం లేదు, నువ్వు నాకు విధేయుడై ఉండాల్సిందే. ఎందుకంటే, నేను నీ తండ్రిని. నీకేం కావాలో నాకు బాగా తెలుసు. నన్ను క్షమించు, ఆల్బస్. ఇప్పుడు ఇంతకంటే మార్గం లేదు.

సన్నివేశం రెండు దృశ్యం తొమ్మిది

హాగ్‌వార్ట్స్, మెట్ల ప్రదేశం

స్టేజ్ మీద హ్యారీని అనుసరిస్తూ ఆల్బస్ వెళ్తాడు.

ఆల్బస్

నేను పరిగెత్తొచ్చు కదా? నేను పరిగెత్తుతాను.

హ్యారీ

ఆల్బస్, వచ్చి బెడ్ మీద పడుకో.

ఆల్బస్

నేను మళ్లీ పారిపోతాను.

హ్యారీ

లేదు. నీవల్ల కాదు.

ఆల్బస్

నా వల్ల అవుతుంది – అలాగే, ఈసారి రాన్ కూడా మమ్మల్ని కనిపెట్టలేడు.

రాన్

నా పేరు వినిపిస్తోందేమిటి?

మెట్ల మీద నుంచి రాన్ ప్రవేశిస్తాడు. అతని పక్క భాగాలు చాలా దూకుడుగా ఉంటాయి, అతని దుస్తులు కొంచెం పొట్టిగా ఉంటాయి, అతని దుస్తులు అప్పుడు అత్యంత ప్రశాంతంగా ఉంటాయి.

ఆల్బస్

అంకుల్ రాన్! డంబెల్డోర్‌కి కృతజ్ఞతలు చెప్పండి. మీ జోకులు ఎప్పుడో అవసరం అనుకున్నాను. కానీ ఇప్పుడు అవసరమైంది ...

రాన్ కోపంగా, తికమకగా చూస్తాడు.

రాన్

జోకులా? నాకు జోకులేమీ తెలియవు.

ఆల్బస్

నీకు తెలుసు. నువ్వు జోకుల షాప్ నడిపావ్ కదా.

రాన్ *(ఇప్పుడు మరింత తికమక పడుతాడు)*

జోక్ షాప్? సరే, నాకు అర్థమైంది. నిన్ను పట్టుకోవడం నాకు సంతోషంగా ఉంది... నేను వెళ్లి కొన్ని స్వీట్స్ తీసుకొస్తాను – అది, ఎందుకంటే, నువ్వు త్వరగా కోలుకోవడానికి, కానీ, ... నిజానికి పద్మ – ఆమె చాలా విషయాల గురించి ఆలోచిస్తోంది – నా కంటే లోతుగా – నువ్వు బడిలో ఏదైనా ఉపయోగకరమైనది చేయాలంటే నేను నీతో ఉండడం మంచిదని ఆమె భావిస్తోంది. అందుకే, నీకోసం మేము – కొన్ని ఈక కలాలు తెచ్చాం. అవును. అవును. అవును. ఈ చెడ్డ కుర్రాళ్ల వైపు చూడు. అగ్రశ్రేణిలో ఉన్నారు.

ఆల్బస్

పద్మ ఎవరు?

హ్యారీ కోపంగా ఆల్బస్ వైపు చూస్తాడు.

హ్యారీ

మీ ఆంటీ.

ఆల్బస్

నాకు పద్మ అనే ఆంటీ ఉందా?

రాన్

(హ్యారీ వైపు చూస్తూ) అతనికి అంతా తికమకగా అనిపిస్తోంది కదా? (ఆల్బస్ వైపు చూస్తూ) నా భార్య, పద్మ. నీకు గుర్తు వచ్చింది కదా. నీ ముఖానికి కొంచెం బాగా దగ్గరగా మాట్లాడితే, కొంచెం మింట్ లాంటి వాసన వస్తోంది. (వాలిపోతూ.) పంజుకి తల్లి పద్మ! (హ్యారీ వైపు.) అందుకే నేను ఇక్కడ ఉన్నాననుకోండి. పంజు. అతను మళ్లీ సమస్యలో ఉన్నాడు. నేను ఒక హోవలర్ పంపాలనుకున్నాను, కానీ, నేను స్వయంగా రావాలని పద్మ పట్టుబట్టింది. ఎందుకో నాకు తెలియదు. అతను నన్ను చూసి నవ్వాడు.

ఆల్బస్

కానీ ... నువ్వు హెర్మియోన్‌ని పెళ్లి చేసుకున్నావ్ కదా.

దెబ్బ పడుతుంది. రాన్‌కి అదేమీ అర్థం కాదు.

రాన్

హెర్మియోన్? లేదు. లేదుదుదుదు. మెర్లిన్ గడ్డం.

హ్యారీ

గ్రిఫిండర్‌లోకి ప్రవేశించిన విషయాన్ని ఆల్బస్ మర్చిపోయాడు. అనుకూలంగా.

రాన్

అవును, నిజమే, క్షమించండి, ముసలి వ్యక్తి, కానీ, మీరు కూడా ఒక గ్రిఫిండర్.

ఆల్బస్

కానీ నేను ఎలా గ్రిఫిండర్‌లోకి వెళ్లాను?

రాన్

నువ్వు సార్టింగ్ హ్యాట్‌ని అనుసరించావు, నీకు గుర్తు లేదా? నీ జీవితం దాని మీద ఆధారపడి ఉంటే, నువ్వు గ్రిఫిండర్ లోకి వెళ్లవని పంజు పందెం వేసింది, కాబట్టి, నువ్వు అతని కోసం గ్రిఫిండర్ ఎంచుకున్నావ్. నేను నిన్ను నిందించడం లేదు, (నిరాశగా చూస్తూ) కొన్నిసార్లు మనం అతని ముఖం మీద చిరునవ్వు చెరిపేయాలనుకున్నాం, నీకు గుర్తుందా? (భయపడిపోతూ) దయచేసి అది పద్మకి చెప్పొద్దు. నేను చెబుతాను.

ఆల్బస్

పంజు ఎవరు?

ఆల్బస్ వైపు రాన్ మరియు హ్యారీ తీక్షణంగా చూస్తారు.

రాన్

ఏమంటున్నావ్, అసలు నువ్వు నువ్వేనా? ఏదైతేనేం, నాకు నేనుగా ఒక హోలర్‌ని పంపే లోపల, నువ్వెళ్లిపోవడమే మంచిది.

అతను దానిపై పడుతాడు, అయితే, అతను అంగుళం కూడా కదలడు.

ఆల్బస్

అయితే, అందులో ఎలాంటి ... అర్ధం లేదు.

హ్యారీ

ఆల్బస్, నువ్వు ఏ మాయ చేసినా సరే, అది పనిచేయదు, నేను నా ఆలోచన మార్చుకోను.

ఆల్బస్

నాన్నా, నీకు రెండు ఎంపికలున్నాయి, నువ్వు నన్ను కూడా తీసుకెళ్లడం –

హ్యారీ

లేదు, నీకు ఒక్క ఎంపిక మాత్రమే ఉంది ఆల్బస్. నువ్వు ఇది చేయాల్సిందే, లేదంటే, నువ్వు మరింత లోతుగా – మరింత లోతుగా – ఇబ్బందిలోకి వెళ్తావ్, నీకు అర్థమవుతోందా?

మెట్లకి మరో సగంలో స్కార్పియస్ కనిపిస్తాడు. ఆల్బస్‌ని చూడగానే అతను సంతోషిస్తాడు.

స్కార్పియస్

ఆల్బస్? నువ్వు బాగున్నావ్. సంతోషంగా ఉంది.

హ్యారీ చాలా కోపంగా స్కార్పియస్ వైపు వెళ్తాడు.

హ్యారీ

అతను పూర్తిగా కోలుకోలేదు. మనం వెళ్లిపోవాలి.

స్కార్పియస్ వైపు చూసిన ఆల్బస్‌కి గుండె పగిలిపోతుంది. అతను తండ్రిని అనుసరిస్తాడు – స్కార్పియస్ తన వైపు చూస్తున్నప్పటికీ పట్టించుకోడు.

స్కార్పియస్

నువ్వు నా మీద కోపంగా ఉన్నావా? ఏం జరుగుతోంది?

ఆల్బస్ ఆగుతాడు. తిరిగి స్కార్పియస్‌ని చూస్తాడు.

ఆల్బస్

ఇది పని చేస్తుందా? ఇందులో ఏదైనా పని చేస్తుందా?

స్కార్పియస్

లేదు ... కానీ, ఆల్బస్ –

హ్యారీ

ఆల్బస్. ఏదైతే నువ్వు వికారంగా మాట్లాడుతున్నావో, నువ్వు దానిని ఇప్పుడే ఆపేయాలి. ఇదే నీకు నా తుది హెచ్చరిక.

ఆల్బస్ తన తండ్రి వైపు, స్నేహితుడి వైపు మార్చి మార్చి చూస్తాడు.

ఆల్బస్

నేను కరెక్ట్ కాదా?

స్కార్పియస్

ఏది కరెక్ట్ కాదు?

ఆల్బస్

ఇప్పుడే – మనం ఒకరికొకరు కలవకపోతేనే మంచిదని చెప్పారు, కదా?

ఆల్బస్ వెళ్లిపోతుంటే స్కార్పియస్ అటువైపు చూస్తాడు. గుండె పగిలిపోతుంది.

సన్నివేశం రెండు **దృశ్యం పది**

హాగ్‌వార్ట్స్, ప్రధానోపాధ్యాయురాలి ఆఫీస్

ప్రొఫెసర్ మెక్‌గొనగల్ పూర్తి విషాదంగా ఉంటుంది, హ్యారీ పూర్తి ఉద్దేశంతోనే వచ్చి ఉంటాడు. గిన్నీకి ఎందుకోసం వచ్చిందో కూడా అర్థం కాని స్థితిలో ఉంటుంది.

ప్రొఫెసర్ మెక్‌గొనగల్

మరావుడెర్ మ్యాప్ ఎందుకోసం ఉద్దేశించబడిందో నాకు స్పష్టంగా తెలియదు.

హ్యారీ

వాళ్లు కలసి కనిపిస్తే, మీరు వెంటనే వాళ్ల దగ్గరికి వెళ్లి, వాళ్లను వేరు చేసేయండి.

ప్రొఫెసర్ మెక్‌గొనగల్

హ్యారీ, ఇది సరైన నిర్ణయం అని మీరు అనుకుంటున్నారా? ఎందుకంటే, సెంటార్స్ జ్ఞానం మీద నాకు సందేహంగా ఉంది. కానీ, బేన్ మాత్రం చాలా కోపం కలిగిన సెంటార్, అలాగే ... అతను అవసరమైతే సొంతంగా నక్షత్ర మండలాలను కూడా మార్చేయగలడు.

హ్యారీ

బేన్ మీద నాకు నమ్మకముంది. స్కార్పియస్ నుంచి ఆల్బస్ దూరంగా ఉండడం ముఖ్యం. అది అతనికీ మంచిది. ఇతరులకు కూడా.

గిన్నీ

హ్యారీ ఏం చెబుతున్నాడంటే ...

హ్యారీ *(స్థిరంగా)*

నేనేం చెబుతున్నానో ప్రొఫెసర్‌కు తెలుసు.

గిన్నీ అప్పుడు హ్యారీ వైపు చూస్తుంది, అతను తనతో అలా మాట్లాడడం ఆమెకు ఆశ్చర్యమేస్తుంది.

ప్రొఫెసర్ మెక్‌గొనగల్

దేశంలోని గొప్ప గొప్ప మంత్రగత్తెలు, తాంత్రికుల ద్వారా ఆల్బస్‌ని పరీక్షించాం. అతనికి శపించబడినట్టు ఎవరూ గుర్తించలేదు.

హ్యారీ

కానీ, డంబెల్‌డోర్ చెప్పాడు – డంబెల్‌డోర్ చెప్పాడు –

ప్రొఫెసర్ మెక్‌గొనగల్

ఏంటి?

హ్యారీ

అతని చిత్రం. మనం మాట్లాడాం కూడా. ఏదో జరిగి ఉంటుందని –

ప్రొఫెసర్ మెక్‌గొనగల్

డంబెల్‌డోర్ చనిపోయాడు, హ్యారీ. నేను నీకు గతంలో చెప్పాను, చిత్రాలేవీ వాటి రూపంలో సగాన్ని కూడా చూపలేవు.

హ్యారీ

ప్రేమ నన్ను గుడ్డివాణ్ణి చేసిందని అతను అన్నాడు.

ప్రొఫెసర్ మెక్‌గొనగల్

ప్రధానోపాధ్యాయురాలి చిత్రం ఒక జ్ఞాపకం. నేను నిర్ణయాలు తీసుకోవడానికి అదొక సహాయక యంత్రాంగాం లాగా ఉపయోగపడుతుంది. అయితే, వ్యక్తి చిత్రాన్ని తప్పుగా వేయడానికి నేను ఈ పని ఎంచుకోకూడదని నాకు చెప్పారు. అదేవిధంగా చేయాలని మీకు కూడా చెప్పారు కదా.

హ్యారీ

కానీ, అతను చెప్పింది సరైనదే. నేను ఇప్పుడు చూశాను.

ప్రొఫెసర్ మెక్‌గొనగల్

హ్యారీ, మీరు చాలా ఒత్తిడిలో ఉన్నట్టున్నారు, ఆల్బస్ కనిపించకుండా పోవడం, అతని కోసం వెతకడం, మీ భయాలే వీటంతటికీ కారణంగా ఉంటున్నాయి. కానీ, నేను చెప్పేది మీరు వినండి, మీరు పొరబాటు చేస్తున్నారు –

హ్యారీ

ఆల్బస్ గతంలో నన్ను ఇష్టపడే వాడు కాదు. మళ్లీ కూడా అతను నన్ను ఇష్టపడకపోవచ్చు. కానీ, అతను సురక్షితంగా ఉండాలి. అత్యంత గొప్ప గౌరవంతో చెబుతున్నాను, మినెర్వా – మీకు పిల్లలు లేరు కదా–

గిన్నీ

హ్యారీ!

హ్యారీ

... మీరు అర్థం చేసుకోలేదు.

ప్రొఫెసర్ మెక్‌గొనగల్ *(బాగా దెబ్బతిన్నట్టు)*

నేను జీవితం మొత్తాన్ని ఈ ఉపాధ్యాయ వృత్తికే అంకితం చేశాను –

హ్యారీ

నా కుమారుడు ఎల్లవేళలా ఎప్పుడు ఎక్కడ ఉంటాడనే విషయాన్ని ఈ మ్యాప్ మీకు చెబుతుంది – మీరూ దీన్ని ఉపయోగిస్తారని అనుకుంటున్నాను. మీరు ఉపయోగించరని నేను వింటే – అప్పుడు నేను నాకు వీలైనంత కఠినంగా ఈ స్కూల్ మీద గొడవకు వస్తాను – మినిస్ట్రీ పూర్తి బలాన్ని ఉపయోగిస్తాను – మీకు అర్థమైంది కదా?

ప్రొఫెసర్ మెక్‌గొనగల్ *(తికమక పడుతుంది)*

ఖచ్చితంగా

హ్యారీ వైపు గిన్నీ చూస్తుంది, అతను ఏం అనుకుంటున్నాడో అర్థం కాదు. అతను వెనక్కి చూడడు.

సన్నివేశం రెండు దృశ్యం పదకొండు

హాగ్వార్ట్స్, తాంత్రిక కళల తరగతికి వ్యతిరేకంగా రక్షణ

ఆల్బస్ కొద్దిగా అనిశ్చితిగా తరగతి గదిలోకి ప్రవేశిస్తాడు.

హెర్మియోన్

ఓహ్, అవును. రైల్లో తప్పిపోయిన మా విద్యార్థి, చివరకు మా దగ్గరికి చేరాడు.

ఆల్బస్

హెర్మియోన్?

అతను అద్భుతంలా చూస్తాడు. హెర్మియోన్ పాఠం ముందు భాగంలో కనిపిస్తుంది.

హెర్మియోన్

ప్రొఫెసర్ గ్రాంగెర్, నేను నా పేరును విశ్వసిస్తున్నాను, పోటర్.

ఆల్బస్

ఇక్కడ మీరేం చేస్తున్నారు?

హెర్మియోన్

పాఠం చెబుతున్నాను. నా పాపాల కోసం. నువ్వు ఇక్కడేం చేస్తున్నావ్? నేర్చుకుంటున్నావనుకుంటున్నా.

ఆల్బస్

కానీ మీరు ... మీరు ... మ్యాజిక్ మినిస్టర్ కదా.

హెర్మియోన్

అలాంటి కలలు నువ్వు మళ్లీ కంటున్నావా పోటర్? ఈరోజు మనం ప్యాట్రనస్ ఛార్మ్స్ వైపు చూడబోతున్నాం.

ఆల్బస్ *(అద్భుతంగా)*

తాంత్రిక కళలకి వ్యతిరేకంగా మీరు మాకు రక్షణ కదా టీచర్?

ముసిముసి నవ్వులు వినిపిస్తాయి.

హెర్మియోన్

ఇప్పుడు ఓపిక కోల్పుతున్నాం. మూర్ఖత్వం కోసం గ్రిఫిండర్ నుంచి పది పాయింట్లు.

పాలీ చాప్ మ్యాన్ *(పూర్తి అమర్యాదగా నిలబడి)*

లేదు. లేదు. అతను ఉద్దేశపూర్వకంగా చేస్తున్నాడు. గ్రిఫిండర్‌ని అతను ద్వేషించడం అందరికీ తెలుసు.

హెర్మియోన్

పరిస్థితి మరింత తీవ్రం కాకముందే కూర్చుంటావా పాలీ చాప్‌మ్యాన్ (పాలీ సిగ్గుపడుతాడు. తర్వాత కూర్చుంటాడు.) నువ్వు ఆమెతో కూర్చోవాలని చెబుతున్నా, ఆల్బస్. ఈ వాదనకి ముగింపు చెప్పు.

ఆల్బస్

అయితే, మీరు చెప్పేది ఇది కాదు.

హెర్మియోన్

నేను ఆ అర్థంతోనే చెప్పానని నిర్ధారించడానికి గ్రిఫిండర్ నుంచి ఇరవై పాయింట్లు వస్తాయి ఆల్బస్ పోటర్.

యాన్ ఫ్రెడ్రిక్స్

నువ్వు ఇప్పుడు కూర్చోకపోతే, ఆల్బస్ ...

ఆల్బస్ కూర్చుంటాడు.

ఆల్బస్

నేను ఒకటి చెప్పొచ్చా –

హెర్మియోన్

లేదు, నువ్వేం చెప్పొద్దు. నిశ్శబ్దంగా ఉండు పోటర్. లేదంటే ఇప్పుడున్న ఆ కొద్ది ఆదరణ కూడా నువ్వు కోల్పోతావు. అప్పుడు ప్యాట్రనస్ ఏమిటో నాకు ఎవరు చెబుతారు? లేదుగా? ఎవరూ లేరుగా? నువ్వు నిజంగానే అత్యంత నిరాశతో ఉన్నావ్.

హెర్మియోన్ చిన్నగా నవ్వుతుంది. ఆమెకు పరిస్థితి అర్థమవుతుంది.

ఆల్బస్

లేదు. ఇదంతా మూర్ఖత్వం. రోజ్ ఎక్కడ? మీరు మరీ నవ్వులాటగా మాట్లాడుతున్నారని తను చెప్పగలదు.

హెర్మియోన్

రోజ్ ఎవరు? నీ అదృశ్య స్నేహితురాలా?

ఆల్బస్

రోజ్ గ్రాంగర్-వీస్లే! మీ కుమార్తె! (అతను గ్రహిస్తాడు.) మీరు ఒప్పుకోరులే ... ఎందుకంటే, మీరు, రాన్ పెళ్లి చేసుకోలేదు కదా, రోజ్ –

ముసిముసి నవ్వులు వినిపిస్తాయి.

హెర్మియోన్

నీకెంత ధైర్యం! గ్రిఫిండర్ నుంచి యాభై పాయింట్లు. ఈసారి దృఢంగా చెబుతున్నాను. మళ్లీ ఎవరైనా నాకు అంతరాయం కలిగిస్తే, ఈసారి నూరు పాయింట్లు అవుతాయి ...

ఆమె గది మొత్తం చూస్తుంది. అందరూ కదలకుండా కూర్చుని ఉంటారు.

మంచిది. పాట్రనస్ ఒక మ్యాజికల్ ఆకర్షణ, మీ అన్ని అనుకూల భావాల ప్రక్షేపం అది. మీరు లోతుగా పంచుకునే జంతువు రూపాన్ని అది సంతరించుకుంటుంది. అది కాంతి బహుమతి. మీరు ఒక పాట్రనస్‌ని సూచిస్తే, ప్రపంచం నుంచి మిమ్మల్ని మీరు రక్షించుకోవచ్చు. మనలోని కొందరి విషయంలో, ఇప్పుడో, మరికొంత కాలం తర్వాతో అది తప్పనిసరి అవుతుంది.

సన్నివేశం రెండు దృశ్యం పన్నెండు

హాగ్‌వార్ట్స్, మెట్ల దారి

ఆల్బస్ ఒక మెట్ల మీదకి ఎక్కుతాడు. కనుచూపు మేర చూస్తాడు.

అతనికి ఏమీ కనిపించదు. అతను నిష్క్రమిస్తాడు. ఆ మెట్లు దాదాపు నాట్యం చేస్తున్నట్టుగా కదులుతాయి.

అతని వెనుకే స్కార్పియస్ ప్రవేశిస్తాడు. అక్కడ ఆల్బస్ కనిపిస్తాడని అతను అనుకుంటాడు, కానీ, అక్కడ లేదని గ్రహిస్తాడు.

ఒక్కసారిగా ఆ మెట్లు కదలడంతో, అతను కింద పడిపోతాడు.

మేడమ్ హూక్ ప్రవేశిస్తుంది. మెట్ల పైకి చేరుతుంది. పైకి చేరాక, స్కార్పియస్‌ని కదలాలంటూ సైగ చేస్తుంది.

అతను అలాగే చేస్తాడు. కిందకి దిగేస్తాడు – అతని లక్ష్యం ఒంటరితనం పోతుంది.

ఆల్బస్ ప్రవేశిస్తాడు, ఒక మెట్ల మార్గం ద్వారా పైకి చేరుతాడు.

స్కార్పియస్ ప్రవేశిస్తాడు, మరొక దాని మీద పైకి వస్తాడు.

రెండు మెట్ల మార్గాలు కలుసుకుంటాయి. ఆ కుర్రాళ్లు ఇద్దరూ ఒకరినొకరు చూసుకుంటారు.

నిరాశ, విశ్వాసం – ఒకేసారి కలుగుతుంది.

ఆ తర్వాత ఆల్బస్ దూరంగా చూస్తాడు, ఆ క్షణం బ్రద్ధలవుతుంది – దానితో పాటు ఆ స్నేహం కూడా బ్రద్ధలవుతుంది.

ఆ తర్వాత మెట్లు దూరంగా వెళ్లిపోతాయి – వాళ్లిద్దరూ ఒకరినొకరు చూసుకుంటారు – ఒకరు సిగ్గుతో చూస్తారు. ఒకరు పూర్తి బాధతో చూస్తారు – ఇద్దరిలోనూ దుఃఖం కలుగుతుంది.

సన్నివేశం రెండు **దృశ్యం పదమూడు**

హ్యారీ మరియు గిన్నీ పోటర్ ఇల్లు, వంటగది

గిన్నీ మరియు హ్యారీ ఒకరినొకరు హెచ్చరికగా చూసుకుంటారు. వాళ్ల మధ్య వాదన వచ్చే అవకాశం ఉందని ఇద్దరూ గ్రహిస్తారు.

హ్యారీ

ఇదే సరైన నిర్ణయం.

గిన్నీ

నువ్వు దాదాపు సంతృప్తి చెందినట్టున్నావు.

హ్యారీ

అతనితో నిజాయితీగా ఉండాలని నువ్వు చెప్పావు, కానీ, నాతో నేను నిజాయితీగా ఉండాల్సిన అవసరం ఏర్పడింది. నా మనసు నాతో ఏం చెబుతోందో నమ్మాల్సి వచ్చింది...

గిన్నీ

హ్యారీ, ఇప్పటివరకు ఉన్న తాంత్రికుల్లో నువ్వు మాత్రమే గొప్ప హృదయం కలిగిన వ్యక్తివి. అందుకే, నీ మనసు నీకు అలా చెప్పి ఉంటుందని నేను నమ్మలేకపోతున్నాను.

ఎవరో తలుపు కొట్టిన శబ్దం వాళ్లకి వినిపిస్తుంది.

తలుపు రక్షించింది.

ఆమె వెళ్లిపోతుంది.

కొంచెంసేపు తర్వాత, డ్రాకో ప్రవేశిస్తాడు, చాలా కోపంగా ఉంటాడు, కానీ, బయటకు కనిపించనివ్వడు.

డ్రాకో

నేను ఎక్కువసేపు ఉండను. ఉండాల్సిన అవసరం నాకు లేదు.

హ్యారీ

నేనెలా సాయం చేయాలి?

డ్రాకో

నేను నిన్ను ప్రతిఘటించడానికి ఇక్కడికి రాలేదు. కానీ, నా కుమారుడు కన్నీళ్లతో ఉన్నాడు. అందుకే, నేను ఇక్కడికి వచ్చాను. ఇద్దరు మంచి స్నేహితులని ఎందుకు విడదీశావని అడగడం కోసం వచ్చాను.

హ్యారీ

నేను వాళ్లని దూరం పెట్టడం లేదు.

డ్రాకో

నువ్వు స్కూల్ టైంటేబుళ్లు కూడా మార్చేశావు, ఇద్దరు టీచర్లతో పాటు ఆల్బస్‌ని కూడా బెదిరించావు. ఎందుకు?

హ్యారీ అప్పుడు డ్రాకో వైపు జాగ్రత్తగా చూసి, మళ్లీ తల తిప్పేసుకుంటాడు.

హ్యారీ

నా కుమారుడిని నేను రక్షించుకోవాలి.

డ్రాకో

స్కార్పియస్ నుంచా?

హ్యారీ

నా కుమారుడి చుట్టూ ఒక చీకటి ఉన్నట్టు బేన్ నాకు చెప్పాడు. నా కుమారుడి దగ్గరగా ఉందట.

డ్రాకో

అసలు నువ్వేం చెబుతున్నావ్, పోటర్?

హ్యారీ తల తిప్పి డ్రాకో కళ్లలోకి నిర్జీవంగా చూస్తాడు.

హ్యారీ

ఖచ్చితంగా చెప్పగలవా ... చెప్పగలవా అతను నీ డ్రాకోనే అని?

అక్కడ ఘోరమైన నిశ్శబ్దం ఆవహిస్తుంది.

డ్రాకో

నువ్వు దాన్ని వెనక్కి తీసుకో ... ఇప్పుడే.

కానీ, హ్యారీ దాన్ని వెనక్కు తీసుకోడు. దాంతో, డ్రాకో తన మంత్రదండం బయటకు తీస్తాడు.

హ్యారీ

నువ్వు ఇలా చేస్తావనుకోలేదు.

హ్యారీ

అవును, చేయాలనుకున్నాను.

హ్యారీ

నేను నిన్ను కష్టపెట్టాలనుకోవడం లేదు, డ్రాకో.

డ్రాకో

ఎంత చిత్రం కదా, ఎందుకంటే, నేను నిన్ను కష్టపెట్టాలనుకుంటున్నాను.

ఆ ఇద్దరూ యుద్ధానికి సిద్ధమవుతారు. తమ తమ మంత్రదండాలు తీస్తారు.

డ్రాకో మరియు హ్యారీ

ఎక్స్పెల్లారమ్స్!

వాళ్ల మంత్రదండాలు దూరంగా వెళ్లి, ముక్కలవుతాయి.

డ్రాకో

ఇన్‌కార్సెరోస్!

హ్యారీకి డ్రాకో మంత్రదండం నుంచి పేలుడు ఎదురవుతుంది.

హ్యారీ

టరంటల్లెగ్రా!

డ్రాకో ఒక్కసారిగా దూరంగా వెళ్లి పడుతాడు.

హ్యారీ

నువ్వింకా సాధనలోనే ఉన్నావ్, డ్రాకో.

డ్రాకో

నువ్వూ కింద పడుతావ్, పోటర్. డెన్‌సాజియో!

హ్యారీ అతని నుంచి తప్పించుకునే ప్రయత్నం చేస్తాడు.

హ్యారీ

రిక్టుసెంప్రా!

ఆ పేలుడును తప్పించుకోవడానికి డ్రాకో ఒక కుర్చీ ఉపయోగిస్తాడు.

డ్రాకో

ఫ్లిపెండో!

హ్యారీ ఒక్కసారిగా గాల్లోకి ఎగురుతాడు. డ్రాకో నవ్వుతాడు.

అక్కడే ఉండు, ముసలి వ్యక్తి.

హ్యారీ

మనిద్దరిదీ ఒకే వయసు డ్రాకో.

డ్రాకో

కానీ, నేను మెరుగ్గా ఉన్నాను.

హ్యారీ

బ్రాచియాబిండో!

డ్రాకో పరిస్థితి టైట్‌గా కట్టేసినట్టు అయిపోతుంది.

డ్రాకో

నీకు తెలిసింది ఇంతే కదా? ఎమాంసిపేర్!

డ్రాకో తన కట్లు విప్పేసుకుంటాడు.

లెవికార్పస్!

హ్యారీ ఒక్కసారిగా ఆ మార్గం నుంచి దూరంగా పడుతాడు.

మొబిలికార్పస్! ఓహ్, ఇది చాలా తమాషాగా ఉంది ...

హ్యారీని డ్రాకో పైకి ఎగిరేలా చేస్తాడు. అక్కడి నుంచి హ్యారీ దూరంగా వెళ్లి పడుతాడు, డ్రాకో వెళ్లి టేబుల్ మీద పడుతాడు – అతను తన మంత్రదండం సరిచేసుకుంటాడు, కానీ, అతను ఆ పనిచేసే లోపల హ్యారీ ఒక మంత్రం చెబుతాడు ...

హ్యారీ

అబ్‌స్కురో!

ముసుగు వచ్చి కప్పేసే లోపల డ్రాకో దాని నుంచి బయటపడుతాడు. ఇద్దరూ యుద్ధానికి సిద్ధమవుతారు – హ్యారీ ఒక కుర్చీ విసిరేస్తాడు. డ్రాకో ఠక్కున కిందకు వంగి దాన్ని తప్పించుకుని, తన మంత్రదండంతో దాన్ని చిత్తు చేస్తాడు.

గిన్నీ

నేను మూడు నిమిషాల క్రితమే ఈ గది నుంచి వెళ్లాను!

వంటగది చిందరవందరగా ఉండడం ఆమె చూస్తుంది. గాల్లోకి లేచిన కుర్చీలు ఆమెకు కనిపిస్తాయి. ఆమె తన మంత్రదండంతో వాటిని కిందకి రావాలంటూ ఆదేశిస్తుంది.

(నిర్లిప్తంగా చూస్తూ.) నేను ఏది మర్చిపోయాను?

సన్నివేశం రెండు దృశ్యం పధ్నాలుగు

హాగ్వార్ట్స్, మెట్లు

స్కార్పియస్ విచారంగా ఒక మెట్ల కిందకి నడుస్తాడు.

డెల్ఫీ మరో వైపు నుంచి దూకుతూ వస్తుంది.

డెల్ఫీ

అంటే – సాంకేతికంగా – నేను ఇక్కడ లేదన్న మాట.

స్కార్పియస్

డెల్ఫీ?

డెల్ఫీ

నిజానికి, నేను మన మొత్తం చర్యను ప్రమాదకరంగా మార్చాను ... ఎందుకంటే, ... చెప్పాలంటే, నేను సహజంగా ప్రమాదానికి ఎదురెళ్లే వ్యక్తిని కాదని మీకు తెలుసు. నేను హాగ్వార్ట్స్ కి అస్సలు రాను. ఇక్కడ భద్రత విషయంలో తీవ్రమైన అలసత్వం ఉంది కదా? మీరు ఎక్కడ ఉన్నారనే విషయాన్ని ఈ సగం-తలతో విచిత్రంగా కనిపిస్తున్న దెయ్యం నాకు చెప్పిందంటే మీరు నమ్మగలరా?

స్కార్పియస్

నువ్వు హాగ్వార్ట్స్ కి నిజంగానే రావా?

డెల్ఫీ

నాకు – సరిగా తెలియదు – చిన్నప్పుడు – కొంత తెలుసు. ఇతరులు వెళ్లొచ్చు – కానీ, నేను రాను.

స్కార్పియస్

నువ్వు కూడా – అనారోగ్యంతో ఉన్నావా? నన్ను క్షమించు, ఆ సంగతి నాకు తెలియదు.

డెల్ఫీ

నిజాన్ని నేను ప్రకటించను – ఒక విషాద దృశ్యంలా కనిపించడం నాకు ఇష్టం ఉండదు తెలుసా?

స్కార్పియస్‌కి ఈ విషయం అర్థమవుతుంది. ఏదో చెప్పాలని అతను పైకి చూస్తాడు. కానీ, అటుగా ఒక విద్యార్థి వేగంగా వెళ్లడంతో డెల్ఫీ అకస్మాత్తుగా కిందకి వంగుతుంది. ఆ విద్యార్థి వెళ్లే వరకు స్కార్పియస్ సాధారణంగా కనిపించే ప్రయత్నం చేస్తాడు.

వాళ్లు వెళ్లిపోయారా?

స్కార్పియస్

డెల్ఫీ, నువ్వు ఇక్కడ ఉండడం నీకు చాలా ప్రమాదంగా మారేలా ఉంది–

డెల్ఫీ

చెప్పాలంటే – ఈ విషయంలో ఎవరైనా ఏదైనా చేయాలి.

స్కార్పియస్

డెల్ఫీ, ఇందులో ఏదీ పని చేయడం లేదు, టైమ్-టర్నింగ్‌లో మనం విఫలమయ్యాం.

డెల్ఫీ

నాకు తెలుసు. ఆల్బస్ నాకు గుడ్లగూబ పంపాడు. చరిత్ర పుస్తకాలు మారిపోయాయి. కానీ, అది చాలదు – సెడ్రిక్ ఇంకా చనిపోయే ఉన్నాడు. నిజానికి, మొదటి పోటీ ఓడిపోవడం ఒక్కటే రెండో పోటీ గెలవడానికి అతన్ని మరింత దృఢంగా చేస్తుంది.

స్కార్పియస్

అలాగే రాన్ మరియు హెర్మియోన్ పూర్తిగా ఆ పని చేయగలరు – అలాగే, అదెందుకో నేనింకా కనిపెట్టలేదు.

డెల్ఫీ

ఆ కారణంగానే సెడ్రిక్ నిరీక్షించాల్సి ఉంది. అదంతా పూర్తి తికమకగా ఉంది. నువ్వు టైమ్-టర్నర్ పట్టుకుని ఉండడమే సరైన నిర్ణయం స్కార్పియస్. అయితే, నా ఆలోచన ఏమిటంటే, మీ ఇద్దరికి సంబంధించి ఎవరైనా ఏదైనా చేయాల్సిన అవసరం ఉంది.

స్కార్పియస్

ఓహ్.

డెల్ఫీ

మీరు మంచి స్నేహితులు. అతను గుడ్లగూబ పంపినప్పుడల్లా నువ్వు లేకపోవడం నాకు గుర్తుకొచ్చేది. దాని వల్ల అతను ధ్వంసమయ్యాడు.

స్కార్పియస్

అంటే, అతనికి ఎవరిదో అండ దొరికిందంటావా. ఇప్పుడు అతను నీకు ఎన్ని గుడ్లగూబలు పంపాడు?

డెల్ఫీ మృదువుగా నవ్వుతుంది.

క్షమించు. అది – నేను ఆ అర్థంతో చెప్పలేదు – నాకు – ఏం జరుగుతోందో అర్థం కావడం లేదు. అతన్ని చూడడానికి నేను ప్రయత్నించాను, కానీ, ప్రతిసారి అతను పారిపోయాడు.

డెల్ఫీ

నీకు తెలుసా, నీ వయసులో ఉన్నప్పుడు నాకు బెస్ట్ ఫ్రెండ్ ఎవరూ లేరు. నాకూ ఒకరు కావాలని ఎంతగానో ఎదురు చూశాను. నేను యవ్వనంలో ఉన్నప్పుడు ఒకరు నన్ను ఆహ్వానించారు కానీ –

స్కార్పియస్

వాళ్లలో నేను కూడా ఒకడిని. ఫ్లర్రీ పిలిచాడు. మేము గోబ్‌స్టోన్స్ నిబంధనలు కరెక్టుగా పాటించాం.

డెల్ఫీ

ఆల్బస్‌కి నువ్వు కావాలి, స్కార్పియస్. అదొక అద్భుతమైన విషయం.

స్కార్పియస్

ఏం చేయడానికి అతనికి నేను కావాలి?

డెల్ఫీ

అది కూడా నీకు తెలియదా? మీ స్నేహం గురించే చెబుతున్నాను. అతనికి ఏం కావాలో నీకు తెలియదు. అతనికి అది కావాలని నీకు మాత్రమే తెలుసు. అతడిని వెతుకు స్కార్పియస్. మీరిద్దరూ – ఎప్పుడూ కలిసే ఉండాలి.

సన్నివేశం రెండు దృశ్యం పదిహేను

హ్యారీ మరియు గిన్నీ పోటర్ ఇల్లు, వంటగది

హ్యారీ మరియు డ్రాకో చెరో వైపు కూర్చుని ఉంటారు, గిన్నీ వాళ్ల మధ్య నిల్చుని ఉంటుంది.

డ్రాకో

మీ వంటగదిని ఇలా చేసినందుకు క్షమించు, గిన్నీ.

గిన్నీ

ఓహ్, ఇది నా వంటగది కాదు. హ్యారీనే ఎక్కువగా వంట చేస్తుంటాడు.

అక్కడ నిశ్శబ్దం ఏర్పడుతుంది.

డ్రాకో *(ఇది అతనికి కఠినంగా అనిపిస్తుంది)*

ఏదేమైనా నేను అతనితో మాట్లాడలేదు. స్కార్పియస్. ప్రత్యేకించి – అస్టోరియా వెళ్లినప్పటి నుంచి. ఆమెను కోల్పోవడం అతడిని ఎంతగా ప్రభావితం చేస్తోందనే విషయాన్ని కూడా నేను మాట్లాడలేదు. ఎంత గట్టిగా ప్రయత్నించినప్పటికీ, నేను అతడిని చేరుకోలేకపోయాను. నువ్వు ఆల్బస్‌తో మాట్లాడలేవు. నేను స్కార్పియస్‌తో మాట్లాడలేను. దీనంతటికీ అదే కారణం. నా కుమారుడు దెయ్యం కాదు. ఎందుకంటే, గర్వం కలిగిన సెంటార్ అని ఎంత కఠినమైన మాట అన్నప్పటికీ, స్నేహం శక్తి ఏమిటో నీకు తెలుసు.

హ్యారీ

డ్రాకో, నువ్వు ఏవిధంగా అనుకున్నప్పటికీ –

డ్రాకో

నువ్వు వాళ్ల గురించి అసూయతో ఉన్నావని నాకు తెలుసు – వీస్లీ మరియు గ్రాంగర్ గురించి.

గిన్నీ

గ్రాబ్ మరియు గోయల్.

డ్రాకో

ఒక చీపురులోని ఒక చివరి నుంచి మరో చివర గురించి తెలియని ఇద్దరు మూర్ఖులు. నువ్వు – నీకు చెందిన ఆ ముగ్గురు – నువ్వు ప్రకాశిస్తున్నావు, తెలుసా? మీరిద్దరూ ఒకరికొకరు నచ్చుతారు. నీకు తమాషా తెలుసు. మిగిలిన దేనితో పోల్చినా సరే, మీ స్నేహం చూస్తేనే నాకు అసూయ కలుగుతోంది.

గిన్నీ

వాళ్లని చూస్తే నాక్కూడా అసూయే.

హ్యారీ ఆశ్చర్యంగా గిన్నీ వైపు చూస్తాడు.

హ్యారీ

నేను అతడిని రక్షించాలి –

డ్రాకో

నన్ను రక్షిస్తున్నట్టు నా తండ్రి భావిస్తున్నాడు. ఎక్కువ సమయం అలాగే భావిస్తున్నాడు. పిల్లల్ని పెంచడం ఈ ప్రపంచంలోనే అత్యంత కఠినమైన పని అని అందరూ అంటుంటారు – వాళ్లు చెప్పేది తప్పు – ఆ కష్టం ఇప్పుడు మరింత పెరిగింది. అది ఎంత కష్టమో మనం మర్చిపోయాం.

వాళ్లని నిరోధించడానికి అతను ఎంత కఠినంగా చెప్పినప్పటికీ, ఈ పదాలు హ్యారీలో ప్రతిధ్వనిస్తాయి.

నీకు ఏ వ్యక్తి కావాలనే విషయమై – ఏదో ఒక సమయంలో – నువ్వు ఎంచుకోవాల్సిందేనని అనుకున్నాను. ఆ స్థితిలో నీకు తల్లితండ్రులో లేదా స్నేహితుడో అవసరమని నేను నీకు చెప్పాను. ఆ తర్వాత కూడా నువ్వు నీ తల్లితండ్రులని ద్వేషిస్తే, నీకు స్నేహితులు ఉండరు ... అప్పుడు నువ్వు ఒంటరిగా ఉండిపోతావు. ఒంటరిగా ఉండాల్సిందే – అది చాలా కఠినం. నేను ఒంటరిగా ఉన్నాను. అది నన్ను నిజంగానే చీకట్లోకి నెట్టేసింది. చాలాకాలం అదే స్థితిలో ఉండిపోయాను. టామ్ రిడిల్ కూడా ఒక ఒంటరి పిల్లాడు. అది నీకు అర్థం కాదు హ్యారీ, కానీ, నాకు తెలుసు – అలాగే, గిన్నీకి కూడా తెలుసని అనుకుంటాను.

గిన్నీ

అతను చెప్పింది కరెక్టే.

హ్యారీ తలెత్తి గిన్నీని చూస్తాడు.

డ్రాకో

టామ్ రిడిల్ చీకటి ప్రదేశం నుంచి బయటకు రాలేదు. అందుకే, టామ్ రిడిల్ తర్వాత లార్డ్ వెల్డెమోర్ట్ అయ్యాడు. బేన్ చూసిన ఆ చీకటి మేఘం బహుశా ఆల్బస్ ఒంటరితనం, అతని బాధ, అతని ద్వేషం అయ్యుంటుంది.

ఆ కుర్రాడిని కోల్పోవద్దు. అలా చేస్తే నువ్వు చింతించక తప్పదు. అలాగే, అతను కూడా. ఎందుకంటే, అతనికి నువ్వు, స్కార్పియస్ ఇద్దరూ కావాలి.

హ్యారీ అప్పుడు డ్రాకో వైపు చూస్తాడు. ఆలోచిస్తాడు.

మాట్లాడడానికి నోరు తెరుస్తాడు. ఆలోచిస్తుంటాడు.

గిన్నీ

హ్యారీ. ఫ్లూ పౌడర్ నువ్వు తీసుకొస్తావా లేదంటే నేను తెచ్చేనా?

సన్నివేశం రెండు **దృశ్యం పదహారు**

హాగ్‌వార్ట్స్, లైబ్రరీ

స్కార్పియస్ లైబ్రరీలోకి వస్తాడు. అతను ఎడమ వైపు, కుడి వైపు చూస్తాడు. ఆ తర్వాత ఆల్బస్ వైపు చూస్తాడు. అలాగే, ఆల్బస్ అతడిని చూస్తాడు.

స్కార్పియస్
హాయ్.

ఆల్బస్
స్కార్పియస్. నేను నమ్మలేక ...

స్కార్పియస్
నాకు తెలుసు. నువ్విప్పుడు గ్రిఫిండర్‌లో ఉన్నావు. నువ్విప్పుడు నన్ను చూడాలనుకోవడం లేదు. కానీ, నేను ఇక్కడికి రాక తప్పదు. నీతో మాట్లాడక తప్పదు.

ఆల్బస్
నిజానికి, నేను మాట్లాడను, కాబట్టి ...

స్కార్పియస్
నువ్వు కూడా. అన్నింటినీ మర్చిపోవచ్చని నువ్వు అనుకుంటున్నావు. అది సాధ్యమేనా? ప్రపంచం చిత్రంగా మారుతోంది. నువ్వు గమనించావా?

ఆల్బస్
నాకు తెలుసు, సరేనా? రాన్ అపరిచితుడిలా మారాడు. హెర్మియోన్ ప్రొఫెసర్, అంతా తప్పు కానీ –

స్కార్పియస్
అలాగే, రోజ్ కూడా లేదు –

ఆల్బస్

నాకు తెలుసు. చూడు, ప్రతిదాన్నీ నేను అర్థం చేసుకోలేను, కానీ, నువ్వు ఇక్కడ ఉండకూడదు.

స్కార్పియస్

మనం చేసిన పని వల్ల రోజ్ కనీసం పుట్టలేదు కూడా. మీకు ట్రివిజార్డ్ టోర్నమెంట్ యూలే బాల్ గురించి చెప్పిన సంగతి గుర్తుందా? నలుగురు ట్రివిజార్డ్ ఛాంపియన్లు ఒక భాగస్వామిని ఎంచుకున్నారు. మీ నాన్న అప్పుడు పార్వతీ పాటిల్, విక్టర్ క్రూమ్‌ని ఎంచుకున్నాడు –

ఆల్బస్

హెర్మియోన్. అలాగే, రాన్ అసూయ చెందారు. ఏమీ తెలియనట్టు ప్రవర్తించారు.

స్కార్పియస్

అతను మాత్రమే అలా చేయలేదు. వాళ్ల గురించి రిటా స్కీటర్ రాసిన పుస్తకం నాకు దొరికింది. అది చాలా భిన్నంగా ఉంది. రాన్ బంతి దగ్గరికి హెర్మియోన్‌ని తీసుకెళ్లాడు.

ఆల్బస్

ఏంటీ?

పాలీ ఛాంప్‌మ్యాన్

ష్షష్!

స్కార్పియస్ అప్పుడు పాలీ వైపు చూస్తాడు. స్వరం తగ్గిస్తాడు.

స్కార్పియస్

వాళ్లు స్నేహితులుగా మాత్రమే, కలసి స్నేహితులుగా డ్యాన్స్ చేశారు. అది చాలా బాగుంది, తర్వాత అతను పద్మా పాటిల్‌తో డ్యాన్స్ చేశాడు. అది కూడా బాగుంది. తర్వాత వాళ్లు డేటింగ్ మొదలుపెట్టారు. అతను కొంచెం మారాడు. తర్వాత వాళ్లు పెళ్లి చేసుకున్నారు. అదేసమయంలో, హెర్మియోన్ ఎలా మారిందంటే –

ఆల్బస్

-సైకోపాత్‌లాగా.

స్కార్పియస్

హెర్మియోన్ అప్పుడు క్రుమ్‌తో కలసి ఆ బంతికి వెళ్లాల్సింది – కానీ, ఆమె ఎందుకు వెళ్లలేదో నీకు తెలుసా? ఎందుకంటే, ఆమె ఆ ఇద్దరు డ్రమ్‌స్ట్రాంగ్ కుర్రాళ్లని చూసి అనుమానించింది. మొదటి పోటీకి ముందు ఆమె వాళ్లను కలిసింది. సెడ్రిక్ మంత్రదండం కనిపించకుండా పోవడంలో

కొంతవరకు వాళ్ల ప్రమేయం ఉంది. విక్టర్ ఆదేశాల ప్రకారం, సెడ్రిక్ మొదటి పోటీ ఓడిపోవడానికి మనం కారణమయ్యామని ఆమె నమ్ముతోంది ...

ఆల్బస్

నిజంగా.

స్కార్పియస్

క్రుమ్ లేకపోయినా రాన్ అసూయ చెందడు. ఆ అసూయ అవసరమైనప్పటికీ, అతను అసూయ పడడు. అందుకే, రాన్, హెర్మియోన్ చాలా చక్కని స్నేహితులుగా ఉన్నారు. కానీ, ప్రేమలో మాత్రం పడలేదు – పెళ్లి చేసుకోలేదు – రోజ్‌కి జన్మనివ్వలేదు.

ఆల్బస్ వేగంగా లెక్కలు వేస్తాడు.

ఆల్బస్

అందుకేనా నాన్న అలా ఉన్నారు – అతను కూడా మారిపోయాడా?

స్కార్పియస్

మీ ఖచ్చితంగా అలాగే ఉన్నాడని నేను స్పష్టంగా చెప్పగలను. మ్యాజికల్ లా ఎన్ఫోర్స్‌మెంట్ హెడ్ గానే ఉన్నాడు. గిన్నీని పెళ్లి చేసుకున్నాడు. ముగ్గురు పిల్లలు పుట్టారు.

ఆల్బస్

కానీ అతను ఎందుకు ఎప్పుడూ అలా –

ఆ గది వెనుక నుంచి ఒక లైబ్రేరియన్ ప్రవేశిస్తాడు.

స్కార్పియస్

నీకూ విషయం తెలుసా, ఆల్బస్? ఇది నీకంటే, మీ నాన్న కంటే పెద్దది. ప్రొఫెసర్ క్రాకర్ సిద్ధాంతం ప్రకారం, ఒక ప్రయాణికుడు తీవ్రస్థాయి ప్రమాదం లేకుండా కాలంలోకి ప్రయాణించగల సమయం ఐదు గంటలు మాత్రమే. కానీ, మనం మాత్రం సంవత్సరాలు వెనక్కి వెళ్లాం. చిన్న పాటి సమయం, చిన్న పాటి మార్పు సైతం ప్రకంపనలు సృష్టించాయి. మనం నిజంగానే చాలా తీవ్రమైన ప్రకంపనల సృష్టించాం. మనం చేసిన ఆ పని వల్ల రోజ్ పుట్ట లేదు. రోజ్.

లైబ్రేరియన్

ష్ష్ష్!

ఆల్బస్ వేగంగా ఆలోచిస్తాడు.

ఆల్బస్

మంచిది, మనం మళ్లీ వెనక్కి వెళ్దాం – ఆ పరిస్థితిని సరిచేద్దాం. సెడ్రిక్, రోజ్‌ని వెనక్కి తీసుకొద్దాం.

స్కార్పియస్

... అది తప్పు సమాధానం.

ఆల్బస్

నీ దగ్గర ఇప్పటికీ టైమ్-ట్యూనర్ ఉంది కదా? ఎవరికీ దొరకలేదు కదా?

స్కార్పియస్ తన జేబులో నుంచి దానిని బయటకు తీస్తాడు.

స్కార్పియస్

అవును, కానీ ...

ఆల్బస్ దాన్ని ఠక్కున చేతిలోకి తీసుకుంటాడు.

వద్దు. వద్దు ... ఆల్బస్. ఎలాంటి చెడు విషయాలు జరుగుతాయో నీకు తెలుసా?

స్కార్పియస్ ఆ టైమ్-ట్యూనర్‌ని లాక్కునే ప్రయత్నం చేయడంతో, ఆల్బస్ అతడిని వెనక్కి నెట్టేస్తాడు. అనుకోని విధంగా వారిద్దరూ గొడవపడుతారు.

ఆల్బస్

కొన్ని విషయాలు సరిచేయాలి, స్కార్పియస్. సెడ్రిక్‌ని ఇంకా కాపాడలేదు. రోజ్‌ని వెనక్కి తీసుకురావాలి. మనం మరింత జాగ్రత్తగా ఉండాలి. క్రోయేకర్ ఏం చెప్పినా సరే, నన్ను నమ్ము, మమ్మల్ని విశ్వసించు. ఈసారి మేము ఆ పని సరిగ్గా చేస్తాము.

స్కార్పియస్

లేదు. మన వల్ల కాదు. దాన్ని వెనక్కి ఇవ్వు, ఆల్బస్! వెనక్కి ఇవ్వు!

ఆల్బస్

నేను ఇవ్వను. ఇది చాలా ముఖ్యమైనది.

స్కార్పియస్

అవును, ఇది చాలా ముఖ్యమైనది – మనకి. కానీ, ఈ విషయంలో మనం సరిగ్గా లేము. మనం ఈ పని తప్పుగా చేశాం.

ఆల్బస్

మనం తప్పుగా చేశామని ఎవరు చెప్పారు?

స్కార్పియస్

నేను చెబుతున్నాను. ఎందుకంటే, మనం అలాగే చేశాం. మనం అన్నింటినీ పాడు చేశాం. అన్నీ కోల్పోయాం. మనం పరాజితులం, నిజం, మనం పూర్తిగా ఓడిపోయాం. నువ్వు ఆ విషయాన్ని ఇంకా గ్రహించలేదా?

చివరకు ఆల్బస్ పైచేయి సాధిస్తాడు. స్కార్పియస్‌ని నేల మీదకు తోసేస్తాడు.

ఆల్బస్

నిజానికి, నిన్ను కలవడానికి ముందు వరకు నేను పరాజితుడిని కాదు.

స్కార్పియస్

ఆల్బస్, నువ్వు మీ నాన్నకి ఏది నిరూపించాలనుకున్నా సరే – ఇది మాత్రం సరైన మార్గం కాదు –

ఆల్బస్

నేను మా నాన్నకి ఏదీ నిరూపించాల్సిన అవసరం లేదు. నేను సెడ్రిక్‌ని కాపాడాలి. అలాగే, రోజ్‌ని కాపాడాలి. బహుశా, నువ్వు నన్ను వెనక్కి లాగకపోతే, నేను చక్కగా ముందుకి వెళ్లగలను.

స్కార్పియస్

నేను లేకుండానా? ఓహ్, ఎంత అమాయకుడివి ఆల్బస్ పోటర్. అతని చిప్ అతని భుజం మీద ఉంది. అమాయక ఆల్బస్ పోటర్. చాలా బాధేస్తోంది.

ఆల్బస్

నువ్వేమంటున్నావ్?

స్కార్పియస్ (విపరీతమైన కోపంతో)

నాలాగా ఉండి చూడు! మీ నాన్న ప్రఖ్యాత హ్యారీ పోటర్, అలాగే, అతను మాంత్రికుల ప్రపంచాన్ని కాపాడాడు కాబట్టే అందరూ నీ వైపు చూస్తున్నారు. మా నాన్న వెల్డెమోర్ట్ అనే ఉద్దేశంతో అందరూ నా వైపు చూస్తుంటాడు. వెల్డెమోర్ట్.

ఆల్బస్

అలా ఏమీ కాదు –

స్కార్పియస్

నా జీవితం ఎలాంటిదో కనీసం నువ్వు ఊహించగలవా? నువ్వు ఎప్పుడైనా దాని గురించి ఆలోచించావా? లేదు. ఎందుకంటే, నువ్వు నీ సౌకర్యవంతమైన జీవితానికి అవతల ఏముందో చూడవు. మీ నాన్నతో నీకు ఉన్న పనికిమాలిన స్పర్థ గురించి తప్ప ఇంకేదీ ఆలోచించవు. అతనెప్పుడూ హ్యారీ పోటర్‌గానే ఉంటాడని నీకు తెలుసు, అంతే కదా? నువ్వెప్పుడూ అతని కుమారుడివే. అది కష్టమేనని నాకు తెలుసు. మిగిలిన పిల్లలకి అది భయంకరం. కానీ, అలాగే ఉండడం నువ్వు నేర్చుకున్నావు, ఎందుకంటే, అలా ఉండకపోతే, చాలా అధ్వాన్న పరిస్థితులు తప్పవు.

పెద్ద శబ్దం.

ఒకానొక సమయంలో నేను ఉద్వేగపడ్డాను, నేను వాస్తవం గ్రహించేసరికి సమయం మారిపోయింది. ఒకానొక సమయంలో, మా అమ్మ జబ్బు పడలేదని కూడా అనుకున్నాను. బహుశా మా అమ్మ చనిపోయి ఉండకపోవచ్చు. కానీ, ఆమె తిరిగి వచ్చే పరిస్థితి లేదు. నేను ఇప్పటికీ వెల్డేమోర్ట్ కుమారుడినే. తల్లి లేని పిల్లాడికి సానుభూతికి మించిన గొప్ప ఆనందం ఇంకేదీ ఉండదు. అందుకే, నేను నీ జీవితాన్ని నాశనం చేసి ఉంటే నన్ను క్షమించు. ఎందుకంటే, నువ్వు నా జీవితాన్ని నాశనం చేసే అవకాశం లేదని నేను చెప్పాను – ఎందుకంటే, అది ఇప్పటికే నాశనమైంది. నువ్వు దాన్ని మెరుగుపరచలేవు. ఎందుకంటే, నువ్వు భయంకరమైన – అత్యంత భయంకరమైన – స్నేహితుడివి.

ఆల్బస్ ఈ విమర్శలన్నింటినీ భరిస్తాడు. తన స్నేహితుడికి తానేం చేశాడో చూస్తాడు.

ప్రొఫెసర్ మెక్‌గొనగల్ *(కనిపించకుండా)*

ఆల్బస్? ఆల్బస్ పోటర్. స్కార్పియస్ మాల్ఫోయ్. మీరు అక్కడే ఉన్నారా – కలిసే ఉన్నారా? ఎందుకంటే, మీరు కలసి ఉండకూడదని చెప్పాను కద్దా.

ఆల్బస్ అప్పుడు స్కార్పియస్ వైపు చూస్తాడు, అతని సంచీలో నుంచి ఒక గడియారం తీస్తాడు.

ఆల్బస్

త్వరగా. మనం దాక్కోవాలి.

స్కార్పియస్

ఏమిటి?

ఆల్బస్

స్కార్పియస్, నా వైపు చూడు.

స్కార్పియస్

అది అదృశ్య గడియారం కదా? అది జేమ్స్‌ది కదా?

ఆల్బస్

ఆమె గానీ మనల్ని చూస్తే, మనల్ని బలవంతంగా వేరు చేస్తుంది. దయచేసి. నాకు అర్థం కావడం లేదు. దయచేసి.

ప్రొఫెసర్ మెక్‌గొనగల్ *(కనిపించకుండా, వాళ్లకి మరో అవకాశం ఇస్తూ)*

నేను వస్తున్నాను.

ప్రొఫెసర్ మెక్‌గొనగల్ అప్పుడు గదిలోకి వస్తుంది, ఆమె చేతిలో మరావుడెర్ మ్యాప్ ఉంటుంది. ఆ కుర్రవాళ్లు గడియారం కింద మాయమవుతారు. ఆమె అక్కడ చుట్టూ చూస్తుంది.

నిజానికి, వాళ్లెక్కడున్నారు – నాకు ఇలాంటివి నచ్చవు, వాళ్లు నా మీదే ట్రిక్కులు ప్రయోగిస్తున్నారు.

ఆమె ఆలోచిస్తుంది. ఆమె మళ్లీ మ్యాప్‌లోకి చూస్తుంది. వాళ్లు ఎక్కడ ఉన్నారో ఆమె గుర్తిస్తుంది. ఆమె గదిలో చుట్టూ చూస్తుంది. ఆ కుర్రవాళ్లు కనిపించనప్పటికీ, వస్తువులు కదలడం కనిపిస్తుంది. దాంతో, వాళ్లు ఎక్కడికి వెళ్తున్నారో ఆమెకు అర్థమవుతుంది. ఆమె వాళ్లని అడ్డుకుంటుంది. కానీ, వాళ్లు ఆమె చుట్టూ తిరుగుతుంటారు. వాళ్లు ఏం చేస్తున్నారో (ఏం ఉపయోగిస్తున్నారో) ఫైనల్ ఫ్యాలింగ్ బుక్ ఆమెకు చెబుతుంది.

నీ తండ్రి గడియారం.

ఆమె మళ్లీ మ్యాప్‌లోకి చూస్తుంది. తర్వాత, ఆ కుర్రాళ్ల వైపు చూస్తుంది. ఆమె ఆలోచిస్తుంది. తనలో తానే నవ్వుకొంటుంది.

సరే, నేను మిమ్మల్ని చూడలేదు, నేను మిమ్మల్ని చూడలేదు.

ఆమె వెళ్లిపోతుంది. ఆ ఇద్దరు కుర్రాళ్లు గడియారం తీసేస్తారు. ఒక క్షణం వాళ్లు నిశ్శబ్దంగా కూర్చుంటారు.

ఆల్బస్

అవును, నేను దీన్ని జేమ్స్ నుంచి దొంగిలించాను. అతని నుంచి దీన్ని దొంగిలించడం చాలా సులభమైంది. అతని దృష్టి మొత్తం అతని మొదటి చీపుర మీదే ఉంది. అప్పుడు ఈ గడియారాన్ని గమనించి, సులభంగా దొంగిలించాను.

స్కార్పియస్ తల ఊపుతాడు.

నన్ను క్షమించు – మీ అమ్మ విషయంలో. ఆమె గురించి మనం ఎక్కువగా మాట్లాడుకోలేదు – కానీ, నీకు తెలుసు – నన్ను క్షమించు – ఆమె విషయంలో – జరిగింది పూర్తిగా తప్పు – నీ విషయంలో జరిగింది కూడా.

స్కార్పియస్

కృతజ్ఞతలు.

ఆల్బస్

మా నాన్న చెప్పాడు – నా చుట్టూ ఉన్న నల్లటి మేఘం నువ్వేనట. మా నాన్న దాని గురించి ఆలోచించడం మొదలుపెట్టాడు – నేను నీ నుంచి

దూరంగా ఉండాలని నాకు తెలుసు, నేను అలా చేయకపోతే, తానే చేస్తానని నాన్న చెప్పాడు –

స్కార్పియస్

ఆ పుకార్లు నిజమని మీ నాన్న భావిస్తున్నాడు – నేను వెల్డెమోర్ట్ కుమారుడినా?

ఆల్బస్ (తల ఊపుతూ)

ఈ విషయమై ఆయన శాఖ ప్రస్తుతం దర్యాప్తు చేస్తోంది.

స్కార్పియస్

మంచిది. వాళ్లని చేయనిద్దాం. కొన్నిసార్లు – కొన్నిసార్లు నాకే అనిపిస్తూ ఉంటుంది – బహుశా వాళ్లు చెప్పేదే నిజమేమో అని.

ఆల్బస్

లేదు. వాళ్లు చెప్పేది కరెక్ట్ కాదు. ఎందుకో నేను నీకు చెబుతాను. ఎందుకంటే, వెల్డెమోర్ట్‌కి నీలాంటి దయ కలిగిన కుమారుడు ఉండే అవకాశం లేదు – నువ్వు చాలా మంచి వాడివి, స్కార్పియస్. నీ మనసులో ఏముందో అది మాత్రమే నీ నోటి నుంచి వస్తుంది. నేను ఖచ్చితంగా చెప్పగలను – వెల్డెమోర్ట్‌కి నీలాంటి ఒక సంతానం ఉండనే ఉండదు.

శబ్దం. స్కార్పియస్ దాంతో కదులుతాడు.

స్కార్పియస్

అది బాగుంది. – చెప్పాలంటే, అదొక మంచి విషయం.

ఆల్బస్

చాలాకాలం క్రితం నేను అదే చెప్పాను. కానీ నువ్వు – నువ్వు నన్ను నిరాశపరచలేదు – నువ్వు నన్ను బలంగా చేశావు – మనం విడిపోవాలని నాన్న ఒత్తిడి తెచ్చినప్పుడు – నువ్వు లేకుండా ఉండేలా చేశావు –

స్కార్పియస్

కానీ, నువ్వు లేకుండా నేను నా జీవితాన్ని అంత గొప్పగా ఇష్టపడలేను.

ఆల్బస్

నేను ఎప్పటికీ హ్యారీ పోటర్ కుమారుడిగానే ఉంటానని నాకు తెలుసు – కానీ, నేను దాన్ని నా ఆలోచన నుంచి తీసేశాను – నువ్వు నా జీవితంలో ఉంటేనే నా జీవితం నిజంగా బాగుంది, ఆ విషయంలో అతను, నేను చాలా అదృష్టవంతులం –

స్కార్పియస్ (అడ్డు తగులుతూ)

ఆల్బస్, ఇప్పటివరకు మనం చెప్పుకున్న క్షమాపణలు ఇక చాలు, నువ్వు నీ గురించి ఎక్కువ మాట్లాడే కొద్దీ, నా గురించి కూడా మాట్లాడుతావు, కాబట్టి, నువ్వు ముందుకెళ్లేటప్పుడు ఆ విషయాలు పక్కన పెట్టడమే మంచిది.

ఆల్బస్ నవ్వుతాడు, చేతిని ముందుకు చాస్తాడు.

ఆల్బస్

స్నేహితులుగా ఉందామా?

స్కార్పియస్

ఎల్లప్పుడూ

స్కార్పియస్ కూడా చేతిని ముందుకు చాస్తుంది, ఆల్బస్ తన చేతితో స్కార్పియస్‌ని లాగి కౌగలించుకుంటాడు.

రెండోసారి నువ్వు ఇలా చేస్తున్నావు.

ఇద్దరూ కౌగిలి నుంచి విడిపోయి, నవ్వుకుంటారు.

ఆల్బస్

కానీ, ఈ వాదన వల్ల నాకు సంతోషంగానే ఉంది. ఎందుకంటే, దానివల్ల నాకో గొప్ప ఆలోచన వచ్చింది.

స్కార్పియస్

దేని గురించి?

ఆల్బస్

ఇందులో రెండో పని కూడా ఉంది. అలాగే, అవమానం కూడా.

స్కార్పియస్

నువ్వు కాలంలోకి వెళ్లడం గురించే మాట్లాడుతున్నావ్ కదా? అంటే, మళ్లీ మన మధ్య అదే సంభాషణ తప్పదా?

ఆల్బస్

నువ్వు చెప్పింది నిజమే – మనం పరాజితులమే. ఓడిపోవడంలో మనకి తిరుగులేదు. కాబట్టి, మనం ఇక్కడ మన సొంత జ్ఞానాన్ని ఉపయోగించాలి. మన సొంత శక్తులను కూడా. పరాజితులు చాలా పాఠాలు నేర్చుకుంటారు. ఇతర పరాజితులకి వాళ్లు మాత్రమే పాఠాలు చెప్పగలరు – ఇతరుల కంటే ఆ సంగతి మనకే బాగా తెలుసు – అవమానం గురించే చెబుతున్నాను. మనం అతడిని అవమానించాలి. రెండో పందెంలో మనం ఆ పనే చేయబోతున్నాం.

స్కార్పియస్ ఆలోచిస్తాడు – చాలాసేపు ఆలోచిస్తాడు – తర్వాత నవ్వుతాడు.

స్కార్పియస్

నిజంగానే అదొక చక్కని వ్యూహం.

ఆల్బస్

నాకు తెలుసు.

స్కార్పియస్

అంటే, పూర్తిగా గొప్ప విషయం. సెడ్రిక్‌ని కాపాడాలంటే, అతడిని అవమానించాలి. తెలివైన మాట. మరి రోజ్ సంగతి?

ఆల్బస్

ఆ విషయంలోనే నేను ఆశ్చర్యకర నిర్ణయం తీసుకోబోతున్నాను. నువ్వు లేకుండా నేను ఆ పని చేయగలను – కానీ, నా వెంట నువ్వు ఉండాల్సిందే. ఎందుకంటే, ఈ పని మనం కలసి చేయాలని నా కోరిక. పరిస్థితులని మనం పూర్తిగా చక్కబెట్టాలి. కాబట్టి ... నువ్వు నాతో వస్తావా?

స్కార్పియస్

కానీ, ఒక నిమిషం ఆగు, అది – ఆ రెండో – ఆ రెండో పందెం సరస్సులో జరుగుతుంది. నువ్వు పాఠశాల భవనం వదలి వెళ్లడానికి అనుమతి లేదు కదా?

ఆల్బస్ నవ్వుతాడు.

ఆల్బస్

అవును. దానికోసం ... మనం మొదటి అంతస్థులోని అమ్మాయిల బాత్రూమ్ ఉపయోగించుకోవాలి.

సన్నివేశం రెండు దృశ్యం పదిహేడు

హాగ్వార్ట్స్, మెట్ల ప్రదేశం

రాన్ మెట్ల నుంచి దిగుతుంటాడు, సరిగ్గా అప్పుడతను హెర్మియోన్‌ని చూస్తాడు. దాంతో, అతని హావభావాలు పూర్తిగా మారిపోతాయి.

రాన్

ప్రొఫెసర్ గ్రాంగర్.

హెర్మియోన్ చుట్టూ చూస్తుంది, ఆమె గుండె కొంచెం వేగంగా కొట్టుకుంటుంది (అయితే, ఆమె విషయాన్ని ఒప్పుకోదు).

హెర్మియోన్

రాన్. ఇక్కడ నువ్వేం చేస్తున్నావ్?

రాన్

ద్రావకాల పాఠంలో పంజు కొంచెం సమస్య ఎదుర్కొంటున్నాడు. ఆ విషయం కనిపిస్తోంది కానీ, తప్పుగా చేసినప్పుడు, ప్రతి విషయం తప్పుగానే వస్తుంది. అలాగే, ఇప్పుడతనికి కనుబొమ్మలు లేవు. ఒక పెద్ద మీసం మాత్రమే స్పష్టంగా కనిపిస్తోంది. కానీ, అది అతనికి ఏమాత్రం అందంగా లేదు. నేను రావాలనే అనుకున్నాను. కానీ, మీసాలు, గడ్డాల విషయంలో అబ్బాయిలకు వాళ్ల తండ్రులు కావాల్సిందేనని పద్మ చెప్పింది. నువ్వు నీ జుట్టుతో ఎప్పుడైనా ఏదైనా ప్రయోగం చేశావా?

హెర్మియోన్

ఇప్పుడే తల దువ్వుకున్నాను.

రాన్

మంచిది ... దువ్వడం నీకు బాగానే ఉంది..

హెర్మియోన్ అప్పుడు రాన్ వైపు కొంచెం చిత్రంగా చూస్తుంది.

హెర్మియోన్

రాన్, నువ్వు నా వైపు అలా చూడడం ఆపేస్తావా?

రాన్ *(విశ్వాసం తెచ్చుకుంటూ)*

నీకు తెలుసా, హ్యారీ కుమారుడు ఆల్బస్ – నాతో ఒకరోజు ఏం చెప్పాడంటే, నువ్వు, నేను – పెళ్లి చేసుకున్నామని అనుకున్నాడట. హ హ. హ. హ. తమాషాగా ఉంది కదా, నాకు తెలుసు.

హెర్మియోన్

చాలా హాస్యాస్పదంగా ఉంది.

రాన్

అలాగే మనకి ఒక కుమార్తె కూడా ఉందని అనుకున్నాడట. అదైతే ఇంకా చిత్రంగా ఉంది కదా?

వాళ్లిద్దరి కళ్లు కలుసుకుంటాయి. హెర్మియోన్ ముందుగా తేరుకుని వెళ్లిపోతుంది.

హెర్మియోన్

చాలా చాలా చిత్రంగా ఉంది.

రాన్

ఖచ్చితంగా. మనం – స్నేహితులం. అంతే.

హెర్మియోన్

ఖచ్చితంగా. కేవలం – స్నేహితులం.

రాన్

కేవలం – స్నేహితులం. తమాషా పదం – స్నేహితులం. కానీ, మరీ అంత తమాషా కాదు. అది కూడా ఒక పదం మాత్రమే. స్నేహితులం. స్నేహితులం. తమాషా పదం. నువ్వు, నా తమాషా స్నేహితురాలివి, నా హర్మియోన్‌వి. అది కాదు – నా హెర్మియోన్ కాదు, నీకు అర్థమైంది కదా – నా హెర్మియోన్ కాదు – నా దానివి కాదు – నీకు తెలుసు, కానీ...

హెర్మియోన్

నాకు తెలుసు.

కొంచెం నిశ్శబ్ద వాతావరణం ఏర్పడుతుంది. వాళ్లిద్దర్లో ఎవరూ అంగుళం కూడా కదలరు. కానీ, కదిలి వెళ్లడం ముఖ్యమని అందరూ భావిస్తారు. అప్పుడు రాన్ దగ్గుతాడు.

రాన్

సరే. తప్పక వెళ్లాల్సిందే. ముందు పంజు వెళ్తాడు. అతనికి మీసం ఎలా సరిచేసుకోవాలనే కళని నేర్పించు.

అతను బయలుదేరుతాడు, వెనక్కి తిరుగుతాడు, హెర్మియోన్ వైపు చూస్తాడు. ఆమె తిరిగి చూస్తుంది, అతను త్వరగా వెళ్లే ప్రయత్నం చేస్తాడు.

నీ జుట్టు నీకు చాలా చాలా బాగుంది.

సన్నివేశం రెండు దృశ్యం పద్దెనిమిది

హాగ్వార్ట్స్, ప్రధానోపాధ్యాయురాలి కార్యాలయం

ప్రొఫెసర్ మెక్‌గొనగల్ తనకి తానుగా స్టేజ్ మీదకు వస్తుంది. ఆమె మ్యాప్ వైపు చూస్తుంది. ఆమెకు ఆమె కోప పడుతుంది. ఆమె దాన్ని తన మంత్రదండంతో తడుతుంది. మంచి నిర్ణయం తీసుకున్నట్టు భావించి ఆమె నవ్వుకుంటుంది.

ప్రొఫెసర్ మెక్‌గొనగల్

మిస్‌షెఫ్ సరిచేశాను.

దూరంగా మాటలు వినిపిస్తాయి.

మొత్తం స్టేజ్ ప్రకంపిస్తున్నట్టుగా కనిపిస్తుంది.

గిన్నీ మొదటి వ్యక్తిగా మంట ప్రదేశానికి వస్తుంది. తర్వాత హ్యారీ వస్తాడు.

గిన్నీ

ప్రొఫెసర్, మరింత గౌరవప్రదంగా ఉందని నేను చెప్పలేను.

ప్రొఫెసర్ మెక్‌గొనగల్

పోటర్. నువ్వు మళ్లీ వెనక్కి వచ్చావు. చూస్తుంటే, చివరకు నువ్వు నా కార్పెట్ పాడు చేసినట్టున్నావు.

హ్యారీ

నేను నా కుమారుడిని కనిపెట్టాలి. మాకు అతను కావాలి.

ప్రొఫెసర్ మెక్‌గొనగల్

హ్యారీ, ఈ విషయాన్ని నేను పరిగణనలోకి తీసుకున్నాను. అలాగే, ఇందులో భాగం కాకూడదనుకున్నాను. నువ్వు ఏ రకంగా భయపెట్టినప్పటికీ, నేను –

హ్యారీ

మినెర్వ, నేను ఇక్కడికి శాంతి కోసం వచ్చాను, యుద్ధం కోసం కాదు. నేను నీతో ఆ విధంగా ఎప్పటికీ మాట్లాడను.

ప్రొఫెసర్ మెక్‌గొనగల్

స్నేహాల మధ్యలో నేను తల దూరుస్తానని ఎప్పుడూ అనుకోలేదు. అలాగని నేను నమ్మాను –

హ్యారీ

నేను మీకు క్షమాపణ చెప్పాలి. అలాగే, ఆల్బస్‌కి కూడా. మీరు నాకు ఆ అవకాశం ఇస్తారా?

డ్రాకో సంచి నిండుగా మసితో వాళ్లకి వెనుక వచ్చి నిల్చుంటాడు.

ప్రొఫెసర్ మెక్‌గొనగల్

డ్రాకో?

డ్రాకో

అతను అతని కుమారుడిని చూడాలి, నేను నా కుమారుడిని చూడాలి.

హ్యారీ

నేను ఇక్కడికి – శాంతి కోసం వచ్చాను – యుద్ధానికి కాదు.

ప్రొఫెసర్ మెక్‌గొనగల్ అతని ముఖం చూస్తుంది, తనకి అవసరమైన నిబద్ధత ఆ ముఖంలో కనిపిస్తుంది. ఆమె జేబులో నుంచి మళ్లీ మ్యాప్ తీస్తుంది. దాన్ని తెరుస్తుంది.

ప్రొఫెసర్ మెక్‌గొనగల్

నిజానికి, నేనెప్పుడూ శాంతిలో భాగం కావాలనే అనుకుంటాను.

ఆమె తన మంత్రదండంతో దాన్ని తడుతుంది. నిటూర్పు విడుస్తుంది.

నా పరిస్థితి ఏమీ బాగోలేదని నేను ప్రమాణం చేస్తున్నాను.

ఆ మ్యాప్ పని ప్రారంభిస్తుంది.

మొత్తానికి, వాళ్లు ఒకటయ్యారు.

డ్రాకో

మొదటి అంతస్తులోని అమ్మాయిల స్నానంగదిలో. అక్కడ వాళ్లు ఏం చేస్తున్నారు?

సన్నివేశం రెండు **దృశ్యం పందొమ్మిది**

హాగ్వార్ట్స్, అమ్మాయిల స్నానంగది

స్కార్పియస్ మరియు ఆల్బస్ ఒక స్నానంగదిలోకి ప్రవేశిస్తారు. ఆ గది మధ్యలో ఒక పెద్ద విక్టోరియన్ సింక్ ఉంటుంది.

స్కార్పియస్

అంటే, నేనిప్పుడు దీనికి సిద్ధం కావాలి కదా – నీ ప్లాన్ తొందరపడినట్టు అయింది కదా ...

ఆల్బస్

అవును. స్కార్పియస్, బహుశా ఆ సోప్‌ని నువ్వు ...

స్కార్పియస్ ఆ సింక్‌నుంచి ఒక సోప్ తీస్తాడు.

ఎన్‌గార్జియో!

అతను తన మంత్రదండం నుంచి ఒక మంటని గది మొత్తం పంపుతాడు. ఆ సబ్బు దాని పరిమాణం కంటే నాలుగు రెట్లు ఎక్కువ అవుతుంది.

స్కార్పియస్

బాగుంది. నా మాటలో చెప్పాలంటే, ఎన్‌గార్జింప్రెస్డ్ అయ్యాను.

ఆల్బస్

రెండో పందెం అనేది సరస్సులో జరుగుతుంది. వాళ్ల నుంచి దొంగిలించిన దానిని వాళ్లు మళ్లీ కనిపెట్టాలి, అది ఎలా మారుతుందంటే –

స్కార్పియస్వ్

– క్తులు దానిని నచ్చుతారు.

ఆల్బస్

సరస్సులో ఈదడం కోసం సెడ్రిక్ ఒక బబుల్-తల ఛార్మ్ ఉపయోగించాడు. మనం చేయాల్సిందల్లా అక్కడ మనం అతడిని అనుసరించాలి. అతడిని

భారీగా చేయడం కోసం మనం ఎన్‌గార్జ్‌మెంట్ ఉపయోగించాలి. టైమ్-ట్యూనర్‌ని మనకి ఎక్కువసేపు ఇవ్వరని మనకి తెలుసు, కాబట్టి, మనం ఈ విషయంలో త్వరపడాలి. అతడిని చేరడానికి మరియు అతని తలని ఎన్‌గార్జియో చేయడంతో పాటు సరస్సులో అతను తేలే విధంగా చూసుకోవాలి – పందెం నుంచి దూరం రప్పించాలి – పోటీ నుంచి దూరం చేయాలి ...

స్కార్పియస్

కానీ – మనం ఆ సరస్సు వద్దకు ఎలా వెళ్ళాలనే విషయం మాత్రం నువ్వు నాకు చెప్పనే లేదు...

అప్పుడు ఉన్నట్టుండి ఆ సింక్ నుంచి నీరు చాలా వేగంగా వస్తుంది. ఆ వేగం తగ్గగానే పూర్తి తడిగా ఉన్న మోనింగ్ మైర్టెల్ కనిపిస్తుంది.

మోనింగ్ మైర్టెల్

అద్భుతం. అది చాలా బాగుంది. దాన్ని ఆస్వాదించడానికి ఎప్పుడూ ఉపయోగించలేదు. కానీ, నువ్వు నా వయసుకి వచ్చే సరికి, నీకేం కావాలో అది నువ్వే తీసుకుంటావు ...

స్కార్పియస్

అవుననుకో – నువ్వొక మేధావివి – మోనింగ్ మైర్టెల్ ...

మోనింగ్ మైర్టెల్ ఒక్కసారిగా స్కార్పియస్ మీద వాలిపోతుంది.

మోనింగ్ మైర్టెల్

ఎందుకోసం నువ్వు నన్ను పిలిచావు? నేనొక మోవాన్ అనా? నేనిప్పుడు మోవానింగ్‌నా? నేనేనా? నేనేనా?

స్కార్పియస్

కాదు

మోనింగ్ మైర్టెల్

నా పేరేమిటి?

స్కార్పియస్

మైర్టెల్

మోనింగ్ మైర్టెల్

నిజంగా – మైర్టెల్. మైర్టెల్ ఎలిజబెత్ వారెన్ – చాలా తమాషా పేరు – నా పేరు. మోనింగ్ అవసరం లేదు.

ఆమె చిన్నగా నవ్వుతుంది.

దానికి కొంచెంసేపు పడుతుంది. కుర్రాళ్ళు. నా స్నానంగదిలో. మా అమ్మాయిల స్నానంగదిలో. నిజానికి, అది సరైన పద్ధతి కాదు ... కానీ

ఆ తర్వాత, ఎల్లప్పుడూ పోటర్ల మీద నా మనసులో ఒక మంచి అభిప్రాయం ఏర్పడింది. అలాగే, మాల్ఫోయ్ మీద కూడా నాలో కొంచెం సానుభూతి ఏర్పడింది. మరి, ఇప్పుడ మీ ఇద్దరికి నేనెలా సాయం చేయగలను?

ఆల్బస్

మీ మైర్టెల్ అక్కడ – సరస్సులో ఉన్నాడు కదా. మీ గురించి వాళ్లకి రాయండి. ఈ పైపుల నుంచి బయటపడడానికి అక్కడ ఖచ్చితంగా మార్గం ఉంటుంది.

మోనింగ్ మైర్టెల్

నేను ప్రతిచోటా ఉంటాను. కానీ, ప్రత్యేకించి మీరు ఎక్కడ అవసరం అనుకుంటున్నారు?

ఆల్బస్

రెండో పందెం వద్ద. అంటే, సరస్సు పందెం వద్ద. ట్రివిజార్డ్ టోర్నమెంట్ గురించి తెలుసు కదా. పాతికేళ్ల కిందట జరిగింది. హ్యారీ మరియు సెడ్రిక్ మధ్య.

మోనింగ్ మైర్టే

అందులోనే కదా పాపం ఆ అందమైన అతను చనిపోయాడు. నేను చెప్పిన అందమైన వ్యక్తి మీ తండ్రి కాదు – నేను చెప్పింది సెడ్రిక్ డిగోరీ గురించి – ప్రేమలో మైమరచిపోయిన అమ్మాయిలు ఈ ఒక్క స్నానంగదిలోనే ఎంతమంది ఉన్నారో తెలిస్తే, నువ్వు ఆశ్చర్యపోవడం ఖాయం తెలుసా ... కానీ, అతనికి అలా జరగడంతో వాళ్లంతా తీవ్రంగా దుఃఖించారు.

ఆల్బస్

మైర్టే మాకు సాయం చెయ్, మేము అదే సరస్సులోకి వెళ్లేలా మాకు సాయం చెయ్.

మోనింగ్ మైర్టే

కాలంలోకి ప్రయాణించడానికి నేను మీకు సాయం చేస్తానని అనుకుంటున్నావా?

ఆల్బస్

నువ్వు ఈ రహస్యాన్ని దాచిపెట్టడం కూడా అవసరమే.

మోనింగ్ మైర్టే

నాకు రహస్యాలు ఇష్టం. నేను ఏదీ చెప్పను. చావనైనా చస్తాను, కానీ ఆ పని చేయను. లేదంటే – అచ్చంగా దెయ్యం లాగా ఉండిపోతాను. తెలుసా.

అల్బస్ అప్పుడు స్కార్పియస్ వైపు చూసి తల ఊపుతాడు. అతను టైమ్-ట్యూనర్ బయటకు తీస్తాడు.

ఆల్బస్

మేము కాలంలోకి ప్రయాణించగలం. మేము పైపుల్లో ప్రయాణించడానికి నువ్వు మాకు సాయం చేయాలి. మేము వెళ్లి సెడ్రిక్ డిగోరీని కాపాడాలి.

మోనింగ్ మైర్టే (నవ్వుతుంది)

సరే, ఆ మాటే తమాషాగా ఉంది.

ఆల్బస్

మనం సమయం వృథా చేయకూడదు.

మోనింగ్ మైర్టే

ఇక్కడున్న ఈ సింక్, ఈ సింక్ నేరుగా ఆ సరస్సులోకి వెళ్తుంది. ఇది ప్రతి నియమాన్ని ఉల్లంఘిస్తుంది. కానీ, ఈ పాఠశాల ఎల్లప్పుడూ పురాతనంగానే ఉంటోంది. కాబట్టి, మీరు అందులోకి దిగండి, నేరుగా అక్కడికి వెళ్లిపోతారు.

అల్బస్ వెంటనే ఆ నీటిలోకి దిగుతాడు. అలాగే, అతని గడియారం కూడా అందులోకి దిగుతాడు. స్కార్పియస్ కూడా అదే పని చేస్తాడు.

అల్బస్ సంచిలో నుంచి కొంచెం పచ్చటి ఆకులు తీసి స్కార్పియస్‌కి ఇస్తాడు.

ఆల్బస్

కొన్ని నాకు, అలాగే, కొన్ని నీకు.

స్కార్పియస్

గిల్లీవీడ్ కదా? మనం గిల్లీవీడ్ ఉపయోగిస్తున్నామా? నీటి లోపల శ్వాసించడం కోసం కదా?

ఆల్బస్

మా నాన్న కూడా ఇలాగే చేశాడు. ఇప్పుడు, నువ్వు సిద్ధమే కదా?

స్కార్పియస్

ఈసారి ఒక విషయం గుర్తుంచుకో, మనం గడియారం కారణంగా దొరికిపోకూడదు ...

ఆల్బస్

ఐదు నిమిషాలు మాత్రమే అది మనల్ని అనుమతిస్తుంది, ఆ లోపల మనం గతకంలోకి వెళ్లి, మళ్లీ వర్తమానంలోకి వచ్చేయాలి.

స్కార్పియస్

ఇదంతా సరిగానే జరుగుతుందని చెప్పగలవా.

ఆల్బస్ *(నవ్వుతూ)*

ఇది మొత్తం పూర్తి సరిగా జరుగుతుంది. నువ్వు సిద్ధమే కదా?

ఆల్బస్ గిల్లీవీడ్ తీసుకుని నీటిలోకి మాయమవుతాడు.

స్కార్పియస్

వద్దు, ఆల్బస్ – ఆల్బస్ –

అతను పైకి చూస్తాడు, అతను, మోనింగ్ మైర్టెల్ ఒంటరిగా ఉంటారు.

మోనింగ్ మైర్టేల్

ధైర్యవంతులైన ఆ కుర్రాళ్ల లాగా నేనూ చేస్తాను.

స్కార్పియస్ *(కొంచెం భయంగా, కొంచెం ధైర్యంగా)*

మరైతే, నేను పూర్తి స్థాయిలో సిద్ధం. ఏది ఏమైనా సరే.

అతను కూడా గిల్లీవీడ్ తీసుకుని నీటి లోపలకి వెళ్లిపోతాడు.

మోనింగ్ మైర్టేల్ ఒంటరిగా స్టేజ్ మీద మిగిలిపోతుంది.

అంతలో అక్కడ తీవ్రస్థాయిలో కాంతి వస్తుంది. పెద్ద శబ్దం వినిపిస్తుంది. కాలం ఆగిపోతుంది. తర్వాత అది వెనక్కి తిరగడం మొదలవుతుంది. ఒక్క క్షణం ఆలోచన తర్వాత, వెనక్కి వేగంగా తిరగడం మొదలవుతుంది ...

కుర్రాళ్లు వెళ్లిపోతారు.

పరుగు వద్ద హ్యారీ కనిపిస్తాడు. అతని ముఖంలో తీవ్ర కోపం కనిపిస్తుంటుంది. అతని వెనుక డ్రాకో, గిన్నీ మరియు ప్రొఫెసర్ మెక్‌గొనగల్ ఉంటారు.

హ్యారీ

ఆల్బస్ ... ఆల్బస్ ....

గిన్నీ

అతను వెళ్లిపోయాడు.

కుర్రాళ్ల గడియారాలు వాళ్లకు నేల మీద కనిపిస్తాయి.

ప్రొఫెసర్ మెక్‌గొనగల్ *(మ్యాప్‌లో పరిశీలిస్తూ)*

అతను మాయమయ్యాడు. లేదు, అతను హాగ్‌వార్ట్స్ నేల కింద ప్రయాణిస్తున్నాడు, లేదు, అతను మాయమయ్యాడు –

డ్రాకో

ఇదంతా అతనెలా చేశాడు?

మోనింగ్ మోర్టల్

అతను ఒక చాలా అద్భుతమైన అపూర్వ వస్తువేదో ఉపయోగించాడు.

హ్యారీ

మైర్టే!

మోనింగ్ మైర్టే

అయ్యో, నువ్వు నన్ను కనిపెట్టేశావా. నేను దాక్కోవడానికి చాలా కష్టపడుతున్నాను. హలో. హ్యారీ. హలో, డ్రాకో. మీరు మళ్లీ చెడ్డవాళ్లుగా మారిపోయారా?

హ్యారీ

అతను ఏ అపూర్వ వస్తువు ఉపయోగించాడు.

మోనింగ్ మైర్టే

అది రహస్యం అనుకుంటాను, కానీ, నేను నీ నుంచి ఏదీ దాచిపెట్టను కదా హ్యారీ. నువ్వు వయసు పెరుగుతున్న కొద్దీ మరింత అందంగా ఎలా మారుతున్నావ్?

హ్యారీ

నా కుమారుడు ప్రమాదంలో ఉన్నాడు. నాకు నీ సాయం కావాలి. నువ్వెక్కడ ఏం చేస్తున్నావ్ మైర్టే?

మోనింగ్ మైర్టే

అతను ఒక అందమైన కుర్రాడిని కాపాడేందుకు వెళ్లాడు. అది ఖచ్చితంగా సెడ్రిక్ డిగోరీనే కావచ్చు.

ఏం జరిగి ఉంటుందో హ్యారీ వెంటనే అర్థం చేసుకుంటాడు. తీవ్రంగా భయపడుతాడు.

ప్రొఫెసర్ మెక్‌గొనగల్

కానీ, సెడ్రిక్ డిగోరీ చాలా ఏళ్ల క్రితమే మరణించాడు కదా ....

మోనింగ్ మైర్టే

కానీ, ఆ విషయాన్ని మారుస్తానని అతను చాలా స్థిరంగా ఉన్నాడు. అతను చాలా దృఢంగా ఉన్నాడు. అచ్చం నీలాగే.

హ్యారీ

అంటే, అతను నా మాటలు విన్నాడా – నేను ఆమోస్ డిగోరీతో మాట్లాడినవి .... అదే నిజమైతే ... మినిస్ట్రీకి చెందిన టైమ్-టర్నర్. లేదు, అది అసాధ్యం.

ప్రొఫెసర్ మెక్‌గొనగల్

మినిస్ట్రీ దగ్గర టైమ్-టర్నర్ ఉందా? వాళ్లు దానిని ధ్వంసం చేశారనుకున్నాను?

మోనింగ్ మైర్టే

అందరూ తుంటరివాళ్లుగానే ఉన్నారు కదా?

డ్రాకో

అసలిక్కడ ఏం జరుగుతోందో ఎవరైనా నాకు చెబుతారా?

హ్యారీ

ఆల్బస్, స్కార్పియస్ మాయం కాలేదు, మళ్లీ కనిపించలేదు. వాళ్లు ప్రయాణిస్తున్నారు. కాలంలోకి ప్రయాణిస్తున్నారు.

సన్నివేశం రెండు దృశ్యం ఇరవై

ట్రివిజార్డ్ టోర్నమెంట్, సరస్సు, 1995

లూడో బ్యాగ్‌మ్యాన్

లేడీస్ అండ్ జెంటిల్మెన్, అబ్బాయిలూ, అమ్మాయిలూ, నేను మీకు – అత్యంత గొప్పదైన – అత్యంత అద్భుతమైన – ఏకైక వినోదం ట్రివిజార్డ్ టోర్నమెంట్‌ని అందిస్తాను. మీరు హాగ్‌వార్ట్ నుంచి వచ్చి ఉంటే గట్టిగా చప్పట్లు కొట్టండి.

అక్కడ బిగ్గరగా చప్పట్లు వినిపిస్తాయి.

అదేసమయంలో, ఆల్బస్ మరియు స్కార్పియస్ సరస్సు ద్వారా ఈదుతుంటారు. చాలా సులభంగా వాళ్లు ఆ నీటిలో దూసుకెళ్తుంటారు.

మీరు డ్రమ్‌స్ట్రాంగ్ నుంచి వచ్చి ఉంటే – గట్టిగా చప్పట్లు కొట్టండి.

అక్కడ బిగ్గరగా చప్పట్లు వినిపిస్తాయి.

అలాగే మీరు బ్యూక్సాబాటన్స్ నుంచి వచ్చి ఉంటే గట్టిగా చప్పట్లు కొట్టండి.

అంతకుముందు కంటే కొద్దిగా తక్కువ బిగ్గరగా చప్పట్లు వినిపిస్తాయి.

ఫ్రెంచ్ వాళ్లు దీనిలోకి ప్రవేశిస్తున్నారు.

వాళ్లు మొదలుపెట్టారు ... విక్టర్ ఒక షార్క్ లాంటివాడు, ఫ్లూయర్ తిరుగులేని విధంగా కనిపిస్తున్నాడు, ఎల్లప్పుడూ ధైర్యంగా ఉండే హ్యారీ గిల్లీవీడ్ ఉపయోగిస్తున్నాడు, హ్యారీ తెలివైన వ్యక్తి, చాలా తెలివైన వ్యక్తి – అలాగే, సెడ్రిక్ – నిజానికి, సెడ్రిక్, అందరినీ గొప్పగా ఆకట్టుకుంటున్న సెడ్రిక్, సరస్సులో ప్రయాణం కోసం ఒక బబుల్ ఛార్మ్ ఉపయోగిస్తున్నాడు.

సెడ్రిక్ డిగోరీ వాళ్లని నీటి మార్గంలో చేరుకుంటాడు, అతని తల మీద ఒక బబుల్ ఉంటుంది. ఆల్బస్ మరియు స్కార్పియస్ ఒకేసారి వాళ్ల మంత్రదండాలు తీస్తారు, నీటి ద్వారా ఎంగార్జ్‌మెంట్ ఛార్మ్ ఫైర్ చేస్తారు.

అతను తిరిగి వాళ్ల వైపు తికమకగా చూస్తాడు. అది అతన్ని కూడా తాకుతుంది. దాంతో, అతని చుట్టూ నీరు బంగారు రంగులో మెరుస్తుంది.

తర్వాత, సెడ్రిక్ పెరగడం మొదలుపెడుతాడు – మళ్లీ పెరుగుతాడు – మళ్లీ మరికొంచెం పెరుగుతాడు.

అతను తనచుట్టూ చూసుకుంటాడు – పూర్తిస్థాయి భయంగా కనిపిస్తుంది. అదేసమయంలో, సెడ్రిక్ నిస్సహాయంగా నీటిలోకి జారిపోవడాన్ని ఇద్దరు కుర్రవాళ్లు గమనిస్తారు.

కానీ, ఇలా జరుగుతోందేమిటి ... సెడ్రిక్ డిగోరీ నీటిలోకి జారిపోతున్నాడు. అతను పోటీకి పూర్తిగా దూరమయ్యేలా కనిపిస్తున్నాడు. ఓహ్, లేడీస్ అండ్ జెంటిల్మెన్, అతను ఈరోజు విజేతగా నిలిచేలా లేడు. ఖచ్చితంగా ఓడిపోయేలా ఉన్నాడు. సెడ్రిక్ డిగోరీ ఒక బెలూన్‌లా మారుతున్నాడు. ఆ బెలూన్ ఎగిరే ప్రయత్నంలో ఉంది. ఎగురుతోంది, లేడీస్ అండ్ జెంటిల్మెన్ అది ఎగురుతోంది. కానీ, అది పందెం నుంచి దూరంగా వెళ్తోంది. టోర్నమెంట్ నుంచే దూరంగా వెళ్లిపోతోంది. – ఓహ్, దేవుడా, అది దూరంగా వెళ్లిపోతూనే ఉంది. సెడ్రిక్ కోసం అందరూ ఆత్రుతగా చూస్తున్నారు. సెడ్రిక్ కోసం ఆవేశంగా బాణసంచా పేలుస్తున్నారు – 'హెర్మియోన్‌ని రాన్ ప్రేమిస్తున్నాడు' – ప్రేక్షకులు దానిని ఇష్టపడుతున్నారు – ఓహ్, లేడీస్ అండ్ జెంటిల్మెన్, సెడ్రిక్ ముఖంలో భావాలు గమనించండి. అందులో ఏదో చిత్రం కనిపిస్తోంది, అందులో కొంచెం బాధ ఉంది. కొంచెం విషాదం ఉంది. ఖచ్చితంగా అది అతనికి అవమానం. అందులో సందేహమే లేదు.

ఆల్బస్ గట్టిగా నవ్వుతాడు, అలాగే, నీటిలోనే స్కార్పియస్‌తో చేయి చరుస్తాడు.

ఆల్బస్ ముందుకి చూపిస్తాడు. స్కార్పియస్ తల ఊపుతాడు, వాళ్లు పైభాగానికి ఈదడం ప్రారంభిస్తారు. సెడ్రిక్ దిగి వస్తుంటే, ప్రేక్షకులు నవ్వుతారు, పరిస్థితి ఒక్కసారిగా మారిపోతుంది.

ప్రపంచం పూర్తి చీకటిగా మారిపోతుంది. నిజంగానే ప్రపంచం నల్లగా కనిపిస్తుంది.

అంతలో అక్కడో మెరుపు వస్తుంది. పెద్ద శబ్దం వినిపిస్తుంది. టైమ్-ట్యూనర్ తిరగడం ఆగిపోతుంది. మనం వర్తమానంలోకి వచ్చేశాం.

స్కార్పియస్ ఒక్కసారిగా బయటకు వస్తాడు, నీటి నుంచే గట్టిగా అరుస్తుంటాడు. అతను విజయానందంతో కనిపిస్తాడు.

స్కార్పియస్
వూవూవూవూ – వూవూవూవూ

అతను చుట్టూ చూసి, ఆశ్చర్యపోతాడు. ఆల్బస్ ఎక్కడ? అతను చేతులని గాల్లోకి లేపుతాడు.

మేము సాధించాం!

మరో శబ్దం కోసం అతను నిరీక్షిస్తాడు.

ఆల్బస్?

ఆల్బస్ అప్పటికీ ప్రత్యక్షం కాడు. స్కార్పియస్ నీటి వైపు చూస్తాడు. కొంచెం సేపు ఆలోచిస్తాడు. మళ్లీ అతను నీటిలోకి దూకుతాడు.

మళ్లీ అతను ప్రత్యక్షమవుతాడు. ఈసారి అతను పూర్తిగా భయపడిపోతాడు. అతను చుట్టూ చూస్తాడు.

ఆల్బస్ ... ఆల్బస్ .... ఆల్బస్.

అంతలో చిన్నపాటి స్వరంతో గుసగుసగా వినిపిస్తుంది. ఆ తర్వాత అది వేగంగా ప్రేక్షకుల వైపు ప్రయాణిస్తుంది. అతను వస్తున్నాడు. అతను వస్తున్నాడు. అతను వస్తున్నాడు.

డొలోరెస్ అంబ్రిడ్జ్
స్కార్పియస్ మాల్ఫాయ్. సరస్సు నుంచి బయటకు వెళ్లు. సరస్సు నుంచి బయటకు వెళ్లు. ఇప్పుడే.

ఆమె అతడిని నీటి నుంచి బయటకు లాగేస్తుంది.

స్కార్పియస్
మిస్. నాకు మీ సాయం కావాలి. దయచేసి, మిస్.

డొలోరస్ అంబ్రిడ్జ్
మిస్? నేను ప్రొఫెసర్ అంబ్రిడ్జ్‌ని, మీ పాఠశాల ప్రధానోపాధ్యాయురాలిని. నేను మిస్‌ని కాదు.

స్కార్పియస్
మీరు ప్రధానోపాధ్యాయురాలా? కానీ, నేను ....

డొలోరస్ అంబ్రిడ్జ్

నేను హెడ్‌మిస్ట్రెస్‌ని. అలాగే, మీ కుటుంబానికి ఎంత అవసరమైనా సరే – ప్రతిరోజు నేను నిన్ను క్షమిస్తూ ఉండలేను, నీ తప్పులు భరించలేను.

స్కార్పియస్

ఈ సరస్సులో ఒక కుర్రాడు ఉన్నాడు. మీరు అతనికి సాయం చేయాలి. అతను నా స్నేహితుడు, అతని కోసమే చూస్తున్నాను, మిస్. ప్రొఫెసర్. ప్రధానోపాధ్యాయురాలు. అతను హాగ్వార్ట్స్ విద్యార్థి. నేను ఆల్బస్ పోటర్ కోసం చూస్తున్నాను.

డొలోరస్ అంబ్రిడ్జ్

పోటర్? ఆల్బస్ పోటర్? అలాంటి ఒక విద్యార్థి లేడు. నిజానికి, చాలా ఏళ్లుగా హాగ్వార్ట్స్‌లో పోటర్ పేరుతో ఒక్క విద్యార్థి కూడా లేడు – అలాగే, ఉన్నప్పుడు కూడా ఆ కుర్రాడు గొప్పగా ఏమీ చేయలేదు. అతను ప్రశాంతంగా ఉండలేదు, హ్యారీ పోటర్, ఎల్లప్పుడూ నిరాశలోనే ఉండేవాడు. అతని వల్ల అన్నీ సమస్యలే.

స్కార్పియస్

హ్యారీ పోటర్ చనిపోయాడా?

ఉన్నట్టుండి ఆడిటోరియం చుట్టూ ఒక చల్లటి గాలి వీస్తున్న ఒక భావన కలుగుతుంది. అక్కడున్న ప్రేక్షకుల చుట్టూ నల్లటి వస్త్రాలు కనిపిస్తాయి. ఆ నల్లటి వస్త్రాలు నల్లటి ఆకారాల్లో ఉంటాయి. తర్వాత అవి పిచ్చి వ్యక్తులుగా మారుతాయి.

ఆ పిచ్చి వ్యక్తులు ఆడిటోరియం గుండా పరిగెత్తుతారు. వాళ్లంతా భయంకరమైన నల్లటి రూపాల్లో ఉంటారు. వాళ్లు అత్యంత ప్రమాదకర దళంగా మారుతారు. వాళ్లు ప్రతిఒక్కరినీ భయపెట్టేలా ఉంటారు. ఆ గదిలోని స్ఫూర్తి మొత్తాన్ని వాళ్లు పీల్చేస్తారు.

గాలి వీస్తూనే ఉంటుంది. అదొక నరకంగా మారుతుంది. అలాగే, అప్పుడు ఆ గది వెనుక నుంచి వచ్చే గుసగుసలు అందరికీ వినిపిస్తాయి. ఒక గంభీరమైన స్వరంతో మాటలు వినిపిస్తాయి. అది వెల్డెమోర్ట్ స్వరం ...

హ్యా హ్యా హ్యారీ పోటటటటటటర్ ....

హ్యారీ కల ఒక్కసారిగా సజీవమవుతుంది.

డొలోరస్ అంబ్రిడ్జ్

నువ్వు అక్కడ తమాషాగా ఏదైననా మింగేశావా? మాకు తెలియకుండా మడ్‌బ్లడ్‌గా మారిపోయావా? ఎందుకంటే, పాఠశాలలో సర్దుకుపోలేక

ఇరవై ఏళ్ల క్రితం హ్యారీ పోటర్ చనిపోయాడు – హాగ్‌వార్ట్స్ యుద్ధంలో మేము ధైర్యంగా ఓడించిన డంబెల్‌డోర్ టెర్రరిస్టుల్లో అతను కూడా ఒకడు. ఇప్పటి విషయానికి వస్తే – మీరు ఏ క్రీడ ఆడుతున్నారో నాకు తెలియదు కానీ, మీరు డెమెంటోర్స్ ని ఇబ్బంది పెడుతున్నారు. వోల్డెమోర్ట్ డేని పూర్తిగా నాశనం చేస్తున్నారు.

అప్పటివరకు మెల్లగా వినిపిస్తున్న స్వరం గట్టిగా, మరింత గట్టిగా వినిపించడం మొదలవుతుంది. చివరకు చాలా బిగ్గరగా మారుతుంది. అలాగే, పాముల గుర్తుతో ఉన్న జెండాలు పైనుంచి స్టేజ్ మీదకు దిగడం మొదలవుతుంది.

స్కార్పియస్ చాలా భయంగా వాటిని గమనిస్తుంటాడు.

స్కార్పియస్

వోల్డెమోర్ట్ డే?

ఒక అంకం ముగుస్తుంది.

మొదటి భాగం ముగిసింది

భాగం రెండు

భాగం రెండవ

సన్నివేశం మూడు

సన్నివేశం మూడు దృశ్యం ఒకటి

హాగ్‌వార్ట్స్, ప్రధానోపాధ్యాయురాలి కార్యాలయం

ఇప్పుడు మనం దృఢంగా నిర్మించిన ప్రపంచానికి చేరుకున్నాం.

ఇదొక చీకటి ప్రపంచం.

ఇక్కడి భూమ్మీద బూడిద పొర ఉంటుంది – అనిశ్చితి మరియు భయం లాంటివన్నీ ఇక్కడ గూడు కట్టుకుని ఉంటాయి.

స్టేజ్ మీద ఇవన్నీ ప్రతిఫలింప చేయాలి – సంగీతం దానికి తగ్గట్టు ఉండాలి – అవసరమైతే నేపథ్య గాత్రం ద్వారా ఆ విషయాలని తెలియజేయవచ్చు.

హ్యారీ చనిపోయాడు. వోల్డెమోర్ట్ బ్రతికి ఉన్నాడు. పాలిస్తున్నాడు. అక్కడేదీ వాస్తవంగా ఉండదు.

స్కార్పియస్ అప్పుడు డొలోరస్ అంబ్రిడ్జ్ కార్యాలయంలోకి ప్రవేశిస్తాడు. అతను నల్లటి వస్త్రాలు ధరించి ఉంటాడు. అతని ముఖంలో దిగులు స్పష్టంగా కనిపిస్తుంటుంది. ఆ ప్రపంచంలో అన్ని వైపుల నుంచి వచ్చే ప్రమాదాల గురించి అతనికి తెలుసు. అందుకే, అతను పూర్తి అప్రమత్తంగా ఉంటాడు.

డొలోరస్ అంబ్రిడ్జ్

స్కార్పియస్. నన్ను చూడడానికి వచ్చినందుకు నీకు చాలా కృతజ్ఞతలు.

స్కార్పియస్

ప్రధానోపాధ్యాయురాలు.

డొలోరస్ అంబ్రిడ్జ్

స్కార్పియస్, నీ దగ్గర హెడ్ బాయ్ సామర్థ్యం ఉందని నేను చాలాకాలంగా అనుకుంటున్నానని నీకు తెలుసు, స్వచ్ఛమైన రక్తం, సహజసిద్ధ నాయకుడు, అద్భుతమైన క్రీడా నైపుణ్యం ....

స్కార్పియస్

క్రీడానైపుణ్యం?

డొలారస్ అంబ్రిడ్జ్

వినయంగా ఉండాల్సిన అవసరం లేదు స్కార్పియస్. నేను నిన్ను క్విడ్‌డిచ్ పిచ్‌లో చూశాను, అక్కడ అరుదుగా వచ్చే స్నిట్చ్‌ని నువ్వు పట్టుకోలేదు. నువ్వు అత్యంత విలువైన విద్యార్థివి. ఫ్యాకల్టీ నీకు విలువ ఇస్తున్నారు. ప్రత్యేకించి నేను కూడా నీకు విలువ ఇస్తున్నాను. ఆగురేకి నిన్ను పంపాలని నేను చాలా అనుకూలంగా ఆలోచించాను. మనందరి పని కారణంగా, చాలామంది ఔత్సాహిక విద్యార్థులు తయారయ్యారు. ఈ పాఠశాలని సురక్షితంగా – స్వచ్ఛమైన – ప్రదేశంగా మార్చారు.

స్కార్పియస్

నిజంగా?

తెర వెనుక నుంచి అరిచినట్టుగా ఒక శబ్దం వినిపిస్తుంది. స్కార్పియస్ ఆవైపు తిరుగుతాడు. అయితే, అతను దాని సంగతి పట్టించుకోడు. అతను తనని తాను నియంత్రించుకునే ప్రయత్నం చేస్తాడు.

డొలోరస్ అంబ్రిడ్జ్

అయితే, వోల్డెమోర్ట్ డే రోజున ఆ సరస్సులో నిన్ను నేను చూసినప్పటి నుంచి, గత మూడు రోజులుగా, నువ్వు మరింత ... భిన్నంగా, భిన్నంగా మారుతున్నావు – ప్రత్యేకించి, హ్యారీ పోటర్ అనే ఆలోచన వచ్చినప్పటి నుంచి ...

స్కార్పియస్

నాకు తెలియదు ....

డొలోరస్ అంబ్రిడ్జ్

బ్యాటిల్ ఆఫ్ హాగ్‌వార్ట్స్ గురించి నువ్వు ప్రతి ఒక్కరికీ ప్రశ్నిస్తున్నావు. పోటర్ ఎలా చనిపోయాడని అడుగుతున్నావు. పోటర్ ఎందుకు చనిపోయాడని అడుగుతున్నావు. అదేసమయంలో, సెడ్రిక్ డిగోరీ గురించి కూడా నవ్వులాటగా మాట్లాడుతున్నావు. స్కార్పియస్ – మేము నీ తాంత్రికత గురించి, నీ వ్యక్తిగతం గురించి తనిఖీ చేశాం. – అందులో మాకేమీ కనిపించలేదు – కాబట్టి, నేను చేయగలిగింది ఏమైనా ఉంటే నేను చేస్తాను – నువ్వు ఎక్కడికి వెళ్లాలో అక్కడికి వెళ్లడానికి ...

స్కార్పియస్

లేదు. లేదు. నేను సరైన స్థానంలో ఉన్నట్టు, తాత్కాలిక భ్రమలో ఉన్నట్టు భావించండి. అంతే.

డొలోరస్ అంబ్రిడ్జ్

మరైతే, మనం కలసి మన పని కొనసాగిద్దామా?

స్కార్పియస్

తప్పకుండా.

ఆమె తన చేతిని హృదయం మీద పెట్టుకుంటుంది. తన మణికట్టుని తాకుతుంది.

డొలోరస్ అంబ్రిడ్జ్

వొల్డెమోర్ట్ మరియు వలోర్ కోసం

స్కార్పియస్ *(అలాగే చెప్పడానికి ప్రయత్నిస్తూ)*

అది – ఉమ్ – అవును.

సన్నివేశం మూడు దృశ్యం రెండు

హాగ్వార్ట్స్, మైదానాలు

ఇప్పుడు స్టేజ్ తిరగడం మొదలవుతుంది. దానితో పాటు స్కార్పియస్ కూడా తిరుగుతాడు, చుట్టూ చూస్తాడు – ఎవరైనా కనిపిస్తారా అని చూస్తాడు – తన పరిస్థితి గురించి చెప్పేవారి కోసం వెతుకుతాడు.

కర్ల్ మరియు యాన్ దూకుడుగా, బలంగా ఉంటారు. చాలా కఠినంగా స్కార్పియస్ వైపు వస్తారు.

కర్ల్ జెన్కిన్స్

హేయ్ స్కార్పియస్ కింగ్.

స్కార్పియస్‌తో చేతులు కలుపుతారు. అతనికి చాలా నొప్పి పెడుతుంది.

యాన్ ఫ్రెడ్రిక్స్

మనం ఇప్పటికీ సరైన దారిలోనే ఉన్నాం. రేపు రాత్రి ఓకేనా?

కార్ల్ జెన్కిన్స్

ఎందుకంటే, మనం కొందరు మడ్‌బ్లడ్ వ్యక్తులని మట్టుబెట్టాలి.

వాళ్లు వెళ్లిపోతారు.

పాలీ ఛాప్‌మ్యాన్

స్కార్పియస్.

పాలీ ఛాప్‌మ్యాన్ అప్పుడు మెట్ల మీద నిల్చుని ఉంటుంది, స్కార్పియస్ గాలిలో తిరుగుతూ ఆమె వైపు వెళ్తాడు.

స్కార్పియస్

పాలీ ఛాప్‌మ్యాన్?

పాలీ ఛాప్‌మ్యాన్

మనం దానిని కట్ చేద్దామా? నువ్వెవరో తెలుసుకోవడం కోసం ప్రతిఒక్కరూ ఆ విషయం అడుగుతారని నాకు తెలుసు. ఎందుకంటే, నీకు తెలుసు, నువ్వు ఎవరినైనా అడగాలి, అలాగే, ఇప్పటికే ముగ్గురు వ్యక్తులు నన్ను అడిగారు. వాళ్లందరినీ తిరస్కరించడానికి నేనేమీ ఒంటరిగా లేను. ఒకవేళ, నువ్వే నన్ను అడుగుతావేమో.

స్కార్పియస్

నిజమే.

పాలీ ఛాప్‌మ్యాన్

అది గొప్పగా ఉంటుంది. నువ్వు ఆసక్తిగా ఉంటే చాలు. నీకు తెలిసిన ఆ పుకారు ఏమిటి. ఈ క్షణమే నేను దానిని స్పష్టం చేయాలనుకుంటున్నాను – ఆ విషయంలో నాకూ ఆసక్తిగానే ఉంది. అలాగే, అది పుకారు కూడా కాదు. అదొక – నిజం – నిజం.

స్కార్పియస్

నిజంగానే – గొప్ప విషయం, కానీ – మనం దేని గురించి మాట్లాడుతున్నాం?

పాలీ ఛాప్‌మ్యాన్

బ్లడ్‌బాల్ గురించే అనుకో – నువ్వు – అంటే, స్కార్పియన్ కింగ్, ఆ బ్లడ్ బాల్ దగ్గరికి తీసుకెళ్తాడు.

స్కార్పియస్

నువ్వు – పాలీ ఛాప్‌మ్యాన్ – నిన్ను బాల్ దగ్గరికి తీసుకెళ్లాలని కోరుకుంటున్నావా?

అంతలో వాళ్ల వెనుక నుంచి అరిచినట్టుగా శబ్దం వినిపిస్తుంది.

ఆ శబ్దం ఏమిటి?

పాలీ ఛాప్‌మ్యాన్

మడ్‌బ్లడ్ గురించే అనుకో. నేలమాగిళిలో. అది నీ ఆలోచనే కదా? నీతో పాటు ఏం జరుగుతోంది? ఓహ్, పోటర్, నా షూల మీద మళ్లీ రక్తం పడింది ...

ఆమె వంగుతుంది. తన షూల మీద పడిన రక్తాన్ని జాగ్రత్తగా తుడిచేస్తుంది.

ఆగురే నొక్కి చెప్పినట్టు – భవిష్యత్తుని మనం నిర్మించాలి – అందుకే నేను ఇక్కడున్నాను – భవిష్యత్తు నిర్మిస్తున్నాను – నీతో కలసి. వోల్డెమోర్ట్ మరియు వాలోర్ కోసం.

స్కార్పియస్

ఇది వోల్డెమోర్ట్ కోసమా.

పాలీ వెళ్లిపోతుంది, స్కార్పియస్ బాధగా ఆమె వైపు చూస్తాడు. ఈ ప్రపంచం ఏమిటి – ఇందులో అతనెందుకు ఉన్నాడు?

అతను మళ్లీ అందులో తిరగడం మొదలవుతుంది ...

సన్నివేశం మూడు దృశ్యం మూడు

మినిస్ట్రీ ఆఫ్ మ్యాజిక్, మ్యాజికల్ లా ఎన్‌ఫోర్స్‌మెంట్ హెడ్ కార్యాలయం

మనం ఎప్పుడూ చూడని రీతిలో డ్రాకో ఆకట్టుకునేలా కనిపిస్తాడు. అతని శక్తి గురించి అతను తెలుసుకుని ఉంటాడు. దానికి తగ్గట్టే అధికారం ప్రదర్శిస్తుంటాడు. ఆ గదిలో ప్రతివైపూ ఆగురీ జెండాలు ఎగురుతుంటాయి. వాటి మీద ఫాసిస్ట్ తీరుతో పక్షి గుర్తు ఉంటుంది.

డ్రాకో

నువ్వు ఆలస్యంగా వచ్చావు.

స్కార్పియస్

ఇది నీ కార్యాలయమా?

డ్రాకో

నువ్వు ఆలస్యంగా వచ్చావ్. క్షమాపణ చెప్పలేదు. సమస్యని మరింత జటిలం చేయడానికి నువ్వు నిర్ణయించుకున్నట్టున్నావ్.

స్కార్పియస్

నువ్వు మ్యాజికల్ లా ఎన్‌ఫోర్స్ మెంట్‌కి అధిపతివా?

డ్రాకో

నీకెంత ధైర్యం! నన్ను ఇంతగా ఇబ్బంది పెట్టావ్, ఇంతగా నిరీక్షించేలా చేశావ్. ఆ పనికి కనీసం క్షమాపణ కూడా చెప్పలేదు.

స్కార్పియస్

క్షమించండి.

డ్రాకో

సర్.

స్కార్పియస్ పైకి చూస్తాడు, తన తండ్రి విషయంలో ఏం జరుగుతోందో అర్థం చేసుకునే ప్రయత్నం చేస్తాడు.

స్కార్పియస్

క్షమించండి, సర్.

డ్రాకో

నిన్ను అలసత్వంతో పైకి తీసుకెళ్తానని అనుకోకు స్కార్పియస్. హాగ్వార్ట్ లో నీ ద్వారా అవమానం పొందడం నాకిష్టం లేదు.

స్కార్పియస్

మిమ్మల్ని అవమానిస్తానా, సర్?

డ్రాకో

హ్యారీ పోటర్ గురించి హ్యారీ పోటరే ప్రశ్నలు అడగడం అన్నింటికంటే ఇబ్బందికరమైన విషయం. మాల్ఫోయ్ పేరుని కించ పరచడానికి నీకెంత ధైర్యం?

స్కార్పియస్ ఆలోచనల్లో ఒక చీకటి ఆలోచన మెరుపులా వస్తుంది.

స్కార్పియస్

ఓహ్, లేదు. నువ్వు బాధ్యుడివా? లేదు. లేదు. నీకా అవసరం లేదు.

డ్రాకో

స్కార్పియస్ ...

స్కార్పియస్

డెయిలీ ప్రొఫెట్‌లో ఈరోజు రాసిన ప్రకారం – ఒకే పేలుడుతో ఎంతమంది ముగ్గెల్స్ ని చంపగలమో చూడడం కోసం ముగ్గురు తాంత్రికులు వంతెనలు పేల్చేశారు – అందులో నువ్వూ ఉన్నావా?

డ్రాకో

జాగ్రత్తగా ఉండు.

స్కార్పియస్ తన తండ్రి వైపు మరింత ముందుకెళ్తాడు. ప్రతి అడుగులో అతడిని నిందిస్తాడు.

స్కార్పియస్

'మడ్‌బ్లడ్' మరణాల క్యాంపులు, ఆ చిత్రహింసలు, ప్రాణంతోనే తగలబెట్టేయడం లాంటివన్నీ అతను వ్యతిరేకించాడు. అవన్నీ నీకు తెలుసా? నేను చూసేటప్పుడు నేను అనుకున్న దానికంటే నువ్వు చాలా గొప్ప వ్యక్తిగా ఉంటావని అమ్మ నాకు ఎప్పుడూ చెప్పేది, కానీ, నిజానికి నువ్వు ఈ విధంగా ఉన్నావు కదా? ఒక హంతకుడిగా, ఒక చిత్రహింసలు పెట్టే వ్యక్తిగా, ఒక –

డ్రాకో పైకి లేస్తాడు. స్కార్పియస్‌ని బలంగా టేబుల్ మీదకు లాగుతాడు.

ఆ హింస ఆశ్చర్యంగా, భయంకరంగా ఉంటుంది.

డ్రాకో

వృధాగా ఆమె పేరు ఉపయోగించొద్దు, స్కార్పియస్. ఆ విధంగా పేరు సాధించే ప్రయత్నం చేయొద్దు. ఆమె అంతకంటే మెరుగైనదే కోరుకుంటుంది.

స్కార్పియస్ ఏమీ చెప్పడు. తీవ్రంగా భయపడుతాడు. డ్రాకో ఆ విషయం పసిగడుతాడు. అతను స్కార్పియస్ తల మీద నిమురుతాడు. తన కుమారుడుని బాధపెట్టడం అతనికి ఇష్టం ఉండదు.

లేదు, ఆ మూర్ఖులు మగ్గిల్స్‌ని పేల్చి వేశారు. ఆ పని నేను చేయలేదు, కానీ, మగ్గిల్స్ ప్రైమ్ మినిస్టర్‌కి బంగారం లంచంగా ఇవ్వాలని ఆగురే నన్ను అడిగాడు ... నా గురించి మీ అమ్మ నిజంగా ఆ మాట చెప్పిందా?

స్కార్పియస్

తాతకి ఆమె అంటే పెద్దగా ఇష్టం లేదని ఆమె నాతో చెప్పింది – ఆ మ్యాచ్‌ని వ్యతిరేకించింది – ఆమెకు మగ్గిల్ అంటే చాలా ఇష్టమని – చాలా బలహీనురాలని అనుకునేలా చేసింది – కానీ, ఆమె కోసం నువ్వు అతడిని లెక్కచేయలేదు. ఆమె అప్పటివరకు చూసిన అత్యంత ధైర్యమైన విషయం అదేనని చెప్పింది.

డ్రాకో

మీ అమ్మ చాలా సులభంగా ధైర్యవంతురాలై పోయింది.

స్కార్పియస్

కానీ, అది – మరో రూపంలోని నువ్వే.

అతను తన తండ్రి వైపు చూస్తాడు, అతను తిరిగి కోపంగా చూస్తాడు.

నేను చెడ్డ పనులు చేశాను, నువ్వు మరింత అధ్వాన్నమైన పనులు చేశావు. మనం ఏవిధంగా మారాం, నాన్నా?

డ్రాకో

మనం ఏవిధంగానూ మారిపోలేదు – మనం ఎలా ఉన్నామో అలాగే ఉన్నాం.

స్కార్పియస్

మాల్ఫోయ్‌లు. ప్రపంచాన్ని ఒక చీకటి ప్రదేశంగా చేసేందుకు నువ్వు ఎల్లప్పుడూ ఆ కుటుంబం మీదే ఆధారపడుతావు కదా.

ఈ మాట డ్రాకోని బలంగా తాకుతుంది, అతను జాగ్రత్తగా స్కార్పియస్ వైపు చూస్తాడు.

డ్రాస్

ఇదంతా బడిలో నేర్చుకున్నవే కదా – దీనికి స్ఫూర్తి ఏమిటి?

స్కార్పియస్

నేను నేనుగా ఉండడం నాకు ఇష్టం లేదు.

డ్రాకో

ఆ విధమైన నిర్ణయం ఎందుకొచ్చింది?

స్కార్పియస్ తన కథ చెప్పే మార్గం కోసం నిరాశగా ఆలోచిస్తాడు.

స్కార్పియస్

నన్ను నేను ఒక భిన్నమైన మార్గంలో చూశాను.

డ్రాకో

నేను మీ అమ్మని ఎంత గొప్పగా ప్రేమించానో నీకు తెలుసా? చీకట్లో కాంతి వెతకడానికి ఆమె ఎల్లప్పుడూ నాకు సాయం చేసింది. ఆమె నా ప్రపంచాన్ని – గొప్ప ప్రపంచాన్ని సృష్టించింది – అలాంటి ప్రపంచాన్ని నువ్వు 'చీకటి' అంటున్నావు.

స్కార్పియస్

ఆమె చేసిందా?

డ్రాకో తన కుమారుడిని పరిశీలిస్తాడు.

డ్రాకో

నేను అనుకున్న దానికంటే ఆమె గురించి చెప్పడానికి చాలా ఉంది.

పెద్ద శబ్దం వస్తుంది. అతను స్కార్పియస్‌ని జాగ్రత్తగా చూస్తాడు.

నువ్వు ఏదైతే చేస్తున్నావో – ఆ పని సురక్షితంగా చెయ్. నేను నిన్ను కూడా కోల్పోలేను.

స్కార్పియస్

అలాగే. సర్.

డ్రాకో చివరిసారిగా తన కుమారుడి వైపు చూస్తాడు – అతని ఆలోచనలని అర్థం చేసుకునే ప్రయత్నం చేస్తాడు.

అతను తన చేతి మణికట్టు మీదుగా తిప్పుతాడు, బాగా తెలిసిన మార్గంలో తిప్పుతాడు.

డ్రాకో

వోల్డెమోర్ట్ మరియు వలోర్ కోసం.

స్కార్పియస్ అతడిని చూస్తాడు. వెనక్కి తిరిగి గదిలోకి వెళ్లిపోతాడు.

స్కార్పియస్

వోల్డెమోర్ట్ మరియు వలోర్ కోసం.

సన్నివేశం మూడు దృశ్యం నాలుగు

హాగ్‌వార్ట్స్, గ్రంథాలయం

స్కార్పియస్ గ్రంథాలయంలోకి ప్రవేశిస్తాడు, అక్కడున్న పుస్తకాల్లో వేగంగా వెతుకుతాడు. ఒక చరిత్ర పుస్తకం దొరుకుతుంది.

స్కార్పియస్

సెడ్రిక్ ఏవిధంగా డెత్ ఈటర్ అయ్యాడు? నేను ఏది మిస్ అయ్యాను? ఆ విషయాలు తెలిస్తేనే – చీకట్లో కాంతి ప్రసరిస్తుంది.

క్రైగ్ బోకెర్ జూనియర్

నువ్వు ఇక్కడెందుకు ఉన్నావ్?

స్కార్పియస్ వెనక్కి తిరుగుతాడు, క్రైగ్ వైపు నిరాశగా చూస్తాడు.

స్కార్పియస్

నేనెందుకు ఇక్కడ ఉండకూడదు?

క్రైగ్ బోకెర్ జూనియర్

ఇదింకా సిద్ధం కాలేదు. నేను నాకు వీలైనంత వేగంగా పనిచేస్తున్నాను. కానీ, ప్రొఫెసర్ స్నేప్ ఇందులో చాలా వాటిని సిద్ధం చేశాడు. అలాగే, వ్యాసాన్ని రెండు భిన్నమైన మార్గాల్లో రాశాడు. అంటే, నేను ఫిర్యాదు చేయడం లేదు ... క్షమించు.

స్కార్పియస్

మళ్లీ ప్రారంభించు. ప్రారంభం నుంచి. ఏది ఇంకా సిద్ధం కాలేదు?

క్రైగ్ బోకెర్ జూనియర్

నీ కషాయాల హోమ్‌వర్క్. ఆ పని చేయడానికి నేను సంతోషంగా ఉన్నాను – గొప్పగా కూడా ఉంది – నువ్వు హోమ్‌వర్క్, పుస్తకాలు ద్వేషిస్తావని నాకు తెలుసు, కానీ, నేను నిన్ను కిందకి వెళ్లనివ్వను, అది నీకు తెలుసు.

స్కార్పియస్

నేను – హోమ్‌వర్క్ – ద్వేషిస్తానా?

క్రెగ్ బోకెర్ జూనియర్

నువ్వు స్కార్పియస్ కింగ్. నీకు హోమ్‌వర్క్ అంటే నచ్చదనుకో. ఇంతకీ నువ్వు హిస్టరీ ఆఫ్ మ్యాజిక్‌తో ఏం చేస్తున్నావ్? నేను ఆ అసైన్‌మెంట్ కూడా చేయగలను తెలుసా?

కొంతసేపు నిశ్శబ్దం. స్కార్పియస్ ఒక నిమిషం క్రెగ్ వైపు చూస్తాడు, తర్వాత అతని వైపు ఒక చరిత్ర పుస్తకం విసిరేస్తాడు. క్రెగ్ దాన్ని పట్టుకుని వెళ్లిపోతాడు. కొద్దిసేపు తర్వాత, ఒక ఆలోచన రావడంతో, స్కార్పియస్‌కి కోపం వస్తుంది.

స్కార్పియస్

అతను స్నేప్ అని చెప్పాడా?

సన్నివేశం మూడు దృశ్యం ఐదు

హాగ్వార్ట్స్, కషాయాల తరగతి గది

స్కార్పియస్ పరిగెత్తుకుంటూ కషాయాల తరగతి గదిలోకి వెళ్తాడు. తలుపు వెనక్కి నెడుతాడు. సెవెరస్ స్నేప్ తలెత్తి అతడిని చూస్తాడు.

స్నేప్

తలుపు తట్టి రావాలని నీకెవరూ నేర్పించలేదా, కుర్రాడా?

స్కార్పియస్ అప్పుడు స్నేప్ వైపు చూస్తాడు, గాలి పీల్చడం ఆగిపోయి, కొంచెం అనుమానంగా, కొంచెం ఆనందంగా చూస్తాడు.

స్కార్పియస్

సెవరస్ స్నేప్. చాలా గొప్ప గౌరవం.

స్నేప్

ప్రొఫెసర్ స్నేప్ చక్కగా చేస్తాడు. ఈ పాఠశాలలో నువ్వొక చక్రవర్తిగా ప్రవర్తించవచ్చు మాల్ఫోయ్, కానీ, అంతమాత్రాన మేమంతా నీ సబ్జెక్టులు అనుకోకు.

స్కార్పియస్

కానీ, మీరు సమాధానం ...

స్నేప్ అలాగే, నిశ్చలంగా ఉండిపోతాడు.

స్నేప్

నాకు ఎంతో ఆహ్లాదకరంగా ఉంది. నువ్వు ఏమైనా చెప్పాలనుకుంటే, దయచేసి చెప్పు ... లేదంటే, ఆ తలుపులు మూసేసి, బయటకు వెళ్లిపో.

స్కార్పియస్

నాకు మీ సాయం కావాలి.

స్నేప్

నేను సేవ చేయడానికి పుట్టాను.

స్కార్పియస్

నిజానికి, నాకు ఏ సాయం కావాలో – నాకు తెలియదు. మీరు ఇప్పటికీ రహస్య విధిలోనే ఉన్నారా? మీరు ఇప్పటికీ డంబెల్‌డోర్ కోసం రహస్యంగా పనిచేస్తున్నారా?

స్నేప్

డంబెల్‌డోర్? డంబెల్‌డోర్ చనిపోయాడు. నేను అతని కోసం బహిరంగంగానే పని చేశాను అతని పాఠశాలలో బోధించాను.

స్కార్పియస్

లేదు. మీరు ఆ పని మాత్రమే చేయలేదు. అతని కోసం మీరు డెత్ ఈటర్స్ కూడా చూశారు. మీరు అతనికి సలహా ఇచ్చారు. మీరు అతడిని హత్య చేస్తారని అందరూ భావించారు – కానీ, మీరు అతనికి మద్దతుగా నిలిచారు. మీరు ఈ ప్రపంచాన్ని కాపాడారు.

స్నేప్ చిందరవందరగా, కోపంగా చూస్తాడు.

స్నేప్

నువ్వు చేస్తున్నవన్నీ ప్రమాదకరమైన ఆరోపణలు కుర్రోడా. మాల్ఫోయ్ అనే పేరుతో నువ్వు చేస్తున్న ఈ తప్పుకి శిక్ష పడదని అనుకోవద్దు.

స్కార్పియస్

మీకు మరో ప్రపంచం గురించి చెబితే అప్పుడేమవుతుంది – ఆ మరో ప్రపంచంలో హాగ్వార్ట్స్ యుద్ధంలో వోల్డెమోర్ట్ ఓడిపోయాడు, ఆ యుద్ధంలో హ్యారీ పోటర్ మరియు డంబెల్‌డోర్ సైన్యం గెలిచింది, దాని గురించి మీరేమనుకుంటున్నారు ...

స్నేప్

హాగ్వార్ట్స్ పుకార్లను నమ్ముతున్న స్కార్పియన్ కింగ్‌కి పూర్తిగా మతిపోయిందని నేను చెప్పగలను.

స్కార్పియస్

టైమ్-టర్నర్‌ని దొంగిలించారు. దాన్ని నేనే దొంగిలించాను. ఆల్బస్‌తో కలసి. సెడ్రిక్ డిగోరీ చనిపోయిన సమయానికి వెళ్లి, అతడిని ప్రాణాలతో తీసుకు రావడానికి మేము ప్రయత్నించాము. ట్రివిజార్డ్ టోర్నమెంట్‌లో గెలవకుండా అతడిని ఆపడానికి మేము ప్రయత్నించాము. కానీ, ఆ ప్రయత్నంలో మేము అతడిని పూర్తి భిన్నమైన వ్యక్తిగా మార్చేశాము.

స్నేప్

ట్రివిజార్డ్ టోర్నమెంట్ హ్యారీ పోటర్ గెలిచాడు.

స్కార్పియస్

అతను ఒంటరిగా ఆ పని చేయాలనుకోలేదు. సెడ్రిక్ అతనితో కలసి అది గెలవాలనుకున్నాడు. కానీ, అతను టోర్నమెంట్ నుంచి వైదొలగడం కోసం మేము అతడిని అవమానించాం. ఆ అవమానం కారణంగా, అతను ఒక డెత్ ఈటర్‌గా మారాడు. హాగ్వార్ట్స్ యుద్ధంలో అతనేం చేయాలో నేను రూపొందించలేదు – అతను ఎవరినైనా చంపాలా లేదా అని నేను నిర్ణయించలేదు – కానీ, అతను ఏదో చేశాడు, అది అంతటినీ మార్చేసింది.

స్నేప్

సెడ్రిక్ డిగోరీ ఒకే ఒక తాంత్రికుడిని మాత్రమే చంపాడు. అతను కూడా మరీ అంత కీలకమై వ్యక్తి కాదు – అతని పేరు నెవిల్లే లాంగ్‌బాటమ్.

స్కార్పియస్

ఓహ్, అదే ఇక్కడ కీలకమైన విషయం! ప్రొఫెసర్ లాంగ్‌బాటమ్ అప్పుడు వోల్డెమోర్ట్‌కి చెందిన నాగిని అనే పాముని చంపాల్సింది. వోల్డెమోర్ట్ చనిపోతాడంటే, అంతకంటే ముందు నాగిని కూడా చనిపోవాలి. అంతే! నువ్వు విషయం పరిష్కరించావ్! మేము సెడ్రిక్‌ని ధ్వంసం చేశాం, అతను నెవిల్లేని చంపాడు, వోల్డెమోర్ట్ యుద్ధం గెలిచాడు. నువ్వు చూశావా? నువ్వు అది చూశావా?

స్నేప్

నేను దీన్ని మాల్ఫోయ్ క్రీడలా చూడగలను. మీ తండ్రిని నేను అప్రమత్తం చేసే లోపల నువ్వు వెళ్లిపో. నువ్వు తీవ్ర సమస్యలో పడడం ఖాయం.

స్కార్పియస్ ఆలోచిస్తాడు, తర్వాత అతను తన చివరి అవకాశాన్ని ప్రయోగించడానికి సిద్ధమవుతాడు.

స్కార్పియస్

నువ్వు అతని తల్లిని ప్రేమించావ్. నాకు అన్నీ గుర్తు లేదు. కానీ, నువ్వు అతని తల్లిని ప్రేమించడం నిజం. అంటే, హ్యారీ తల్లి లిల్లీని. నువ్వు చాలా ఏళ్లు రహస్యంగా పనిచేశావని నాకు తెలుసు. నువ్వు లేకుండా ఆ యుద్ధం గెలవడం అసాధ్యమని నాకు తెలుసు. మరో ప్రపంచాన్ని చూడకపోతే, ఇది నాకు ఎలా తెలిసేది ...?

స్నేప్ ఏమీ మాట్లాడడు, నిస్సహాయంగా ఉండిపోతాడు.

డంబెల్‌డోర్‌కి మాత్రమే తెలుసు, నేను చెప్పేది కరెక్టే కదా? నువ్వు అతడిని కోల్పోయినప్పుడు నువ్వు చాలా ఒంటరితనం అనుభవించావ్. నువ్వు మంచి వాడివని నాకు తెలుసు. నువ్వు గొప్ప వ్యక్తి వని హ్యారీ పోటర్ తన కుమారుడికి చెప్పాడు.

స్నేప్ అప్పుడు స్కార్పియస్ వైపు చూస్తాడు, ఏం జరుగుతోందో అతడికి అర్థం కాదు. ఇదంతా ట్రిక్ కావచ్చనే అనుమానం వస్తుంది. దాంతో, అతను పూర్తి సీరియస్‌గా మారిపోతాడు.

స్నేప్

హ్యారీ పోటర్ చనిపోయాడు.

స్కార్పియస్

అది నా ప్రపంచంలో కాదు. తాను చూసిన వారిలో గొప్ప ధైర్యవంతుడివి నువ్వే అని అతను చెప్పాడు. నువ్వు చూసింది అతనికి తెలుసు – నీ రహస్యం అతనికి తెలుసు – డంబెల్‌డోర్‌కి నువ్వేం చేశావో అతనికి తెలుసు. ఆ విషయంలో అతను నిన్ను ఆరాధించాడు – చాలా గొప్పగా. అందుకు అతను తన కుమారుడికి – అంటే, నా బెస్ట్ ఫ్రెండ్‌కి – మీ ఇద్దరి పేర్లు వచ్చేలా ఆల్బస్ సెవెరస్ పోటర్ అని పేరు పెట్టాడు.

స్నేప్ నిశ్చలంగా మారిపోతాడు. లోతుగా ఆలోచిస్తాడు.

దయచేసి – లిల్లీ కోసం, ప్రపంచం కోసం, సాయం చేయండి.

స్నేప్ కాసేపు ఆలోచిస్తాడు, తర్వాత స్కార్పియస్ దగ్గరికి వస్తాడు, తన మంత్రదండం బయటకు తీస్తాడు. స్కార్పియస్ భయంతో వెనక్కి అడుగేస్తాడు. స్నేప్ తన మంత్రదండాన్ని తలుపు వైపు చూపుతాడు.

స్నేప్

కొలోపర్టస్!

ఒక అదృశ్య తాళం ప్రత్యక్షమవుతుంది. స్నేప్ దానితో తరగతి గది వెనుక తలుపు తెరుస్తాడు.

సరే, అలాగైతే నాతో రా ...

స్కార్పియస్

ఒక చిన్న ప్రశ్న, మనం ఎక్కడికి – సరిగ్గా – ఎక్కడికి వెళ్తున్నాం?

స్నేప్

మనం చాలాసార్లు వెళ్తూనే ఉండాలి. ఎక్కడైనా సరే, మనం నిలబడితే వాళ్లు నాశనం చేస్తారు. ఈ గదిలోకి వెళ్తే, మనం వూంపింగ్ విల్లో మూలాల కింద ఉన్న రహస్య గదికి చేరుకుంటాం.

స్కార్పియస్

సరే, మనం ఎవరు?

స్నేప్

ఓహ్. నువ్వే చూస్తావుగా.

సన్నివేశం మూడు దృశ్యం ఆరు

క్యాంపైన్ గది

భూగర్భ ప్రదేశం. మట్టి నేల, దుమ్ము మరియు భరోసా లేని (కానీ తప్పనిసరి) ప్రపంచం.

వైభవోపేతంగా కనిపిస్తున్న హెర్మియోన్‌ని చూస్తూ స్కార్పియస్ అక్కడున్న టేబుల్‌కి అతుక్కుపోతాడు. ఆమె దుస్తులు కాంతివిహీనంగా ఉన్నప్పటికీ, ఆమె కళ్లు మెరుస్తూ ఉంటాయి, ఆమెకు తగనప్పటికీ ఆమె ఇప్పుడు పూర్తి స్థాయి యుద్ధ దుస్తుల్లో ఉంటుంది.

హెర్మియోన్

నువ్వు మరొక్క అడుగు వేస్తే, నీ మెదడు కప్పగా మరియు నీ చేతులు రబ్బర్‌లా మారిపోతుంది.

స్కార్పియస్ తర్వాత స్నేప్ ఆ గదిలోకి ప్రవేశిస్తాడు.

స్నేప్

సురక్షితం. అతను సురక్షితం (పెద్ద శబ్దం.) నువ్వు ఏదీ వినవని నీకు తెలుసు. విద్యార్థుల్లో నువ్వొక భయంకర వ్యక్తివి. నువ్వు ఏదైనా సరే – నువ్వొక భయంకర వ్యక్తివి.

హెర్మియోన్

నేనొక అద్భుతమైన విద్యార్థిని.

స్నేప్

నువ్వొక సాధారణం నుంచి సగటు విద్యార్థినివి మాత్రమే. అతను మా వైపు ఉన్నాడు!

స్కార్పియస్

నేను, హెర్మియోన్ వైపు.

హెర్మియోన్ చాలా అపనమ్మకంగా స్కార్పియస్ వైపు చూస్తుంది.

హెర్మియోన్

చాలామందికి నేను గ్రాంజెర్‌గా తెలుసు. కానీ, నువ్వు మాల్ఫోయ్ అని చెప్పే ఆ ఒక్క మాట నేను నమ్మలేకపోతున్నాను.

స్కార్పియస్

అదంతా నా తప్పు. నా తప్పు. అలాగే, ఆల్బస్‌ది.

హెర్మియోన్

ఆల్బస్? ఆల్బస్ డంబెల్‌డోర్? ఇందులో ఆల్బస్ డంబెల్డోర్‌కి ఏం సంబంధం ఉంది?

స్నేప్

అతను చెబుతున్నది డంబెల్‌డోర్ గురించి కాదు. నువ్వు కూర్చుంటే మంచిది.

రాన్ పరిగెత్తుకుంటూ లోపలకి వస్తాడు. అతని జుట్టు రేగిపోయి ఉంటుంది. అతని దుస్తులు చెదిరిపోయి ఉంటాయి. హెర్మీవన్‌తో పోలిస్తే అతని రూపం తక్కువ తిరుగుబాటు తీరుతో ఉంటుంది.

రాన్

స్నేప్, ఒక రాచరిక సందర్శకుడు, అలాగే, - (అతను స్కార్పియస్‌ని చూస్తాడు, వెంటనే అప్రమత్తమవుతాడు) అతను ఇక్కడేం చేస్తున్నాడు?

అతను తన మంత్రదండం తీయడానికి ఇబ్బంది పడుతాడు.

నేను సాయుధుడిని, అలాగే – పూర్తిగా ప్రమాదకారిని, సీరియస్‌గా నీకో సలహా ఇస్తున్నాను –

తన మంత్రదండాన్ని తప్పుగా పట్టుకున్నట్టుగా అతను గ్రహిస్తాడు, దాన్ని సరిగా తిప్పి పట్టుకుంటాడు.

-చాలా జాగ్రత్తగా ఉండాలి-

స్నేప్

అతను సురక్షితం, రాన్.

రాన్ అప్పుడు హెర్మియోన్ వైపు చూస్తాడు, తల ఊపుతాడు.

రాన్

దానికోసం డంబెల్డోర్‌కి కృతజ్ఞతలు.

సన్నివేశం మూడు దృశ్యం ఏడు

క్యాంపైన్ గది

హెర్మియోన్ అక్కడ కూర్చుని టైమ్-టర్నర్‌ని పరిశీలిస్తూ ఉంటుంది. ఆ విషయాలు జీర్ణం చేసుకోవడానికి రాన్ ప్రయత్నిస్తుంటాడు.

రాన్

అంటే, మొత్తం చరిత్ర దానిపై ఆధారపడి ఉందని చెబుతున్నావా? ... నెవిలే లాంగ్‌బాటమ్? ఇదంతా పూర్తి విచిత్రంగా ఉంది.

హెర్మియోన్

ఇది నిజం, రాన్.

రాన్

సరే. నువ్వు అంత ఖచ్చితంగా చెప్పడానికి కారణం ...

హెర్మియోన్

స్నేప్ గురించి అతనికి తెలిసినది – మనందరి గురించి తెలిసినది – అతనలా చేయడానికి వీలు లేదు ...

రాన్

బహుశా అతను గొప్పగా ఊహిస్తాడేమో?

స్కార్పియస్

నేను అలా కాదు. నువ్వు సాయం చేయగలవా?

రాన్

మేము మాత్రమే అది చేయగలం. నిజానికి, డంబెల్‌డోర్ సైన్యం దాని గొప్ప స్థితి నుంచి చెప్పుకోదగ్గ స్థాయిలో నశించిపోయింది –

అతనొక క్షణం ఆగుతాడు, అతనికి అది చాలా కష్టం కలిగిస్తుంది.

-మేము చాలావరకు అదంతా వదిలేశాం, కానీ, మేము పోరాడుతూనే ఉన్నాం. పూర్తి బహిరంగ ప్రదేశంలో దాక్కుని ఉన్నాం. వారి ఆట కట్టించడానికి మేము చేయగలిగిందంతా చేస్తున్నాం. గ్రాంజెర్ ఇక్కడ అవసరమైన మహిళ. నేను అవసరమైన మగ వ్యక్తిని.

స్నేప్ *(నిస్సారంగా)*

తక్కువ- అవసరం.

హెర్మ్మియోన్

ఒకటి మాత్రం స్పష్టం: ఈ మరో ప్రపంచంలో ... ఇది వరకు నువ్వు అడుగు పెట్టావా?

స్కార్పియస్

వోల్డెమోర్ట్ చనిపోయాడు. హాగ్‌వార్ట్స్ యుద్ధంలో చనిపోయాడు. హ్యారీ ఇక్కడ మ్యాజికల్ లా ఎన్‌ఫోర్స్ మెంట్‌కి అధిపతిగా ఉన్నాడు. నువ్వు మ్యాజిక్ మినిస్టర్‌వి.

హెర్మ్మియోన్ ఆగుతుంది, ఈ మాటతో ఆశ్చర్యపోతుంది, నవ్వుతూ పైకి చూస్తుంది.

హెర్మ్మియోన్

నేను మ్యాజిక్‌కి మినిస్టర్‌నా?

రాన్ *(ఆ ఆనందంలో కలవాలని ప్రయత్నిస్తూ)*

అద్భుతం. మరి ఇక్కడ నేనేం చేస్తున్నాను?

స్కార్పియస్

నువ్వు వీస్లీ విజార్డ్ వీజెస్ నడుపుతున్నావు.

రాన్ ముఖం పేలాడిపోతుంది.

రాన్

సరే, అంటే, ఆమె మ్యాజిక్‌కి మినిస్టర్. నేను మాత్రం జోక్ షాప్ నడుపుతున్నానా?

స్కార్పియస్ అప్పుడు విచారంతో ఉన్న రాన్ ముఖంలోకి చూస్తాడు.

స్కార్పియస్

నువ్వు నీ పిల్లల మీద ఎక్కువగా దృష్టి పెట్టావు.

రాన్

సంతోషం. వాళ్ల అమ్మకు కోపం ఎక్కువనుకుంటా.

స్కార్పియస్ (కోపంగా)

నిజానికి ... ఉమ్ ... నీ ఆలోచన దేనిమీద ఆధారపడి ఉంటుందంటే ... అదేమిటంటే, మీరిద్దరూ పిల్లల్ని కలిగి ఉన్నారు – ఇద్దరూ కలసి. ఒక అమ్మాయి మరియు ఒక అబ్బాయి.

వాళ్లిద్దరూ పైకి చూస్తారు, ఆశ్చర్యంగా.

పెళ్లి చేసుకోవడం. ప్రేమలో. అన్నీ జరిగిపోయిందా. నువ్వు మరొకసారి కూడా ఆశ్చర్యపోయావు. నువ్వు డార్క్ ఆర్ట్స్ టీచర్‌ని ఎదిరించినప్పుడు, అలాగే, పద్మని రాన్ పెళ్లి చేసుకున్నప్పుడు. ఆ విషయం నిన్ను ఎప్పుడూ ఆశ్చర్యపరుస్తూనే ఉంది.

హెర్మివన్ మరియు రాన్ ఇద్దరూ ఒకరినొకరు చూసుకుని, తర్వాత దూరంగా చూస్తారు. ఆ తర్వాత రాన్ వెనక్కి చూస్తాడు. రాన్ పదే పదే తన గొంతు సవరించుకుంటాడు. ప్రతిసారి అతనిలో అపరాధ భావం తగ్గిపోతుంది.

హెర్మియోన్

నువ్వు నావైపు చూసేటప్పుడు నోరు మూసుకో, వెస్లీ.

రాన్ అలాగే చేస్తాడు. అయినప్పటికీ, అతను తికమకగానే ఉంటాడు.

మరి – స్నేప్? మరో ప్రపంచంలో స్నేప్ ఏం చేస్తున్నాడు?

స్నేప్

బహుశా నేను చనిపోయి ఉంటాను.

అతను స్కార్పియస్ వైపు చూస్తాడు, నిజాన్ని దాచేందుకు స్కార్పియస్ తీవ్రంగా ప్రయత్నిస్తుంటాడు, కానీ, ఆ విషయాన్ని దాచడం మాత్రం అతని వల్ల కాదు. స్నేప్ చిన్నగా నవ్వుతాడు.

నన్ను చూస్తే నీకు కొంచెం ఎక్కువ ఆశ్చర్యంగా ఉన్నట్టుంది. ఎందుకు?

స్కార్పియస్

ధైర్యంగా

స్నేప్

ఎవరు?

స్కార్పియస్

వోల్డెమోర్ట్.

స్నేప్

చాలా చిరాగ్గా ఉంది.

ఆ విషయం స్నేప్‌కి అర్థం కావడంతో అక్కడంతా నిశ్శబ్దంగా మారుతుంది.

ఇప్పటికీ, డార్క్ లార్డ్ స్వయంగా కీర్తిని అందుకున్నాడని అనుకుంటున్నాను.

హెర్మియోన్

నన్ను క్షమించు, సెవెరస్.

స్నేప్ ఆమె వైపు చూస్తాడు. ఆ తర్వాత బాధని దిగమింగుతాడు. రాన్ ఏదో ఆలోచనతో ఉన్నట్టు అతను సూచిస్తాడు.

స్నేప్

అంటే, చివరకు నేను అతన్ని పెళ్లి చేసుకోలేదు.

హెర్మియోన్

నువ్వు అంటున్న మాటకి అర్థమేమిటి?

స్కార్పియస్

మొదటి పందెంలో ఎక్స్పెల్లియారమ్స్, అలాగే, రెండవ దానిలో ఎంగార్జియో.

రాన్

సింపుల్ షీల్డ్ ఛార్మ్ మాత్రమే ఆ రెండింటినీ సరిగ్గా సెట్ చేస్తుంది.

స్నేప్

ఆ తర్వాత నువ్వు వెళ్లిపోతావా?

స్కార్పియస్

టైమ్-టర్నర్ మనల్ని వెనక్కి తీసుకువెళ్తుంది. అందుకోసమే ఈ టైమ్-టర్నర్ ఉంది, కానీ, దీని ద్వారా ఐదు నిమిషాలు మాత్రమే గతంలో ఉండవచ్చు.

హెర్మియోన్

అలాగే, మనం ఇందులో కాలంలోకి మాత్రమే వెళ్లగలం, ప్రదేశంలోకి కాదు కదా?

స్కార్పియస్

అవును, అవును, ఇది – ఉహ్ – నువ్వు ఎక్కడ నిల్చుని ఉన్నావో, సరిగ్గా ఆ ప్రదేశానికి మాత్రమే వెళ్లగలవు-

హెర్మియోన్

ఆసక్తికరంగా ఉంది.

దీనికి అర్థమేమిటో స్నేప్ మరియు హెర్మియోన్ ఇద్దరికీ తెలుసు.

స్నేప్

అంటే, ఇది నాకు, ఆ కుర్రాడికి మాత్రమేనా.

హెర్మియోన్

ఎలాంటి అపరాధం లేదు స్నేప్, కానీ, ఈ విషయంలో నేను ఎవరినీ నమ్మడం లేదు ... ఇది చాలా ముఖ్యమైనది.

స్నేప్

తాంత్రికుల ప్రపంచంలో ఎక్కువ మంది వెతుకుతున్న వ్యక్తివి నువ్వే హెర్మియోన్. నువ్వు బయటకి వెళ్లడానికి ఇది నీకు ఎంతో అవసరం. చివరగా నువ్వెప్పుడు బయట ఉన్నావ్?

హెర్మియోన్

చాలా సమయం కాదు, కానీ –

స్నేప్

నువ్వు గానీ బయట కనిపించావంటే, డెమెంటర్స్ నిన్ను ముద్దాడుతారు – వాళ్లు నీ ఆత్మని పీల్చేసుకుంటారు ...

హెర్మియోన్

సెవెరస్, నేను వ్యర్థాలతో జీవించాను, తిరుగుబాటు ప్రయత్నాల్లో విఫలమయ్యాను, ప్రపంచాన్ని సరిగ్గా మార్చడానికి ఇది మనకి దొరికిన అవకాశం.

ఆమె రాన్ వైపు చూసి తల ఆడిస్తుంది, అతను ఒక మ్యాప్ తీస్తాడు. టోర్నమెంట్‌లో మొదటి పందెం నిషేధిత అడవి అంచులో జరుగుతుంది. మనం ఇక్కడ కాలాన్ని తిప్పిపెట్టి, టోర్నమెంట్‌లోకి వెళ్దాం – దాన్ని అడ్డుకుని, సురక్షితంగా తిరిగి వద్దాం. ఖచ్చితత్వంతో చేస్తే – ఇది చక్కగా జరుగుతుంది, అలాగే, మన కాలంలో మన ముఖాలను మనం బయటకు చూపాల్సిన అవసరం లేదు. తర్వాత మళ్లీ మనం కాలాన్ని తిప్పి పెడుదాం, అక్కడి నుంచి సరస్సు దగ్గరికి వెళ్దాం, అక్కడ రెండో పందెంని వెనక్కి తిప్పుదాం.

స్నేప్

నువ్వు ప్రతి ఒక్కటీ రిస్క్ చేస్తున్నావ్ –

హెర్మియోన్

మనం దీన్ని సరిగ్గా చేస్తే, హ్యారీ బ్రతుకుతాడు, వోల్డెమోర్ట్ చనిపోతాడు, అలాగే, ఆగురే వెళ్లిపోతాడు. దీని కోసం ఎంత రిస్క్ చేసినా అది చిన్నదే. అలాగే, దీనివల్ల ఏదైనా కీడు జరిగితే, నేను ముందే క్షమాపణలు చెబుతున్నాను.

స్నేప్

కొన్నిసార్లు దేనికైనా మూల్యం చెల్లించక తప్పదు.

వాళ్లిద్దరూ ఒకరినొకరు చూసుకుంటారు, స్నేప్ తల ఊపుతాడు, హెర్మియోన్ తిరిగి తలూపుతుంది, స్నేప్ ముఖం కొద్దిగా విచారంగా మారుతుంది.

నేను ఇప్పుడే డంబెల్‌డోర్ గురించి చెప్పాను కదా?

హెర్మియోన్ (చిన్న నవ్వుతో)

లేదు, అది పూర్తిగా సెవెరస్ స్నేప్ అని చెప్పగలను.

ఆమె స్కార్పియస్ వైపు తిరుగుతుంది, ఆమె టైమ్-ట్యూనర్‌ని సూచిస్తుంది.

మాల్ఫోయ్

స్కార్పియస్ ఆమెకు టైమ్-టర్నర్ ఇస్తాడు. దాన్ని చూసి ఆమె నవ్వుతుంది. మళ్లీ టైమ్-టర్నర్ ఉపయోగించే అవకాశం మళ్లీ రావడంతో ఆమె ఉద్వేగానికి గురవుతుంది. ఈ పందెం కోసం ఉపయోగించడం ఆమెకు మరింత ఉద్వేగం కలిగిస్తుంది.

ఇది పనిచేస్తుందనే అనుకుందాం.

ఆమె టైమ్-టర్నర్ తీసుకుంటుంది. దానిలో ప్రకంపన మొదలవుతుంది, తర్వాత అది పిడుగులా పేలుతుంది.

ఒక్కసారిగా ఒక పెద్ద కాంతి కనిపిస్తుంది. పెద్ద శబ్దం వస్తుంది.

కాలం నిలిచిపోతుంది. తర్వాత, అది తిరుగుతుంది, ఒక్క క్షణం ఆలోచించాక, వెనక్కి తిరగడం ప్రారంభిస్తుంది, మొదట నెమ్మదిగా తిరుగుతుంది ...

పెద్ద శబ్దంతో మెరుపు వస్తుంది, ఆ బృందం మాయమవుతుంది.

సన్నివేశం మూడు దృశ్యం ఎనిమిది

నిషేధిత అడవి అంచు, 1994

మొదటి భాగంలో చూసిన సన్నివేశాలు మళ్లీ వస్తాయి, అయితే, ముందు వైపు స్టేజీగా కాకుండా వెనుక వైపు స్టేజీ నుంచి దృశ్యాలు కనిపిస్తాయి. ఆల్బస్ మరియు స్కార్పియస్ వారి డర్మ్ స్ట్రాంగ్ దుస్తుల్లో కనిపిస్తారు. ఆ సందోహం నుంచి మనకి 'బ్రిలియంట్' (అతని మాటలు మళ్లీ వినిపిస్తాయి) అని లూడో బ్యాగ్ మాన్ అనడం వినిపిస్తుంది.

స్కార్పియస్, హెర్మియోన్, రాన్ మరియు స్నేప్ ఆతృతగా చూస్తుంటారు.

లూడో బ్యాగ్‌మ్యాన్

ఇప్పుడు సెడ్రిక్ డిగోరీ వేదిక మీదకు ప్రవేశించాడు. అతను సిద్ధంగా కనిపిస్తున్నాడు. భయపడుతున్నాడు, కానీ సిద్ధంగా ఉన్నాడు. అతను ఓడించడానికి సిద్ధమయ్యాడు. అతను దాన్ని ఓడిస్తాడు. అతను మరుగు కోసం దూకడంతో అమ్మాయిలు మూర్ఛపోయారు. వాళ్లు ఒకే మాటతో విలపిస్తున్నారు: మా డిగోరీ, మిస్టర్ డ్రాగన్‌ని ధ్వంసం చేయొద్దని రోదిస్తున్నారు. సెడ్రిక్ స్కర్టులు తీసేశాడు, అతను కుడి వైపు దూకాడు – అతను తన మంత్రదండాన్ని సిద్ధం చేసుకున్నాడు –

స్నేప్

ఇది చాలా సమయం తీసుకుంటోంది. టైమ్-టర్నర్ తిరుగుతోంది.

లూడో బ్యాగ్‌మ్యాన్

ఈ యువకుడు, ధైర్యవంతుడు, అందగాడు ఇప్పుడు అతని స్లీవ్స్ ఎందుకు తీస్తున్నాడు?

సెడ్రిక్ మంత్రదండాన్ని అడ్డుకోవడానికి ఆల్బస్ ప్రయత్నించే లోపల హెర్మియోన్ అతడిని అడ్డుకుంటుంది. అతను అతని మంత్రదండం

వైపు చూస్తాడు, అది ఎందుకు పనిచేయలేదో అతనికి అర్థం కాదు. నిరాశగా చూస్తాడు.

తర్వాత ఆ టైమ్-టర్నర్ తిరగడం మొదలవుతుంది. వాళ్లు దాని వైపు చూస్తారు. అది వాళ్లను లాగేసుకోవడంతో వాళ్లు భయపడిపోతారు.

అతను – ఒక రాయిని కుక్కగా మార్చేస్తాడు – అది సెడ్రిక్ డిగోరీలా ఉంటుంది – నువ్వొక డాగీ డైనమో.

సన్నివేశం మూడు దృశ్యం తొమ్మిది

నిషేధిత అడవి అంచు

వాళ్లు కాలం నుంచి తిరిగి వస్తారు, వాళ్లప్పుడు అడవి అంచులో ఉంటారు, రాన్ తీవ్రమైన నొప్పితో ఉంటాడు. స్నేప్ చుట్టూ చూస్తాడు, వాళ్లు ఎలాంటి చిక్కులో ఉన్నారో అతనికి వెంటనే అర్థమవుతుంది.

రాన్

ఓహ్. ఓహ్. ఓహ్‌హ్ హ్‌హ్ హ్‌హ్.

హెర్మియోన్

రాన్ ... రాన్ ... అది నిన్ను ఏం చేసింది?

స్నేప్

ఓహ్ లేదు, నాకు అది తెలుసు.

స్కార్పియస్

ఆ టైమ్-టర్నర్ వల్ల ఆల్బస్‌కి కూడా ఇలాగే ఏదో జరిగింది. మేం మొదటిసారి గతానికి వెళ్లినప్పుడు అలా జరిగింది.

రాన్

ఉపయోగకరం – కాలం కూడా – ఓహ్ – మాకూ చెప్పు.

స్నేప్

మనం భూమి పైన ఉన్నాం. మనం ఇక్కడి నుంచి కదలాలి. ఇప్పుడే.

హెర్మియోన్

రాన్, నువ్వు ఇప్పటికీ నడవగలవ్, మాతో రా ...

రాన్ లేచి నిలబడుతాడు, నొప్పితో గట్టిగా అరుస్తాడు. స్నేప్ తన మంత్రదండాన్ని పైకి తీస్తాడు.

స్కార్పియస్

ఇది పనిచేస్తోందా?

హెర్మియోన్

మనం ఆ సన్నివేశాన్ని నిలిపివేశాం. సెడ్రిక్ అతని మంత్రదండాన్ని అందుకున్నాడు. అవును. అది పనిచేస్తోంది.

స్నేప్

కానీ, మనం తప్పుడు ప్రదేశానికి వచ్చాం – మనం వెలుపలి వైపు ఉన్నాం. నువ్వు వెలుపల ఉన్నావు.

రాన్

మనం మళ్లీ టైమ్-టర్నర్ ఉపయోగించాలి – ఇక్కడి నుంచి బయటపడాలి –

స్నేప్

మనం ఆశ్రయం కోసం వెతకాలి. మనం భయంకరంగా కనిపిస్తున్నాం.

ఉన్నట్టుండి ఆడిటోరియం చుట్టూ నుంచి ఒక చల్లటి గాలి వీస్తున్న అనుభవం కలుగుతుంది.

కొన్ని నల్లటి వస్త్రాలు అందరి చుట్టూ పైకి లేస్తాయి. ఆ నల్లటి వస్త్రాలు కొద్దిసేపటికి నల్లటి రూపాలుగా మారుతాయి. అవి చివరకు డెమెంటోర్స్ గా మారుతాయి.

హెర్మియోన్

చాలా ఆలస్యమైంది.

స్నేప్

ఇదొక విపత్తు.

హెర్మియోన్ *(తానేం చేయాలో ఆమెకు అర్థమవుతుంది)*

వాళ్లు నా వెనుక ఉన్నారు, మీలో ఎవరి వైపూ కాదు.

రాన్. నువ్వంటే నాకిష్టం. ఎల్లప్పుడూ ఇష్టమే. కానీ, మీ ముగ్గురూ ఇప్పుడు పరిగెత్తాలి. వెళ్లండి. ఇప్పుడే.

రాన్

ఏమిటీ?

స్కార్పియస్

ఏమిటీ?

రాన్

మనం ప్రేమ గురించి ముందుగా మాట్లాడాలా?

హెర్మియోన్

ఇది ఇప్పటికీ వోల్డెమోర్ట్ ప్రపంచం. నాకు దీని గురించి తెలుసు. తర్వాతి పందెంని మార్చితే, ఈ మొత్తం మారిపోతుంది.

స్కార్పియస్

కానీ, వాళ్లు నిన్ను ముద్దు పెట్టుకుంటారు. వాళ్లు నీ ఆత్మను పీల్చేసుకుంటారు.

హెర్మియోన్

ఆ తర్వాత నువ్వు గతాన్ని మార్చేస్తావు. ఆ తర్వాత వాళ్ల వల్ల కాదు. వెళ్లు. ఇప్పుడే.

డెమెంటోర్స్ వాళ్ల జాడ పసిగడుతారు. దాంతో, అన్ని వైపుల నుంచి అరుపులతో ఆ ఆకారాలు కిందకి దిగుతాయి.

స్నేప్

వెళ్లు! మేమూ వెళ్తాం.

అతను స్కార్పియస్ చేతిని లాగుతాడు. స్కార్పియస్ అయిష్టంగానే అతనితో వెళ్తాడు.

హెర్మియోన్ అప్పుడు రాన్ వైపు చూస్తాడు, అతను కదలడు.

హెర్మియోన్

నువ్వు కూడా వెళ్లి తీరాల్సిందే.

రాన్

కానీ, వాళ్లు కొద్దిగా నా వైపే ఉన్నారు. అలాగే, నాకు ఈ నొప్పి చాలా తీవ్రంగా ఉంది. నీకు తెలుసు, నేను ఇక్కడ ఉండిపోక తప్పదు. ఎక్స్ పెక్టో –

అతను ఆ సన్నివేశంలోకి వెళ్లడానికి సిద్ధమైనప్పుడు, హెర్మియోన్ అతని చేయి పట్టి ఆపుతుంది.

హెర్మియోన్

వాళ్లని ఇక్కడే ఉండనివ్వు. ఆ కుర్రాడికి మనం వీలైనంత గొప్ప అవకాశం ఇద్దాం.

రాన్ ఆమె వైపు చూస్తాడు. తర్వాత విచారంగా తలూపుతాడు.

హెర్మియోన్

ఒక కుమార్తె మరియు ఒక కుమారుడు.

ఆమెను చూసి అతను మృదువుగా నవ్వుతాడు; వాళ్ల ప్రేమ నిజమైనది మరియు పరిపూర్ణమైనది.

రాన్

ఒక కుమారుడు కూడా. ఆ ఆలోచన కూడా నాకు నచ్చింది.

అతను చుట్టూ చూస్తాడు – అతనికి జరగబోయేది తెలుసు.

నాకు భయంగా ఉంది.

హెర్మియోన్

నాకు ముద్దు పెట్టు.

రాన్ ఆలోచిస్తాడు. తర్వాత అలాగే చేస్తాడు. అంతలో డెమెంటోర్స్ దిగడంతో వాళ్లిద్దరూ ఆశ్చర్యంతో విడిపోతారు. వాళ్లు నేలకి అంటుకుంటారు. తర్వాత, గాల్లోకి లాగబడుతారు. వాళ్ల శరీరాల నుంచి ఒక బంగారు రంగు, తెల్లటి రంగు కలిసిన పొగ వాళ్ల శరీరం నుంచి రావడం మనకి కనిపిస్తుంది. వాళ్ల నుంచి వాళ్ల ఆత్మలని ఎవరో లాగేస్తుంటారు. ఆ దృశ్యం భయంకరంగా ఉంటుంది.

స్కార్పియస్ మరియు స్నేప్ కలసి స్టేజ్ వెనుక నుంచి పునఃప్రవేశం చేస్తారు, ఇప్పటికే ఏం కోల్పోయారో వాళ్లకి తెలిసి ఉంటుంది.

స్నేప్

ఇక మనం నీటిలోకి దిగుదాం. నడుద్దాం. పరిగెత్తకూడదు.

స్నేప్ అప్పుడు స్కార్పియస్ వైపు చూస్తాడు.

నిశ్శబ్దంగా ఉండు, స్కార్పియస్. వాళ్లు గుడ్డివాళ్లు కావచ్చు కానీ వాళ్లు నీ భయాన్ని పసిగట్టగలరు.

స్కార్పియస్

వాళ్లు ఇప్పుడు వాళ్ల ఆత్మల్ని పీల్చేశారు.

ఒక డెమెంటోర్ వాళ్ల కంటే కిందకి వెళ్లాడు. స్కార్పియస్ ముందు నిలుస్తాడు.

స్నేప్

నువ్వు ఇంకేదైనా ఆలోచించు, స్కార్పియస్. నీ ఆలోచనల్లో ఇంకేదైనా ఉండేలా చూడు.

కానీ, స్కార్పియస్ తన ఆలోచనలు మార్చుకోలేకపోతాడు.

స్కార్పియస్

నాకు చల్లగా ఉంది. నేను చూడలేకపోతున్నాను. నాలో పొగలా ఉంది – నా చుట్టూ ఉంది.

స్నేప్

నువ్వొక రాజువి, నేనొక ప్రొఫెసర్‌ని. వాళ్లు కేవలం ఒక మంచి కారణంతో దాడి చేస్తున్నారు. నువ్వు ప్రేమించే వాళ్ల గురించి ఆలోచించు, నువ్వు ఇదంతా ఎందుకు చేస్తున్నావో ఆలోచించు.

స్కార్పియస్ (పూర్తిగా మనసు మార్చుకుంటాడు)

నేను మా అమ్మ మాటలు వినగలుగుతున్నాను. ఆమెకు నేను కావాలి – నా – సాయం కావాలి, కానీ నా వల్ల కాదని – ఆమెకు తెలుసు.

స్నేప్

నా మాట విను, స్కార్పియస్. ఆల్బస్ గురించి ఆలోచించు. ఆల్బస్ కోసం నువ్వు నీ రాజ్యాన్ని సైతం వదిలేశావ్, కదా?

స్కార్పియస్ నిస్సహాయంగా మారుతాడు. డెమెంటోర్ అన్నీ తినేయడం అతన్ని తీవ్రంగా బాధపెడుతుంది. అతన్ని కాపాడడానికి తన గుండె తెరవాలని స్నేప్‌కి తెలుసు.

స్నేప్

ఒక వ్యక్తి. ఇదంతా ఒకే వ్యక్తి చేశాడు. లిల్లీ కోసం నేను హ్యారీని కాపాడలేకపోయాను. అందుకే, ఆమె విశ్వసించే కారణం కోసం నేను నా విధేయత చూపుతున్నాను. అలాగే, ఇది సాధ్యమే – నాకు నేను నమ్ముతున్న మార్గంలో ఇదంతా తప్పక జరుగుతుంది.

స్కార్పియస్ నిర్ణయాత్మకంగా డెమెంటోర్ నుంచి అడుగు దూరంగా వేస్తాడు.

స్కార్పియస్

ప్రపంచం మారిపోయింది. దాంతో పాటు మనమూ మారిపోయాం. ఈ ప్రపంచంలో నేను మెరుగ్గా ఉన్నాను. కానీ, ఈ ప్రపంచం మెరుగ్గా లేదు. అది నాకు అవసరం లేదు.

అకస్మాత్తుగా వాళ్ల వెనుక నుంచి డొలారస్ అంబ్రిడ్జ్ ప్రత్యక్షమవుతాడు.

డొలారస్ అంబ్రిడ్జ్

ప్రొఫెసర్ స్నేప్!

స్నేప్

ప్రొఫెసర్ అంబ్రిడ్జ్.

డొలారస్ అంబ్రిడ్జ్

మీరు ఈ వార్త విన్నారా? మోసగత్తె అయిన మడ్‌బ్లడ్ హెర్మియోన్ గ్రాంజెర్‌ని మేం పట్టుకున్నాం. ఆమె ఇప్పుడు బయటే ఉంది.

స్నేప్

చాలా అద్భుతమైన విషయం.

డొలారస్ అప్పుడు స్నేప్ వైపు స్పష్టంగా చూస్తాడు. అతను వెనక్కి చూస్తాడు.

డొలారస్ అంబ్రిడ్జ్

నీతోనే ఉందా. గ్రాంజెర్ నీతోనే ఉందా.

స్నేప్

నాతోనా? మీరు పొరబడుతున్నారు.

డొలారస్ అంబ్రిడ్జ్

నీతో మరియు స్కార్పియస్ మాల్ఫోయ్‌తో. అతనొక విద్యార్థి, అతని గురించి నేను అత్యంత కంగారు పడుతున్నాను.

స్కార్పియస్

నిజానికి ...

స్నేప్

డొలారస్, మాకు ఇప్పటికే తరగతికి ఆలస్యమైంది, కాబట్టి, నువ్వు మాకు అవకాశమిస్తే ...

డొలారస్ అంబ్రిడ్జ్

నువ్వు తరగతికి ఆలస్యమైతే, నువ్వు బడికి కదా వెళ్తూ ఉండాలి? మరెందుకు సరస్సు వైపు వెళ్తున్నావ్?

అక్కడ ఒక క్షణం పూర్తి నిశ్శబ్దం ఏర్పడుతుంది. ఆ తర్వాత స్నేప్ ఒక పూర్తిగా అసాధారణమైన పని చేస్తాడు – అతను నవ్వుతాడు.

స్నేప్

ఎంత కాలంగా నువ్వు అనుమానిస్తున్నావ్?

డొలారస్ అంబ్రిడ్జ్ నేల మీద నుంచి లేస్తుంది. ఆమె చేతులు విశాలంగా చాపుతుంది. పూర్తి తాంత్రిక విద్యకి సిద్ధమవుతుంది. ఆమె తన మంత్రదండం బయటకు తీస్తుంది.

డొలారస్ అంబ్రిడ్జ్

సంవత్సరాలు. చాలాకాలం ముందే నేను ఇదంతా ఊహించాను.

స్నేప్ తన మంత్రదండంతో త్వరపడుతాడు.

స్నేప్

డెపుల్సో!

డొలారస్ గాల్లోకి లేచి, వెనక్కి దొర్లుతుంది.

ఆమె ఎప్పుడూ తన సొంత మంచి కోసం తీవ్రంగా ప్రయత్నిస్తుంది. కానీ, ఇప్పుడు వెనక్కి తిరగడం సాధ్యం కాదు.

వాళ్ల చుట్టూ ఉన్న ఆకాశం మరింత నల్లగా మారుతుంది.

ఎక్స్ పెక్టో పాట్రోనమ్!

స్నేప్ ఒక ప్యాట్రోనస్‌ని ముందుకి పంపుతాడు, అది అందమైన తెల్లటి లేడి రూపంతో ఉంటుంది.

స్కార్పియస్

లేడి? లిల్లీ ప్యాట్రనస్.

స్నేప్

చిత్రంగా ఉంది కదా? దాని నుంచి అది వచ్చిందా.

వాళ్ల చుట్టూ డెమెంటోర్స్ కనిపించడం మొదవుతుంది. దానికి అర్థమేమిటో స్నేప్‌కి తెలుసు.

నువ్వు పరిగెత్తి తీరాలి. నాకు వీలైనంత వరకు నేను వాళ్లని మీవైపు రాకుండా చేస్తాను.

స్కార్పియస్

చీకట్లో నాకు కాంతిలా మారినందుకు చాలా కృతజ్ఞతలు.

స్నేప్ అతని వైపు చూస్తాడు. ప్రతి అంగుళం హీరోలా కనిపిస్తాడు, అతను మృదువుగా నవ్వుతాడు.

స్నేప్

ఆల్బస్‌కి చెప్పు – ఆల్బస్ సెవెరస్‌కి చెప్పు – అతనికి నా పేరు పెట్టినందుకు నాకు గర్వంగా ఉందని చెప్పు. ఇక నువ్వు వెళ్లు. వెళ్లు!

ఆ లేడి స్నేప్ వైపు చూస్తుంది – అతను దాన్ని చూసి తల ఊపుతాడు – అప్పుడు స్కార్పియస్ వెనుకగా ఉన్న ఆ లేడి ముందుకి వచ్చి పరుగు మొదలుపెడుతుంది.

స్కార్పియస్ ఆలోచిస్తాడు. తర్వాత ఆ లేడి వెనుక పరుగు మొదలు పెడుతాడు. అతని చుట్టూ ప్రపంచం భయపడడం మొదలవుతుంది. ఒక వైపు నుంచి రక్తసిక్తమైన ఒక అరుపు మొదలవుతుంది. అతను సరస్సుని చూస్తాడు. వెంటనే అందులోకి దూకేస్తాడు.

స్నేప్ కూడా సిద్ధమవుతాడు.

డెమెంటోర్స్ దిగుతారు. స్నేప్ వేగంగా నేలకి దిగుతాడు. ఆ తర్వాత అతని ఆత్మ అతని నుంచి విడిపోవడం మొదలుకాగానే అతను గాల్లోకి చాలా ఎత్తుకి ఎగురుతాడు. అక్కడ వినిపిస్తున్న అరుపులు

మరింత పెద్దవవుతాయి. ఆ లేడి అతని వైపు తిరుగుతుంది. అందమైన కళ్లతో అతని వైపు చూసి మాయమవుతుంది. అప్పుడొక పెద్ద శబ్దం వినిపించి, పెద్ద కాంతి కనిపిస్తుంది. ఆ తర్వాత అంతా నిశ్శబ్దమవుతుంది. ఆ తర్వాత మరింత నిశ్శబ్దంగా మారుతుంది.

అప్పటివరకు, అక్కడంతా చాలా ప్రశాంతంగా ఉంటుంది. అత్యంత ప్రశాంతంగా మారుతుంది. ఆ తర్వాత స్కార్పియస్ నేల మీదకు దిగుతాడు. దీర్ఘంగా శ్వాసిస్తాడు. అతను తన చుట్టూ చూస్తాడు. గాఢంగా శ్వాసిస్తాడు. అతని శ్వాసలో భయం వ్యక్తమవుతుంది. అతను తల పైకెత్తి ఆకాశంలోకి చూస్తాడు. ఆకాశం చిత్రంగా కనిపిస్తుంది – ముందు కంటే మసకగా కనిపిస్తుంది.

అక్కడ ఒక క్షణం పూర్తి నిశ్శబ్దం ఏర్పడుతుంది.

ఆ తర్వాత, స్కార్పియస్ పక్కనే ఆల్బస్ దిగుతాడు. మళ్లీ నిశ్శబ్దంగా మారుతుంది. స్కార్పియస్ తల తిప్పి ఆల్బస్ వైపు చూస్తాడు. ఇద్దరు కుర్రాళ్లు వేగంగా ఊపిరి తీసుకుంటారు.

ఆల్బస్

వావ్!

అద్భుతం! స్కార్పియస్ ముఖం మీద ఒక స్పష్టమైన చిరునవ్వు కనిపిస్తుంది.

స్కార్పియస్

ఆల్బస్!

ఆల్బస్

అది మూసుకుపోయింది! నువ్వు ఆ మెర్‌మ్యాన్‌ని చూశావా? ఆ వ్యక్తి చేతిలో చూశావా – ఆ వ్యక్తి చేతిలో ఏముందో చూశావా – ఆశ్చర్యం!

స్కార్పియస్

అది నీదా!

ఆల్బస్

అది చిత్రంగా ఉందనుకో – సెడ్రిక్ విస్తరించడం నేను చూశానని అనుకున్నాను – కానీ, అంతలోనే అతను తగ్గిపోవడం ప్రారంభించాడు – ఆ తత్వాత నేను నిన్ను చూసేసరికి, నువ్వు నీ మంత్రదండం తీశావ్...

స్కార్పియస్

నిన్ను మళ్లీ చూడడం ఎంత సంతోషంగా ఉందో నీకు తెలియదు.

ఆల్బస్

నువ్వు నన్ను రెండు నిమిషాల క్రితమే చూశావు.

నీళ్లలోనే ఆల్బస్‌ని స్కార్పియస్ హత్తుకుంటాడు, అదొక క్లిష్టమైన పని.

స్కార్పియస్

ఆ తర్వాత చాలా విషయాలు జరిగాయి.

ఆల్బస్

జాగ్రత్త. నువ్వు నన్ను ముంచేస్తున్నావ్. నువ్వు ఏం ధరించావ్?

స్కార్పియస్

నేను ఏం ధరించాలి? (అతను తన గడియారం తీస్తాడు.) నువ్వు ఏం ధరించావ్? అవును! నువ్వు స్లిథెరిన్ కదా.

ఆల్బస్

ఇది పని చేస్తోందా? దీంతో మనం ఏమైనా చేయవచ్చా?

స్కార్పియస్

లేదు. ఇది తెలివైనది.

ఆల్బస్ అతని వైపు చూస్తాడు – నమ్మలేకపోతాడు.

ఆల్బస్

ఏమైంది? మనం విఫలమయ్యామా.

స్కార్పియస్

అవును. అవును. ఇది అద్భుతంగా ఉంది.

అతను నీళ్లలో బలంగా కొడుతాడు. ఆల్బస్ వెంటనే ఒడ్డుకి వచ్చేస్తాడు.

ఆల్బస్

స్కార్పియస్. నువ్వు మళ్లీ ఎక్కువ స్వీట్స్ తింటున్నావా?

స్కార్పియస్

నువ్వే చూస్తావు కదా – అస్సలు హాస్యం లేదు. నాకు అది చాలా నచ్చింది.

ఆల్బస్

ఇప్పుడు నాకు ఆందోళన మొదలైంది ...

హ్యారీ ప్రవేశిస్తాడు, ఆ నీటి అంచులో పరుగు మొదలుపెడుతాడు. అంతలో డ్రాకో, గిన్నీ మరియు ప్రొఫెసర్ మెక్‌గొంగల్ ప్రవేశిస్తారు.

హ్యారీ

ఆల్బస్. ఆల్బస్. నువ్వు బాగానే ఉన్నావ్ కదా?

స్కార్పియస్ *(అత్యంత ఆనందంతో)*

హ్యారీ! అతను హ్యారీ పోటర్ కదా! అలాగే, గిన్నీ కూడా వచ్చింది. ప్రొఫెసర్ మెక్‌గొంగల్ కూడా వచ్చింది. మా నాన్న. మా నాన్న. హాయ్. నాన్న.

డ్రాకో

హలో, స్కార్పియస్

ఆల్బస్

మీరందరూ ఇక్కడికి వచ్చేశారా.

గిన్నీ

మెర్టిల్ మాకు అంతా చెప్పింది.

ఆల్బస్

ఇక్కడేం జరుగుతోంది?

ప్రొఫెసర్ మెక్‌గొంగల్

కాలం నుంచి తిరిగి వచ్చిన వాళ్లలో నువ్వొకడివి. నువ్వెందుకు మాకు విషయం చెప్పలేదు?

వాళ్లకి ఏం తెలుసో స్కార్పియస్ వెంటనే గుర్తు చేసుకుంటాడు.

స్కార్పియస్

ఓహ్ లేదు. ఓహ్ సోదరా. అది ఎక్కడ ఉంది?

ఆల్బస్

ఇప్పుడే ఎక్కడి నుంచి వచ్చావ్?

స్కార్పియస్

నేను పోగొట్టుకున్నాను! నేను టైమ్-టర్నర్ పోగొట్టుకున్నాను.

ఆల్బస్ *(స్కార్పియస్ వైపు చూస్తాడు, తీవ్రమైన కోపంతో చూస్తాడు)*

నువ్వు ఏం పోగొట్టావో తెలుసా?

హ్యారీ

ఈ విషయాలన్నీ కట్టిపెట్టాల్సిన సమయం, ఆల్బస్.

ప్రొఫెసర్ మెకగొంగల్

నీ దగ్గర దానికి ఏదైనా వివరణ ఉంటుందని అనుకున్నాను.

సన్నివేశం మూడు దృశ్యం పది

హాగ్‌వార్ట్స్, ప్రధానోపాధ్యాయురాలి కార్యాలయం

పశ్చాత్తాప పడుతున్నట్టుగా నిల్చుని ఉన్న స్కార్పియస్ మరియు ఆల్బస్‌కి వెనుక డ్రాకో, గిన్నీ మరియు హ్యారీ నిల్చుని ఉంటారు. ప్రొఫెసర్ మెక్‌గొంగల్ కోపంగా ఉంటుంది.

ప్రొఫెసర్ మెక్‌గొంగల్

ఒక విషయం స్పష్టమైంది – నువ్వు అక్రమంగా హాగ్‌వార్ట్స్ ఎక్స్ ప్రెస్ నుంచి దూకేశావ్, మినిస్టరీ ఆఫ్ మ్యాజిక్ లోకి దురాక్రమణ చేసి, అక్కడ దీనిని దొంగిలించి నీ సొంతంగా కాలాన్ని మార్చే ప్రయత్నం చేశావ్, అక్కడి నుంచి మరో ఇద్దరు మాయం కావడానికి కారణమయ్యావ్ –

ఆల్బస్

నేను అంగీకరిస్తాను, కానీ అది పూర్తి నిజం కాదు.

ప్రొఫెసర్ మెక్‌గొంగల్

హూగో మరియు రోజ్ గ్రాంజెర్-వీస్లీ మళ్లీ కాలంలోకి తిరిగి వెళ్లడానికి నీ స్పందన ఏమిటి – అలాగే, ఈ సారి – ఇద్దరు వ్యక్తుల్ని కాకుండా మరింత ఎక్కువ మందిని మాయం చేయడంతో పాటు మీ తండ్రిని చంపే ప్రయత్నం చేశావ్ – ఈ పనుల ద్వారా నువ్వు ఈ ప్రపంచంలో ఇప్పటివరకు చూడని అధ్వాన్నమైన తాంత్రికుడిగా నిలిచావ్. అలాగే, కొత్త తరంలోనూ తాంత్రిక విద్యని ఉపయోగించావ్. (నిరాశగా.) నువ్వు చెప్పింది నిజమే మిస్టర్ పోటర్, ఇది ఏమాత్రం బాగో లేదు కదా? నువ్వెంత మూర్ఖంగా ప్రవర్తించావో తెలుసా?

స్కార్పియస్

అవును, ప్రొఫెసర్.

ఆల్బస్ ఒక క్షణం సంశయిస్తాడు. తర్వాత హ్యారీ వైపు చూస్తాడు.

ఆల్బస్

అవును.

హ్యారీ

ప్రొఫెసర్, నేను చెప్పి –

ప్రొఫెసర్ మెక్‌గొంగల్ *(వేగంగా)*

అది నీ వల్ల కాదు. తల్లితండ్రులుగా మీకు సంబంధించిన విషయాల్లో మీరు నిర్ణయాలు తీసుకోవచ్చు. కానీ, ఇది నా పాఠశాల, అలాగే, ఇక్కడ వీళ్ళు నా విద్యార్థులు, వీళ్లకి ఎలాంటి శిక్ష విధించాలో ఇక్కడ నేను మాత్రమే నిర్ణయిస్తాను.

డ్రాకో

అద్భుతంగా చూస్తాడు.

హ్యారీ అప్పుడు గిన్నీ వైపు చూస్తాడు, ఆమె తన తలను ఊపుతుంది.

ప్రొఫెసర్ మెక్‌గొంగల్

నేను మిమ్మల్ని బహిష్కరించగలను కానీ (హ్యారీ వైపు చూస్తూ) అన్ని విషయాలు పరిగణనలోకి తీసుకున్నాను – అందుకే, మీరు నా సంరక్షణలో ఉండడమే మీకు సురక్షితం అని అర్థం చేసుకున్నాను. మిమ్మల్ని ఇప్పుడు నిర్బంధంలో పెడుతున్నాను – ఈ ఏడాది మిగిలిన సమయమంతా మీరు నిర్బంధంలోనే ఉండక తప్పదు. మీకు ఈసారి క్రిస్మస్ సెలవులు కూడా రద్దు చేస్తున్నాను. ఇక ఎప్పుడూ మీరు హాగ్స్ మీడ్ వెళ్లాలని అనుకోకండి. అలాగే, ఇది కేవలం ప్రారంభం మాత్రమే ...

ఉన్నట్టుండి హెర్మియోన్ ఆవేశంతో స్పందిస్తుంది. మొత్తం పరిస్థితిని పరిష్కరించే ప్రయత్నం చేస్తుంది.

హెర్మియోన్

నేను ఏం చేయలేదు?

ప్రొఫెసర్ మెక్‌గొంగల్ *(కోపంగా)*

గదిలోకి ప్రవేశించే ముందు తలుపు కొట్టడాన్ని మర్యాదగా పేర్కొంటారు, హెర్మియోన్ గ్రాంజెర్ నువ్వు ఆ పని చేయలేదు.

హెర్మియోన్ *(తాను తొందరపడ్డానని గ్రహిస్తుంది)*

ఓహ్.

ప్రొఫెసర్ మెక్‌గొంగల్

నేను కూడా మీకు నిర్బంధం విధించగలను మినిస్టర్, అది నాకు సాధ్యమే. టైమ్-టర్నర్ పెట్టుకోవడం వల్లే ఈ అన్ని చెత్త విషయాలు జరిగాయి!

హెర్మియోన్

నా మాట వినరా –

ప్రొఫెసర్ మెక్‌గొంగల్

బుక్‌కేస్‌లో పెట్టావ్. నువ్వు దాన్ని బుక్‌కేస్‌లో పెట్టావ్! అది దాదాపు పూర్తి హాస్యాస్పదం.

హెర్మియోన్

మినర్వా. (ఆమె శ్వాస తీసుకుంటుంది; హెర్మియోన్ తన పొరబాటు గ్రహిస్తుంది.) ప్రొఫెసర్ మెక్‌గొంగల్ –

ప్రొఫెసర్ మెక్‌గొంగల్

ఇక్కడ ఉన్నది నీ పిల్లలు కాదు!

హెర్మియోన్ వద్ద దానికి ఎలాంటి సమాధానం ఉండదు.

ఇది నా పాఠశాలలో జరిగింది, నా పర్యవేక్షణలో జరిగింది. ఆ డంబెల్‌డోర్ చేసినదానికి, నేను నాతో బ్రతకలేకపోతున్నాను ...

హెర్మియోన్

నాకు తెలుసు.

ప్రొఫెసర్‌మెక్‌గొంగల్‌ఒకక్షణంతననుతానుతమాయించుకుంటుంది. తర్వాత ఆమె స్థిరంగా కుర్రాళ్ల వైపు తిరుగుతుంది.

ప్రొఫెసర్ మెక్‌గొంగల్ (ఆల్బస్ మరియు స్కార్పియస్ వైపు చూస్తూ)

సెడ్రిక్‌ని కాపాడాలనే మీ ప్రయత్నం అభినందించదగినదే కానీ, ఆ ప్రయత్నం దారి తప్పింది. మీకు మీరు మిమ్మల్ని ధైర్యవంతులని అనుకున్నారు. స్కార్పియస్, మరియు ఆల్బస్ నువ్వు ఆ పనే చేశారు. కానీ, ధైర్యం అనేది మూర్ఖత్వంగా మారకూడదని నిన్ను హెచ్చరించడంలో చివరకు మీ నాన్న కూడా కొన్నిసార్లు విఫలమయ్యాడు. ఎల్లప్పుడూ ఈ విషయం గురించి ఆలోచించు. ఏది సాధ్యమో దాని గురించే ఆలోచించు. అది వోల్డెమోర్ట్ ద్వారా నియంత్రించబడుతున్న ప్రపంచం–

స్కార్పియస్

అదొక భయంకర ప్రపంచం.

ప్రొఫెసర్ మెక్‌గొంగల్

నువ్వు చాలా చిన్నవాడివి. (ఆమె హ్యారీ, డ్రాకో, గిన్నీ మరియు హెర్మియోన్ వైపు చూస్తుంది.) మీరు కూడా చాలా చిన్నవాళ్లు. తాంత్రికుల విద్యలు ఎంత ఘోరాలకి దారితీస్తాయో మీకు తెలియదు. మీరు – నిర్లక్ష్యంగా ఉన్నారు – ఆ వ్యక్తులు ఉన్న ప్రపంచంలో – నాకు

మరియు మీకు ప్రియమైన స్నేహితులు కూడా ఉన్నారు – దాన్ని సృష్టించి, స్థిరంగా ఉంచడానికి వాళ్లు చాలా త్యాగాలు చేశారు.

ఆల్బస్

అవును, ప్రొఫెసర్.

స్కార్పియస్

అవును, ప్రొఫెసర్.

ప్రొఫెసర్ మెక్‌గొంగల్

వెళ్లండి. ఇక వెళ్లండి. ఇదే మీకు నేను చెప్పేది. నాకు ఆ టైమ్-టర్నర్ తెచ్చి ఇవ్వండి.

సన్నివేశం మూడు దృశ్యం పదకొండు

హాగ్వార్ట్స్, స్లిథరిన్ డార్మెటరీ

ఆల్బస్ తన గదిలో కూర్చుని ఉంటాడు. హ్యారీ లోపలకి వచ్చి తన కుమారుడిని చూస్తాడు. చాలా కోపంగా ఉంటాడు, కానీ, అది బయటపడకుండా జాగ్రత్తగా ఉంటాడు.

హ్యారీ

లోపలకు అనుమతించినందుకు కృతజ్ఞతలు.

ఆల్బస్ తిరుగుతాడు, తండ్రిని చూసి తల ఊపుతాడు. అతను కూడా హెచ్చరికగా ఉంటాడు.

టైమ్-టర్నర్‌తో వెతికినప్పటికీ, ఇంకా అదృష్టం దొరకలేదు. సరస్సును తవ్వడానికి వాళ్లు మెర్‌పీపుల్‌తో చర్చలు జరుపుతున్నారు.

అతను అసౌకర్యంగా కూర్చుంటాడు.

ఈ గది చాలా బాగుంటుంది.

ఆల్బస్

పచ్చ రంగు చాలా ప్రశాంతంగా ఉంటుంది కదా? అంటే, గ్రిఫిండర్ గదులు అన్నీ చక్కగా ఉంటాయి కదా, కానీ, ఎర్ర రంగుతో సమస్య ఏమిటంటే – అది మనల్ని కొంచెం ఇబ్బందిలోకి నెట్టేస్తుంది – నేను అది చెప్పే ప్రయత్నం చేస్తున్నాను.

హ్యారీ

నువ్వు ఈ పని ఎందుకు చేశావో కొంచెం వివరంగా చెప్పగలవా?

ఆల్బస్

నేను పరిస్థితులను – మార్చాలనుకున్నాను – సెడ్రిక్‌కి జరిగింది – అన్యాయం అనిపించింది.

హ్యారీ

నిజమే, అది అన్యాయమే ఆల్బస్, అది నాకు తెలియదనుకున్నావా?

నేను అక్కడే ఉన్నాను. అతను చనిపోవడం చూశాను. కానీ, ఇది చేయడానికి ... ఇంతగా ప్రమాదంలోకి వెళ్లాలా ...

ఆల్బస్

నాకు తెలుసు.

హ్యారీ *(అతని కోపాన్ని అణచుకోలేకపోతాడు)*

నేను చేసినట్టుగా నువ్వు చేయడానకి ప్రయత్నించి, నువ్వు తప్పుడు మార్గంలో వెళ్లిపోయావ్. నేనెప్పుడూ సాహసాలను ఇష్టపడను, అది చేసి తీరాల్సిన పరిస్థితి నాకు ఎదురైంది. నువ్వు నిజంగానే ఆ పని చాలా నిర్లక్ష్యంగా చేశావ్ – చాలా మూర్ఖంగా చేశావ్, చాలా ప్రమాదకరంగా చేశావ్ – ఒకవిధంగా అది అన్నింటినీ ధ్వంసం చేసింది –

ఆల్బస్

నాకు తెలుసు. నిజంగానే, నాకు తెలుసు.

నిశ్శబ్దం. ఆల్బస్ కంటి నుంచి నీళ్లు కారుతాయి, హ్యారీ అది గమనిస్తాడు. గట్టిగా నిట్టూరుస్తాడు. అతను తనని తాను నియంత్రించుకునే ప్రయత్నం చేస్తాడు.

హ్యారీ

నేను కూడా తప్పు చేశాను – స్కార్పియస్‌ని వోల్డెమోర్ట్ కుమారుడిగా భావించాను. అతను నల్లటి మేఘం కాదు.

ఆల్బస్

లేదు.

హ్యారీ

నేను ఆ మ్యాప్‌కి బయట చూశాను. నువ్వు దాన్ని మళ్లీ చూడలేవు. నువ్వు పారిపోయినప్పుడే మీ అమ్మ నీ గది నుంచి వెళ్లిపోయింది. నీకు ఆ విషయం తెలుసా? నన్ను కూడా లోపలకి వెళ్లనివ్వలేదు – అలాగే, ఏ ఒక్కరినీ వెళ్లనివ్వలేదు – నువ్వు ఆమెను నిజంగానే భయపెట్టేశావ్ ... నన్ను కూడా.

ఆల్బస్

నిజంగా మిమ్మల్ని భయపెట్టానా?

హ్యారీ

అవును.

ఆల్బస్

హ్యారీ పోటర్ దేనికీ భయపడడని అనుకున్నాను కదా?

హ్యారీ

నన్ను చూస్తే నీకు ఆ విధంగా అనిపించిందా?

ఆల్బస్ తన తండ్రి వైపు చూస్తాడు, అతన్ని అర్థం చేసుకునే ప్రయత్నం చేస్తాడు.

ఆల్బస్

స్కార్పియస్ చెప్పి ఉంటాడని నేను అనుకోను, కానీ, మొదటి పందెంని సరిచేయడంలో విఫలమై మేము తిరిగి వస్తున్న సమయంలో, నేను ఉన్నట్టుండి గ్రిఫిండర్ ఇంట్లోకి వెళ్లాను, ఏ విషయంలోనూ మా మధ్య మెరుగైనదేమీ కనిపించలేదు – నిజం ఏమిటంటే, నేను స్లిథరిన్‌లో ఉన్నాను – అది మన సమస్యలకి కారణం కాదు. ఇది దానికి సంబంధించిన విషయం కాదు.

హ్యారీ

లేదు. నాకు తెలుసు. ఇది దానికి సంబంధించిన విషయం కాదు.

హ్యారీ అప్పుడు ఆల్బస్ వైపు చూస్తాడు.

నువ్వు బాగానే ఉన్నావ్ కదా ఆల్బస్?

ఆల్బస్

లేదు.

హ్యారీ

నేను కూడా బాగోలేను.

సన్నివేశం మూడు దృశ్యం పన్నెండు

కల, గాడ్రిక్ హాలో స్మశానం

యువ హ్యారీ అక్కడ నిల్చుని ఒక సమాధి రాయిని చూస్తుంటాడు. దాని మీద పెద్ద మొత్తంలో పూలు పెట్టి ఉంటాయి. అతని చేతిలో ఒక చిన్న పూల గుత్తి ఉంటుంది.

ఆంటీ పెటూనియా

వెళ్లు, వెళ్లి నీ చేతిలో ఉన్న పువ్వులు అక్కడ పెట్టేసి వెళ్లిపో. నాకు ఇప్పటికే ఈ చిన్న గ్రామం అంటే ద్వేషంగా ఉంది, ఆ ఆలోచన ఇంకా ఎందుకు ఉందో కూడా నాకు తెలియదు – గాడ్రిక్ హాలో అంటే, దేవుడు లేని లోయ అనేలా ఉంది, ఈ ప్రదేశం నిజంగానే చాలా రోతగా ఉంది – వెళ్లు, త్వరగా పని పూర్తి చేసి రా.

యువ హ్యారీ ఆ సమాధి వద్దకి వెళ్తాడు. అక్కడ అతను ఒక క్షణం అలాగే నిలబడుతాడు.

త్వరగా, హ్యారీ ... ఇలాంటి వాటికి నాకు సమయం లేదు. డడ్లీ ఈ రాత్రికి తన కబ్స్ తో వస్తున్నాడు. అతనికి ఆలస్యం నచ్చదని నీకు తెలుసు కదా.

యువ హ్యారీ

ఆంటీ పెటూనియా. మనం చివరగా మిగిలిన బంధువులం, నిజమే కదా?

ఆంటీ పెటూనియా

అవును. నువ్వు మరియు నేను. నిజమే.

యువ హ్యారీ

అలాగే – వాళ్లు ప్రఖ్యాతి చెందిన వాళ్లు కాదు కదా? వాళ్లకి స్నేహితులెవరూ లేరని నువ్వు చెప్పావు కదా?

ఆంటీ పెటూనియా

లిల్లీ ప్రయత్నించింది – ఆమెను దీవించాను – ఆమె ప్రయత్నించింది – అది ఆమె తప్పు కాదు, కానీ ఆమె అందర్నీ వ్యతిరేకించింది – అది ఆమె స్వభావం. ఆమెలోని కోపం తీవ్రత అది, అది ఆమె తీరు – స్వభావం, అది ఆమె – ప్రవర్తించే తీరు. అలాగే నీ తండ్రి – ఒక చెడ్డ వ్యక్తి – చాలా తీవ్రమైన చెడ్డ వ్యక్తి. అస్సలు స్నేహితులు లేరు. వాళ్లిద్దరికీ లేరు.

యువ హ్యారీ

నా ప్రశ్న ఏమిటంటే – నువ్వు చెప్పిందే నిజమైతే, ఇక్కడ ఇన్ని పువ్వులెందుకు ఉన్నాయి? ఈ సమాధి చుట్టూ ఇన్ని పుష్పాలు ఉండడానికి కారణమేమిటి?

ఆంటీ పెటూనియా చుట్టూ చూస్తుంది, ఆమె మొదటిసారిగా ఆ సమాధిని పరిశీలనగా చూస్తుంది. దానిమీద పెద్ద మొత్తంలో పుష్పాలు కనిపిస్తాయి. ఆమె దగ్గరగా వెళ్తుంది, తన సోదరి సమాధి పక్కన కూర్చుంటుంది. తనలో నుంచి బయటకు వచ్చే భావావేశంతో పోరాడే ప్రయత్నం చేస్తుంది. కానీ, తనలో భావావేశాన్ని అణచుకోలేకపోతుంది.

ఆంటీ పెటూనియా

ఓహ్. నిజమే. చెప్పాలంటే, ఇక్కడ కొన్ని పువ్వులే ఉంటాయని అనుకున్నాను. బహుశా ఇవి ఇతర సమాధుల నుంచి ఎగిరి వచ్చి ఇక్కడ పడి ఉంటాయి. లేదంటే, ఎవరైనా ఇది కావాలనే చేసి ఉంటారు. అవును, అలా జరగడానికే ఎక్కువ అవకాశం ఉందని అనుకుంటున్నాను, ఎవరో ఏమీ తోచని కుర్రాళ్లు ఎవరైనా మిగిలిన సమాధుల మీదుండే పుష్పాలన్నీ తీసుకొచ్చి, కావాలనే ఇక్కడ పెట్టి ఉంటారు –

యువ హ్యారీ

కానీ, ఇవన్నీ వాళ్ల పేర్లతోనే ఉన్నాయి ... లిల్లీ మరియు జేమ్స్, మీరేం చేస్తున్నారు, మిమ్మల్ని మేం ఎప్పటికీ మర్చిపోలేం ... లిల్లీ మరియు జేమ్స్, మీ త్యాగం –

వోల్డెమోర్ట్

నేను నేరాన్ని పసిగట్టాను, గాలిలో నేరం అనే దుర్గంధం వస్తోంది.

ఆంటీ పెటూనియా (యువ హ్యారీ వైపు చూస్తూ)

వెళ్లు. అక్కడి నుంచి దూరంగా వెళ్లు.

ఆమె అతడిని వెనక్కి లాగుతుంది. వోల్డెమోర్ట్ చేయి గాల్లోకి లేస్తుంది, పోటర్ సమాధి రాయి కంటే పైకి లేస్తుంది, మిగిలినది

అతను తర్వాత లేపుతాడు. మనం అతని ముఖం చూడలేదు కానీ, అతని శరరీం చాలా భయంకర రూపంలో ఉంది.

అది నాకు తెలుసు. ఈ ప్రదేశం ప్రమాదకరమైనది. మనం త్వరగా ఈ గాడ్రిక్స్ హాలో వదలి వెళ్లడం మంచిది.

యువ హ్యారీని స్టేజ్ మీద నుంచి లాగుతారు, అయితే, ముఖం తిరిగాక చూస్తే అతను వోల్డెమోర్ట్.

వోల్డెమోర్ట్

నువ్వింకా నా కళ్లతో చూస్తున్నావా, హ్యారీ పోటర్?

వోల్డెమోర్ట్ గడియారంలో నుంచి ఆల్బస్ ఉద్వేగంగా రావడంతో, యువ హ్యారీ ఇబ్బందితో నిష్క్రమిస్తాడు. అతను ఒక నిరాశపూరితంగా తన తండ్రి వైపు చేయి అందిస్తాడు.

ఆల్బస్

నాన్నా ... నాన్నా ...

అక్కడ కొన్ని మాటలు సర్పాల భాషలో మాట్లాడబడుతాయి.

అతను వస్తున్నాడు. అతను వస్తున్నాడు. అతను వస్తున్నాడు.

ఆ తర్వాత ఒక పెద్ద అరుపు వినిపిస్తుంది.

ఆ తర్వాత, గది వెనుక కుడివైపు నుంచి మొదలైన గుసగుసల శబ్దం అన్నిచోట్లా వినిపిస్తుంది. ఒక దృఢమైన స్వర్వంతో ఆ మాటలు వినిపిస్తాయి. ఆ స్వరం వోల్డెమోర్ట్ ...

హ్యాహ్యాహ్యారీ పోటటటర్ ...

సన్నివేశం మూడు దృశ్యం పదమూడు

హ్యారీ మరియు గిన్నీ పోటర్ ఇల్లు, వంటగది

హ్యారీ ఒక భయంకరమైన స్థితిలో ఉంటాడు. అతని కలలు అతనికి చెప్పిన విషయాలతో అతను నిశ్చలంగా మారిపోయి ఉంటాడు.

గిన్నీ

హ్యారీ? హ్యారీ? ఇదేమిటి? నువ్వు అరుస్తున్నావా ...

హ్యారీ

నాకు వస్తున్న కలలు ఆగడం లేదు.

గిన్నీ

ఏ కలలైనా వెంటనే ఆగిపోవడం సాధ్యం కాదు. ఇదొక ఒత్తిడితో కూడిన సమయం, అలాగే –

హ్యారీ

కానీ నేనెప్పుడూ పెటూనాతో కలసి గాడ్రిక్స్ హాలోలో లేను. ఇది సాధ్యం కాదు –

గిన్నీ

హ్యారీ, నువ్వు నిజంగానే నన్ను భయపెడుతున్నావ్.

హ్యారీ

అతను ఇప్పటికీ ఇక్కడే ఉన్నాడు, గిన్నీ.

గిన్నీ

ఎవరు ఇంకా ఇక్కడే ఉన్నారు?

హ్యారీ

వోల్డెమోర్ట్. నేను వోల్డెమోర్ట్ ని మరియు ఆల్బస్ని చూశాను.

గిన్నీ

ఆల్బస్‌ని చూశావా ...?

హ్యారీ

అతను అన్నాడు – అంటే, వోల్డెమోర్ట్ అన్నాడు – 'నేను అపరాధాన్ని పసిగట్టాను, ఈ గాలిలో అపరాధం వాసన వస్తోంది' అన్నాడు. అతను నాతో మాట్లాడాడు.

హ్యారీ ఆమె వైపు చూస్తాడు. అతని వల్ల ఆమె కూడా భయపడిపోతుంది. ఆమె ముఖం పాలిపోయి ఉంటుంది.

గిన్నీ

హ్యారీ, అంటే, ఆల్బస్ ఇంకా ప్రమాదంలోనే ఉన్నాడా

హ్యారీ ముఖం తెల్లగా మారిపోతుంది.

హ్యారీ

మనం అందరం ప్రమాదంలో ఉన్నామనిపిస్తోంది.

సన్నివేశం మూడు దృశ్యం పధ్నాలుగు

హాగ్‌వార్ట్స్, స్లిథెరిన్ డార్మెటరీ

ఆ ఇద్దరు కుర్రాళ్లు నిద్ర పోతున్నట్టుగా కనిపిస్తుంది. కానీ, స్కార్పియస్ నిద్రపోడు. అతను ఏదో కీడు శంకిస్తున్నట్టుగా ఆల్బస్ పడక పైభాగంలో చూస్తుంటాడు.

స్కార్పియస్

ఆల్బస్ ... త్వరగా ... ఆల్బస్.

కానీ, ఆల్బస్ మేల్కోడు, దాంతో, స్కార్పియస్ మరింత గట్టిగా పిలుస్తాడు.

ఆల్బస్!

ఆల్బస్ దిగ్భ్రాంతి చెందినట్టుగా నిద్రలేస్తాడు. స్కార్పియస్ నవ్వుతాడు.

ఆల్బస్

ప్రశాంతంగా లేపాలి. నిద్ర లేపేటప్పుడు భయపెడుతున్నట్టుగా నిద్రలేపకూడదు.

స్కార్పియస్

నీకు తెలుసా, ఇది అత్యంత చిత్రమైన విషయం. కానీ, భయపెట్టే ప్రదేశంలో ఉన్నామని ఊహించుకున్నప్పుడల్లా, నాకు నిజంగానే చాలా భయంగా ఉంటుంది. నేను – స్కార్పియస్ అంటే ఎప్పుడూ భయం ఉండదు – మాల్ఫోయ్ అంటే, ఉద్వేగపడడం జరగదు.

ఆల్బస్

మంచిది.

స్కార్పియస్

అంటే, సాధారణంగా, మనం బంధీలుగా ఉన్నప్పుడు, మనం అంత కుదురుగా ఉండడం సాధ్యం కాదు. నేను ఏమైనా చేయగలను, కానీ ఇప్పుడు – వాళ్లు ఇంతకంటే ఏం చేయగలరు? మాల్డీవోల్డీని మళ్లీ ఇక్కడికి తీసుకొచ్చి, అతనితో నన్ను హింసిస్తారు? చేయరు.

ఆల్బస్

నువ్వు మంచి మూడ్‌లో ఉన్నప్పుడు నువ్వు బాగా భయపడుతావ్, నీకు తెలుసా?

స్కార్పియస్

ఈరోజు కషాయాల గదిలో నన్ను చూడడానికి రోజ్ వచ్చినప్పుడు, నన్ను బ్రెడ్ హెడ్ అని పిలిచింది. నేను దాదాపుగా ఆమెను కౌగలించేసుకున్నాను. అంటే, పూర్తిగా కాదు. దాదాపు ఆ పని చేశాను, అంటే, నేను ఆమెను కౌగలించుకునే ప్రయత్నం చేశాను, అప్పుడు ఆమె నన్ను గట్టిగా కొట్టింది.

ఆల్బస్

భయం లేకుండా ఉండడమనేది నీ ఆరోగ్యానికి మంచిదని నేను ఖచ్చితంగా చెప్పలేను.

స్కార్పియస్ అప్పుడు ఆల్బస్ వైపు చూస్తాడు; అతని ముఖం మరింత ఆలోచనతో ఉన్నట్టు మారిపోతుంది.

స్కార్పియస్

మనం మళ్లీ ఇక్కడికి చేరడం ఎంత గొప్పగా ఉందో నీకు తెలుసా, ఆల్బస్. నేను ఒకప్పుడు దీన్ని ద్వేషించాను.

ఆల్బస్

పాలీ ఛాప్‌మ్యాన్ నిన్ను ముక్కలుగా చేస్తున్నట్టుగా అనిపించడం తప్ప.

స్కార్పియస్

సెడ్రిక్ పూర్తిగా ఒక భిన్నమైన వ్యక్తి – నల్లటి, ప్రమాదకరమైన వ్యక్తి. మా నాన్న – మా నాన్న – వాళ్లు కోరుకున్నది ఏదైనా చేస్తాడు. మరి నేను? నేను మరో స్కార్పియస్‌ని కనుగొన్నాను తెలుసా? కోపం అనే స్వభావం కలిగిన వ్యక్తి – అందరూ నన్ను చూస్తేనే భయపడిపోతున్నాను. మనందర్నీ పరీక్షించినట్టు, మనం అందరం విఫలమైనట్టుగా అనిపిస్తోంది.

ఆల్బస్

కానీ, నువ్వు పరిస్థితులను మార్చేశావ్. నీకు అవకాశం దొరికితే, నువ్వు సమయాన్ని వెనక్కి తీసుకొస్తావ్. నిన్ను నువ్వు కూడా వెనక్కి తీసుకొస్తావ్.

స్కార్పియస్

అందుకు ఒకటే కారణం, నేనేం చేయాలో నాకు తెలుసు.

ఆల్బస్ ఇదంతా జీర్ణం చేసుకుంటాడు.

ఆల్బస్

నన్ను కూడా పరీక్షించారని అనుకుంటున్నావా? నేను, నేను కాదని అనుకుంటున్నావా?

స్కార్పియస్

లేదు. ఇంకా లేదు.

ఆల్బస్

నువ్వు అనుకున్నది తప్పు. మూర్ఖమైన పని అంటే, అది ఒకసారి వెనక్కి వెళ్లడం కాదు – ఎవరైనా సరే, ఆ పొరబాటు చేయగలరు – మూర్ఖమైన పని అంటే, రెండుసార్లు వెనక్కి వెళ్లేంతటి దురహంకారం ఉండడం.

స్కార్పియస్

మనిద్దరం వెనక్కి వెళ్లాం కదా.

ఆల్బస్

ఈ పని చేయడానికి నేను ఇంత నిశ్చయంగా ఎందుకు ఉన్నానో తెలుసా? సెడ్రిక్ కోసమా? నిజంగా? కాదు. నేను ఒక విషయాన్ని నిరూపించాలనుకున్నాను. మా నాన్న చెప్పేది నిజం – ఆయనెప్పుడూ తనకి తానుగా సాహసాలకి సిద్ధం కాడు – నేను, ఇది, ఇదంతా నా పొరబాటు – ఒకవేళ నువ్వు గానీ లేకుండా ఉంటే, ఇది పూర్తిగా చీకటిగా మారిపోయి ఉండేది.

స్కార్పియస్

కానీ, అలా జరగలేదు. ఆ విషయంలో నాకంటే కూడా నీకే ఎక్కువ కృతజ్ఞతలు చెప్పాలి. డెమెంటోర్స్ వచ్చినప్పుడు – అంటే, నా ఆలోచనల్లో వచ్చినప్పుడు – నీ గురించి ఆలోచించమని సెవెరస్ స్నేప్ చెప్పాడు. ఆల్బస్ నువ్వు గానీ అక్కడ లేకపోయి ఉంటే, - కానీ, నువ్వు నా కోసం వచ్చావు. నాకు తోడుగా యుద్ధం చేశావు.

ఆల్బస్ తల ఊపుతాడు. ఈ మాట అతడిని ఆకట్టుకుంటుంది.

సెడ్రిక్‌ని కాపాడేందుకు – అదేమీ అంత చెడ్డ ఆలోచన కాదు – అదెప్పుడూ నా ఆలోచనల్లో లేనే లేదు – నీకూ ఆ విషయం తెలుసు కదా – ఆ విషయాన్ని మనం ఖచ్చితంగా మళ్లీ ప్రయత్నించకూడదు.

ఆల్బస్

అవును. నాకు తెలుసు. నాకు ఆ సంగతి తెలుసు.

స్కార్పియస్

మంచిది. అయితే, దీన్ని ధ్వంసం చేయడానికి నువ్వు నాకు సాయం చేయ్.

స్కార్పియస్ తన దిండు కింద నుంచి టైమ్-టర్నర్ బయటకు తీస్తాడు, దాన్ని చూడగానే ఆల్బస్ ఆశ్చర్యపోతాడు.

ఆల్బస్

ఇది నీ దగ్గర లేదని సరస్సు అడుగు భాగంలో నువ్వు అందరికీ చెప్పావు కదా.

స్కార్పియస్

మాల్ఫోయ్ ఏమాత్రం ఉద్వేగానికి గురి కాకుండా ఉండడమే ఒక పెద్ద అబద్ధం.

ఆల్బస్

స్కార్పియస్, దీని గురించి మనం ఎవరికైనా చెప్పాలి ...

స్కార్పియస్

ఎవరికి? గతంలో ఇది మినిస్ట్రీ దగ్గర ఉండేది, వాళ్లు మళ్లీ దీన్ని జాగ్రత్త చేయగలరనే విషయంలో నీకు నమ్మకం ఉందా? ఇది ఎంత ప్రమాదకరమో నువ్వు, నేను మాత్రమే స్వయంగా అనుభవంతో తెలుసుకున్నాం, కాబట్టి, నువ్వు మరియు నేను కలసి దీన్ని ధ్వంసం చేయాలి. మనం చేసిన పని ఇక ఏ ఒక్కరూ చేయలేరు ఆల్బస్. ఎవరూ చేయలేరు. లేదు, (గట్టిగా) ఇది సమయానికి సంబంధించినది. గతంలో సమయానికి సంబంధించినది.

ఆల్బస్ *(తన స్నేహితుడిని చూసి నవ్వుతాడు)*

ఆ విషయంలో నువ్వు చాలా గర్వంగా ఉన్నావు కదా, నిజమే కదా?

స్కార్పియస్ *(తిరిగి నవ్వుతూ)*

రోజంతా ఈ పనిలోనే ఉందాం.

సన్నివేశం మూడు దృశ్యం పదిహేను

హాగ్వార్ట్స్, స్లిథరిన్ డార్మెటరీ

హ్యారీ మరియు గిన్నీ డార్మెటరీ ద్వారా వేగంగా వెళ్తారు. క్రెగ్ బోకెర్ జూనియర్ వాళ్ల వెనుకే వెళ్తాడు.

క్రెగ్ బోకెర్ జూనియర్

నేను ఆ పని మళ్లీ చేసేనా? ఇది నిబంధనలకి విరుద్ధమైనది, అలాగే, ఇది అర్ధరాత్రి సమయం.

హ్యారీ

నేను నా కుమారుడిని వెతకాలి.

క్రెగ్ బోకెర్ జూనియర్

నువ్వు ఎవరివో నాకు తెలుసు మిస్టర్ పోటర్, కానీ, ఇది పాఠశాల నిబంధనలకి వ్యతిరేకం అని మీరు తెలుసుకోవాలి. అంటే, అనుమతి లేకుండా తల్లితండ్రులు కానీ, ప్రొఫెసర్లు కానీ హౌస్ క్వార్టర్స్ లోకి అడుగు పెట్టకూడదు.

ప్రొఫెసర్ మెక్‌గొంగల్ వాళ్ల వెనుకే వస్తుంది.

ప్రొఫెసర్ మెక్‌గొంగల్

దయచేసి అంతగా శ్రమపడొద్దు, క్రెగ్.

హ్యారీ

మీకు మా సందేశం అందిందా? సంతోషం.

క్రెగ్ బోకెర్ జూనియర్ *(నిర్ఘాంతపోతాడు)*

ప్రధానోపాధ్యాయురాలి. నేను – నేను ఇప్పుడే –

హ్యారీ ఒక బెడ్‌కి కట్టి ఉన్న తెర తీస్తాడు.

ప్రొఫెసర్ మెక్‌గొంగల్

అతను వెళ్లిపోయాడా?

హ్యారీ

అవును.

ప్రొఫెసర్ మెక్‌గొంగల్

యువ మాల్ఫోయ్ కూడా?

గిన్నీ మరొక తెర తీస్తుంది.

గిన్నీ

ఓహ్, ఇక్కడా లేదు.

ప్రొఫెసర్ మెక్‌గొంగల్

ఇలాగైతే, ఈ పాఠశాలని తలక్రిందులుగా మార్చాల్సిందే. క్రైగ్, మనం ఇప్పుడు ఏం చేయాలంటే ...

గిన్నీ మరియు హ్యారీ ఆ బెడ్ వైపు చూస్తూ ఉండిపోతారు.

గిన్నీ

మనం గతంలో ఇక్కడే ఉండేవాళ్లం కదా?

హ్యారీ

ఈసారి మరింత అధ్వాన్న ఆలోచనలు వస్తున్నాయి.

గిన్నీ పూర్తి భయంతో తన భర్త వైపు చూస్తుంది.

గిన్నీ

గతంలో నువ్వు అతనితో మాట్లాడావా?

హ్యారీ

అవును.

గిన్నీ

నువ్వు అతని వసతిగృహానికి వచ్చి, అతనితో మాట్లాడావా?

హ్యారీ

నేను చేశానని నీకు తెలుసు.

గిన్నీ

మన కుమారుడితో నువ్వేం చెప్పావ్, హ్యారీ?

హ్యారీకి ఆమె స్వరంలో నిందారోపణ వినిపిస్తుంది.

హ్యారీ

నువ్వు చెప్పినట్టే నేను నిజాయితీగా ఉన్నాను – నేనేమీ చెప్పలేదు.

గిన్నీ

నిన్ను నువ్వు నియంత్రించుకున్నావా? మరి ఇదంతా ఎలా జరిగింది?

హ్యారీ

... నేను అదంతా ఆలోచించడం లేదు ... నేను అతడిని భయపెట్టి పంపేశానని అనుకుంటున్నావు కదా?

గిన్నీ

నేను నిన్ను ఒక పొరబాటుకు క్షమించగలను, లేదంటే, రెండు పొరబాట్లకు క్షమించగలను, కానీ, నువ్వు పొరబాట్లు చేస్తూనే పోతుంటే నేను నిన్ను క్షమించడం కూడా కష్టమైపోతుంది.

సన్నివేశం మూడు దృశ్యం పదహారు

హాగ్వార్ట్స్, ఓలెరీ

వెండి రంగు కాంతితో ఉన్న ఒక పైకప్పు మీద స్కార్పియస్ మరియు ఆల్బస్ ఉంటారు. వాళ్ల చుట్టూ ఏదో శబ్దం వినిపిస్తూ ఉంటుంది.

స్కార్పియస్
  అంటే, ఇదొక సింపుల్ కాన్ఫ్రింగో అనుకుంటున్నాను.

ఆల్బస్
  ఖచ్చితంగా కాదు. ఇలాంటి వాటికోసం మనకి ఎక్స్ పల్సో కావాలి.

స్కార్పియస్
  ఎక్స్ పల్సో? ఎక్స్ పల్సో మరియు ఈ ఓలెరీ నుంచి మనం టైమ్-టర్నర్ ముక్కలని శుభ్రం చేయాలి.

ఆల్బస్
  బంబర్డా?

స్కార్పియస్
  హాగ్వార్ట్స్ లోని ప్రతిఒక్కరినీ నిద్ర లేపుతావా? బహుశా స్టఫే కావచ్చు. నిజానికి వాళ్లు స్టఫే ఉపయోగించి ధ్వంసం చేశారు ...

ఆల్బస్
  ఖచ్చితంగా, ఇది ముందే చేశారు – మనం కొత్తగా ఏదైనా చేయాలి, తమాషాగా చేయాలి.

స్కార్పియస్
  తమాషాగా? చాలామంది తాంత్రికులు సరైన సమయం కోసం చూస్తుంటారు. కానీ, నిజానికి ఇదే అసలైన విషయం. ఎందుకంటే, ఆధునిక తాంత్రిక విద్యలో దీన్ని చాలా తక్కువ అంచనా వేశారు.

డెల్ఫీ

'ఆధునిక తాంత్రిక విద్యలో చాలా తక్కువ అంచనా వేయబడినది' – మీరిద్దరూ అత్యంత గొప్పవాళ్లు, మీకు ఆ సంగతి తెలుసా?

స్కార్పియస్ పైకి చూస్తాడు, వాళ్ల వెనుక డెల్ఫీ కనిపించడంతో వాళ్లు ఆశ్చర్యపోతారు.

స్కార్పియస్

అద్భుతం. నువ్వు ... ఉమ్ ... నువ్వు ఇక్కడేం చేస్తున్నావ్?

ఆల్బస్

గుడ్లగూబని పంపడం ముఖ్యం అనిపించింది – మనం ఏం చేస్తున్నామో ఆమెకు తెలుస్తుం – నీకు అర్థమైందా?

స్కార్పియస్ తన స్నేహితురాలి వైపు నిందాపూర్వకంగా చూస్తాడు.

అది ఆమెను కూడా ఆందోళనకి గురి చేస్తుంది.

స్కార్పియస్ ఆలోచిస్తాడు, తర్వాత దాన్ని ఒప్పుకుంటున్నట్టుగా తలూపుతాడు.

డెల్ఫీ

నన్ను ఆందోళనకు గురి చేస్తున్నదేమిటి? దీని గురించి ఏం చెప్పాలి?

ఆల్బస్ అప్పుడు టైమ్-టర్నర్ బయటకు తీస్తాడు.

ఆల్బస్

మనం ఈ టైమ్-టర్నర్‌ను ధ్వంసం చేయాలి. రెండో పందెం తర్వాత స్కార్పియస్ చూసిన విషయాలకి సంబంధించి ... నేను తీవ్రంగా క్షమాపణ చెబుతున్నాను. మనం మళ్లీ వెనక్కి వెళ్లి ప్రమాదం కొనితెచ్చుకోలేం. మనం మీ బంధువుని కాపాడలేం.

డెల్ఫీ దాని వైపు చూస్తుంది. తర్వాత వాళ్లిద్దర్నీ చూస్తుంది.

డెల్ఫీ

నీ గుడ్లగూబ చాలా తక్కువ చెప్పింది ...

ఆల్బస్

అత్యంత అధ్వాన్నమైన ప్రపంచాన్ని ఊహించు, తర్వాత దాన్ని రెట్టింపు చేసి చూడు. అక్కడ ప్రజలను కష్టాలకి గురి చేస్తున్నారు – డెమెంటోర్స్ ప్రతిచోటా ఉన్నారు – వోల్డెమోర్ట్ నిరంకుశంగా ఉన్నాడు – మా నాన్న చనిపోయాడు, నేనింకా పుట్టనే లేదు. ఆ ప్రపంచం చుట్టూ తాంత్రిక విద్యలతో నిండిపోయి ఉంది. మనం – అది జరగడానికి మనం అనుమతించకూడదు.

డెల్ఫీ చికాకు పడుతుంది. తర్వాత ఆమె ముఖం కోపంగా మారుతుంది.

డెల్ఫీ

వోల్డెమోర్ట్ పాలిస్తున్నాడా? అతను బ్రతికే ఉన్నాడా?

స్కార్పియస్

అతను అన్నింటినీ పాలిస్తున్నాడు. అక్కడ భయంకరంగా ఉంది.

డెల్ఫీ

మనం చేసిన పని వల్లా?

స్కార్పియస్

సెడ్రిక్‌ని అవమానపరచడంతో అతను అత్యంత కోపం కలిగిన యువకుడిగా మారాడు, ఆ తర్వాత అతను డెత్ ఈటర్‌గా మారాడు – ఆ తర్వాత – ఆ తర్వాత – అన్నీ తప్పుగా జరిగాయి. తప్పుగానే జరిగాయి.

డెల్ఫీ అప్పుడు స్కార్పియస్ ముఖంలోకి జాగ్రత్తగా చూస్తుంది. ఆమె ముఖం విచారమవుతుంది.

డెల్ఫీ

డెత్ ఈటర్‌గానా?

స్కార్పియస్

అలాగే హంతకుడిగా కూడా. అతను ప్రొఫెసర్ లాంగ్‌బాటమ్‌ని చంపేశాడు.

డెల్ఫీ

మరైతే – నిజంగానే – మనం దానిని ధ్వంసం చేయాలి.

ఆల్బస్

నువ్వు అర్థం చేసుకున్నావా?

డెల్ఫీ

నేను అంతకంటే ఎక్కువే చేసుకున్నాను – సెడ్రిక్ కూడా అర్థం చేసుకునే ఉంటాడనే అంటాను. మనం కలసి దాన్ని ధ్వంసం చేద్దాం. తర్వాత మనం మా అంకుల్‌ని తీసుకొద్దాం. పరిస్థితిని వివరిద్దాం.

ఆల్బస్

కృతజ్ఞతలు.

డెల్ఫీ వాళ్ల వైపు చూసి విషాదంగా నవ్వుతుంది. తర్వాత టైమ్-టర్నర్ చేతికి తీసుకుంటుంది. ఆమె దాన్ని చూస్తుంది. ఆమె ముఖ కవళికలు కొద్దిగా మారిపోతాయి.

ఓహ్, ఈ గుర్తు బాగుంది.

డెల్ఫీ
ఏది?

డెల్ఫీ గడియారం వదలవుతుంది. ఆమె మెడ వెనుక భాగంలోని ఆగురే పచ్చబొట్టు కనిపిస్తుంది.

ఆల్బస్
నీ మెడ వెనుక ఉన్న ఆ పచ్చబొట్టుని నేను గతంలో చూడలేదే. ఆ రెక్కలు. ముగెల్స్ దానినే టాటూ అంటారు కదా?

డెల్ఫీ
ఓహ్, అవును. ఇదొక ఆగురే.

స్కార్పియస్
ఆగురేనా?

డెల్ఫీ
కేర్ ఆఫ్ మ్యాజికల్ క్రియేచర్లలో నువ్వు వాటిని చూడలేదా? అవి కీడు శంకించే రూపంలో కనిపించే నల్లటి పక్షులు. వర్షాలు వచ్చే ముందు అవి ఏడుస్తాయి. ఆగురేలు ఏడిస్తే, అది మరణ సంకేతం అని తాంత్రికులు నమ్ముతారు. నేను పెరిగి పెద్దయ్యే సమయంలో, నా సంరక్షకురాలు అలాంటి ఒక పక్షిని పంజరంలో పెంచేది.

స్కార్పియస్
నీ ... సంరక్షకురాలా?

డెల్ఫీ అప్పుడు స్కార్పియస్‌ని చూస్తుంది. ఇప్పుడు ఆమె దగ్గర టైమ్-టర్నర్ ఉంది. ఆమె ఈ గేమ్‌ని ఆస్వాదిస్తుంటుంది.

డెల్ఫీ
అది ఏడుస్తుందని ఆమె చెప్పేది. నేను ఒక క్లిష్టమైన ముగింపు చూడబోతున్నట్టు దానికి అర్థమని చెప్పేది. ఆమెకు నేనంటే ఎక్కువ ఇష్టం ఉండేది కాదు. యుఫేమియా రాలే ... కేవలం బంగారం కోసమే ఆమె నన్ను పెంచింది.

ఆల్బస్
అలాంటప్పుడు ఆమె పెంచే పక్షి టాటూని నువ్వెందుకు వేసుకున్నావ్?

డెల్ఫీ
నా భవిష్యత్తును నేను చేరుకోవాలని అది నాకు గుర్తు చేస్తూ ఉంటుంది.

ఆల్బస్
మంచిది. అలాగైతే, నేనూ ఒక ఆగురే టాటూ వేసుకోవాలి.

స్కార్పియస్

రాలెస్ తీవ్రమైన డెత్ ఈటర్స్ కదా.

ఆసమయంలో స్కార్పియస్ మనసులో వేల ఆలోచనలు వస్తుంటాయి.

ఆల్బస్

త్వరగా రా, దీనిని మనం ధ్వంసం చేయాలి ... కాన్ఫ్రింగో? స్టుఫే? బోంబార్డా? నువ్వు ఏది ఉపయోగిస్తావ్?

స్కార్పియస్

దాన్ని వెనక్కి ఇవ్వు. ఆ టైమ్-టర్నర్ మాకు వెనక్కి ఇవ్వు.

డెల్ఫీ

ఏమైంది?

ఆల్బస్

స్కార్పియస్? నువ్వేం చేస్తున్నావ్?

స్కార్పియస్

నువ్వు ఎప్పుడైనా జబ్బు పడ్డావంటే నేను నమ్మను. నువ్వెందుకు హాగ్వార్ట్స్ కి రాలేదు? నువ్వు ఇక్కడెందుకున్నావ్?

డెల్ఫీ

నేను నా బంధువుని వెనక్కి తీసుకొచ్చే ప్రయత్నంలో ఉన్నాను!

స్కార్పియస్

వాళ్లు నిన్ను ఆగురే అని పిలిచారు. మరో – ప్రపంచంలో – వాళ్లూ నిన్ను ఆగురే అని పిలిచారు.

డెల్ఫీ ముఖం మీద ఒక చిన్న నవ్వు వస్తుంది.

డెల్ఫీ

ఆగురే? అలాంటిది కాదు.

ఆల్బస్

డెల్ఫీ?

ఆమె చాలా త్వరపడుతుంది. ఆమె మంత్రదండాన్ని సరిచేసుకుంటుంది, స్కార్పియస్‌ని తిప్పి కొడుతుంది. అలాగే, ఆమె చాలా బలంగా ఉంటుంది – స్కార్పియస్ ఆమెను వెనక్కి పంపేందుకు ప్రయత్నిస్తాడు, కానీ, ఆమె త్వరగా అతనికంటే ఎక్కువ శక్తి సాధిస్తుంది.

డెల్ఫీ

ఫల్గారీ!

స్కార్పియస్ చేతులు కఠినమైన, ప్రకాశించే తాళ్లతో కట్టివేయబడుతాయి.

స్కార్పియస్

ఆల్బస్. పరిగెత్తు.

ఆల్బస్ చుట్టూ చూస్తాడు. తికమకపడుతాడు. ఆ తర్వాత పరిగెత్తడం ప్రారంభిస్తాడు.

డెల్ఫీ

ఫ్లగ్రారీ!

ఆల్బస్ నేల మీదకు దొర్లుతాడు, అతని చేతులు అదే కఠినమైన తాళ్లతో బంధించి ఉంటాయి.

నేను నీ మీద ప్రయోగించే మొదటి అంశం ఇది. నేను నీ మీద ఇంకా చాలా ప్రయోగించగలనని అనుకుంటున్నాను. కానీ, నిన్ను నిలువరించడం అమోస్ కంటే చాలా సులభం – పిల్లలు, ప్రత్యేకించి మగ పిల్లలు సహజంగానే చాలా మృదువుగా ఉంటారు కదా? ఇప్పుడు, దీన్ని ఇప్పటికీ శాశ్వతంగా పరిష్కరించే పని చేయాలి ...

ఆల్బస్

కానీ, ఎందుకు? కానీ, ఎందుకు? కానీ, నువ్వు ఎవరివి?

డెల్ఫీ

ఆల్బస్. నేను కొత్త గతాన్ని.

ఆమె ఆల్బస్ నుంచి అతని మంత్రదండాన్ని లాక్కుని విరిచేస్తుంది.

నేను కొత్త భవిష్యత్తును.

ఆమె స్కార్పియస్ మంత్రదండాన్ని లాక్కుని విరిచేస్తుంది.

ఈ ప్రపంచం ఎదురు చూస్తున్న సమాధానాన్ని నేను.

సన్నివేశం మూడు దృశ్యం పదిహేడు

మినిస్ట్రీ ఆఫ్ మ్యాజిక్, హెర్మియోన్ కార్యాలయం

హెర్మియోన్ ఏవో ఫైళ్లు చూస్తూ ఉంటే, రాన్ ఆమె టేబుల్ ముందు కూర్చుని ఉంటాడు.

రాన్

నాకు నిజంగానే దీని గురించి తెలియదు. నిజం చెప్పాలంటే, మనకి పెళ్లైందనే కొన్ని విషయాలు సైతం మనకి తెలియదంటే ఆశ్చర్యంగా ఉంది.

హెర్మియోన్

రాన్ ఇది ఏమైనప్పటికీ – గ్రిన్‌గాట్స్ వద్ద సెక్యూరిటీ గురించి మాట్లాడడానికి గోబ్లిన్స్ కనిపించడానికి ముందు నాకు పది నిమిషాల సమయం ఉంది –

రాన్

అంటే, మనం చాలా కాలంగా కలిసే ఉన్నాం – చాలా కాలం క్రితమే పెళ్లి చేసుకున్నాం – అంటే, చాలాకాలం క్రితమే అన్నమాట –

హెర్మియోన్

నువ్వు వైవాహిక జీవితం తెంచుకోవడానికి ఈ విధమైన రీతిలో చెబుతున్నావన్నమాట, అయితే, ఒకటి మాత్రం స్పష్టం, నేను ఈ ఈకతో నిన్ను పైకి విసిరేయగలను.

రాన్

నోర్మూస్తావా. ఒక విషయంలో నువ్వు నోర్మూసుకోగలవా? నేను చదివిన వాటికి సంబంధించి అలాంటి ఒక పెళ్లి పునరుద్ధరణ విషయం చేయాలనుకున్నాను. పెళ్లి పునరుద్ధరణ. నువ్వేమనుకుంటున్నావ్?

హెర్మియోన్ *(కరిగిపోతూ)*

నువ్వు మళ్లీ నన్ను పెళ్లి చేసుకుంటావా?

రాన్

నిజానికి, మనం చాలా చిన్న వయసులో మొదటిసారిగా పెళ్లి చేసుకున్నాం, అప్పుడు నేను బాగా తాగి ఉన్నాను – నిజాయితీగా చెప్పాలంటే, ఆ విషయం నాకు పెద్దగా గుర్తు కూడా లేదు, అలాగే, ... నిజం ఏమిటంటే – నేను నిన్ను తీవ్రంగా ప్రేమించాను హెర్మియోన్ గ్రాంజెర్ – కాలం ఏది చెప్పినప్పటికీ – అనేకమంది ఇతర వ్యక్తుల ముందు నేను చెప్పే అవకాశాన్ని తప్పకుండా వినియోగించుకుంటాను. మళ్లీ నేను ఆ మాట చెప్పాలనుకుంటున్నాను.

ఆమె అతని వైపు చూస్తుంది. నవ్వుతుంది, అతడిని ఆమె తన వైపు లాక్కుంటుంది. అతడిని ఆమె ముద్దాడుతుంది.

హెర్మియోన్

నువ్వు అందంగా ఉన్నావ్.

రాన్

నువ్వు కూడా టాఫీ రుచితో ఉన్నావ్.

హెర్మియోన్ నవ్వుతుంది. వాళ్లు మళ్లీ ముద్దాడేందుకు సిద్ధమవుతుండగా హ్యారీ, గిన్నీ మరియు డ్రాక్ వాళ్ల దగ్గరికి వస్తారు. దాంతో, వాళ్లు దూరంగా జరుగుతారు.

హెర్మియోన్

హ్యారీ, గిన్నీ మరియు – నేను, ఓహ్ – డ్రాకో – మీ అందర్నీ చూడడం గొప్పగా ఉంది –

హ్యారీ

నాకు వచ్చే కలలు. మళ్లీ మొదలయ్యాయి. నిజానికి, అవి ఆగడం లేదు.

గిన్నీ

ఆల్బస్ మళ్లీ కనిపించకుండా పోయాడు.

డ్రాకో

స్కార్పియస్ కూడా. మెక్‌గొంగల్ వాళ్ల కోసం పాఠశాల మొత్తం వెతికి చూశారు. వాళ్లు ఎక్కడా లేరు.

హెర్మియోన్

నేను ఈ విషయాన్ని వెంటనే ఆరోర్స్ కి తెలియజేస్తాను, నేను –

రాన్

వద్దు, నువ్వా పని చేయాల్సిన అవసరం లేదు, అంతా బాగానే ఉంది. ఆల్బస్‌ని నేను నిన్న రాత్రి చూశాను. అతను బాగానే ఉన్నాడు.

డ్రాకో

ఎక్కడ చూశావ్?

వాళ్లందరూ తిరిగి రాన్ వైపు చూస్తారు, అతను కొంచెం ఏకాగ్రత కోల్పోతాడు కానీ, వెంటనే సర్దుకుంటాడు.

రాన్

హాగ్స్ మీడ్‌లో నెవిల్లేతో రెండు ఫైర్‌విస్కీలు ఉన్నాయి – సరిగ్గా చెప్పాలంటే – ఈ ప్రపంచాన్ని సరిగ్గా చేయడానికి – మనం చేస్తున్న పనే – వాళ్లూ చేస్తున్నారు – మనం వెనక్కి వచ్చాం – కానీ, చాలా ఆలస్యమైంది. ఆ ప్రయత్నంలో భాగంగానే నేను ఫ్లూ ఉపయోగిస్తున్నాను. ఎందుకంటే, మీరు కొన్నిసార్లు డ్రింక్ ఉపయోగిస్తారు, మీకు బిగుతైనవి ఉపయోగించడం ఇష్టం ఉండదు – మలుపు తిరిగేవి ఇష్టం ఉండవు –

గిన్నీ

రాన్, నువ్వు తిన్నగా విషయం చెప్పకపోతే, మేమంతా కలసి నీ గొంతు నులిమేస్తాం, సరేనా?

రాన్

అతను పారిపోలేదు – అతను ఏదో పనిలో ఉన్నాడు – అతనిప్పుడు పాత గర్ల్ ఫ్రెండ్‌తో ఉన్నాడు –

హ్యారీ

పాత గర్ల్ ఫ్రెండ్‌తోనా?

రాన్

ఆ విషయం గురించి సరిగ్గా చెప్పాలంటే – వాళ్లు అందమైన వెండి రంగు జుట్టుతో ఉన్నారు. వాళ్లిద్దరినీ నేను కప్పు మీద చూశాను, ఓలరీ దగ్గర్లో చూశాను. అక్కడ స్కార్పియస్ కూడా గూస్‌బెర్రీతో ఆడుతూ కనిపించాడు. నా ప్రేమ కషాయం చక్కగా పనిచేయడం చూడడానికి ఆనందంగా అనిపించింది.

హ్యారీకి ఒక ఆలోచన వస్తుంది. ఆ తర్వాత అతనికి డజన్ ఆలోచనలు వస్తాయి. కానీ, అందులో ఏది కూడా చక్కగా ఉండదు.

హ్యారీ

ఆమె జుట్టు – వెండి రంగులో ఉందా, నీలం రంగులో ఉందా?

రాన్

ఆమె జుట్టు – వెండి, నీలం రంగు – రెండూ అనుకుంటా.

హ్యారీ

అతను చెబుతున్నది డెల్ఫీ డిగోరీ గురించే. ఆమె అమోస్ డిగోరీకి మేనకోడలు.

గిన్నీ

అంటే, మళ్లీ సెడ్రిక్ వచ్చాడా?

తలుపు వెనక హెర్మియోన్ అరుస్తుంటుంది.

హెర్మియోన్

ఎథెల్. గోబ్లిన్స్ క్యాన్సిల్ చేయండి.

సన్నివేశం మూడు దృశ్యం పద్దెనిమిది

ముసలి మంత్రగత్తెలు మరియు తాంత్రికులు ఉండే సెయింట్ ఓస్వాల్డ్ ఇల్లు, అమోస్ గది

హ్యారీ లోపలకి వస్తాడు, డ్రాకోతో పాటు మంత్రదండం బయటే ఉంచేస్తాడు.

హ్యారీ

వాళ్లు ఎక్కడ?

అమోస్

హ్యారీ పోటర్, మీకు నేను ఏవిధంగా సాయపడగలను సర్? అలాగే, డ్రాకో మాల్ఫోయ్‌కి కూడా. మీకు సాయపడడం నా అదృష్టం.

హ్యారీ

నువ్వు నా కుమారుడిని ఎలా ఉపయోగిస్తున్నావో నాకు తెలుసు.

అమోస్

నేను నీ కుమారుడిని ఉపయోగిస్తున్నానా? లేదు. మీరు సర్ – మీరే నా అందమైన కుమారుడిని ఉపయోగిస్తున్నారు.

డ్రాకో

చెప్పు – ఇప్పుడే చెప్పు – ఆల్బస్ మరియు స్కార్పియస్ ఎక్కడున్నారో చెప్పు లేదంటే తీవ్ర పరిణామామాలు ఎదుర్కోవాల్సి ఉంటుంది.

అమోస్

కానీ, వాళ్లు ఎక్కడున్నారో నాకెలా తెలుస్తుంది?

డ్రాకో

మా దగ్గర నీ తెలివితేటలు ప్రదర్శించొద్దు, ముసలోడా. నువ్వు అతనికి గుడ్లగూబలు పంపిన విషయం మాకు తెలుసు.

అమోస్

అలాంటి పనేదీ నేను చేయలేదు.

హ్యారీ

అమోస్, నువ్వు అజ్కాబాన్‌కి మరీ అంత ముసలివాడివి కావు. వాళ్లిద్దరూ కనిపించకుండా పోవడానికి ముందు చివరిసారిగా హాగ్‌వార్ట్స్ టవర్ దగ్గర నీ మేనకోడలితోనే కనిపించారు.

అమోస్

మీరేం చెబుతున్నారో నాకు అర్థం కావడం లేదు ... (అతను ఆపుతాడు, పెద్ద శబ్దం వినిపిస్తుంది, తికమకపడుతాడు.) నా మేనకోడలా?

హ్యారీ

నువ్వు నటించడానికి ఇంతకంటే ఇక అవకాశం లేదు – అవును, నీ మేనకోడలే, నువ్వు నిరాకరించినప్పటికీ, నీ సూచనల మేరకే ఆమె అక్కడికి వెళ్లింది ...

అమోస్

నిజానికి, - నాకు మేనకోడలే లేదు.

ఆ మాటల్ని హ్యారీ అడ్డుకుంటాడు.

డ్రాకో

నీకు మేనకోడలు ఉంది. నర్సుగా, ఇక్కడే పనిచేస్తోంది ... ఆమె పేరు డెల్ఫినీ డిగోరీ.

అమోస్

నేను నిజమే చెబుతున్నాను, నాకు మేనకోడలు లేదు. ఎందుకంటే, నాకు సోదరులు గానీ సోదరీ గానీ లేదు. నా భార్యకి కూడా తోబుట్టువులెవరూ లేరు.

హ్యారీ మరియు డ్రాకో ఒకరినొకరు చూసుకుంటారు – అతని మాటలకి అర్థమేమిటో వాళ్లు గ్రహిస్తారు.

డ్రాకో

మరైతే ఆమె ఎవరో మేము కనిపెట్టాలి – ఇప్పుడే.

సన్నివేశం మూడు దృశ్యం పందొమ్మిది

హాగ్‌వార్ట్స్, క్వాడిచ్ పిచ్

డెల్ఫీ మీద దృశ్యం మొదలవుతుంది, మారిన అస్తిత్వంతో ఆమె ప్రతి క్షణాన్ని ఆస్వాదిస్తుంటుంది. అంతకుముందు అసౌకర్యం, అభద్రతలో ఉన్న ఆమె ఇప్పుడు పూర్తి శక్తిమంతంగా ఉంటుంది.

ఆల్బస్

క్వాడిచ్ పిచ్‌లో మనం ఏం చేస్తున్నాం?

స్కార్పియస్ వేగంగా లెక్కలు వేస్తాడు.

స్కార్పియస్

ట్రివిజార్డ్ టోర్నమెంట్. మూడో పందెం. అడవిలో జరిగేది. ఆ అడవి ఇక్కడ ఉంది. అక్కడ మనం సెడ్రిక్‌ని చూడొచ్చు.

డెల్ఫీ

అవును, అన్ని కాలాలకు అదనంగా ఉండడానికి ఇదే సమయం. మనం సెడ్రిక్ కోసం వెనక్కి వెళ్దాం. స్కార్పియస్ చూసిన ప్రపంచాన్ని మనం పునర్నిర్మిద్దాం ...

స్కార్పియస్

అది నరకం. మీరు నరకాన్ని పునర్నిర్మిస్తారా?

డెల్ఫీ

నేను స్వచ్ఛమైన మరియు బలమైన మ్యాజిక్‌కి తిరిగి వెళ్లాలనుకుంటున్నాను. చీకటి మళ్లీ పుట్టాలని కోరుకుంటున్నాను.

స్కార్పియస్

వోల్డెమోర్ట్ తిరిగి రావాలని నువ్వు కోరుకుంటున్నావా?

డెల్ఫీ

తాంత్రిక ప్రపంచానికి అతనే నిజమైన పాలకుడు. అతను తిరిగి వస్తాడు.

పెద్ద శబ్దం.

నువ్వు ఇప్పటికే మొదటి రెండు పందేలకి తాంత్రిక శక్తితో చిన్నపాటి మార్పులు చేశావు – ఆ రెండు సందర్భాల కోసం భవిష్యత్తు నుంచి కనీసం రెండుసార్లు రావాల్సి వచ్చింది. ఈసారి నేను బహిర్గతపరచడం లేదా దృష్టి మళ్లించడం చేయను. మూడో పందెం శుభ్రంగా ఉంటుంది, కాబట్టి, అక్కడి నుంచి ప్రారంభిద్దామా?

ఆల్బస్

మనం అతన్ని ఆపొద్దు – నువ్వు మమ్మల్ని ఎంతగా బలవంతం చేసినా సరే – అతను మా నాన్నతోనే టోర్నమెంట్ గెలవాల్సిన అవసరం ఉందని మాకు తెలుసు.

డెల్ఫీ

అతన్ని ఆపాలని మాత్రమే నేను మిమ్మల్ని కోరడం లేదు. మీరు అతడిని అవమానపరచాలి. అతను ఆ అడవి నుంచి దూరంగా వెళ్లిపోవాలి. వంకాయ రంగులోని ఈకలతో చేసిన చీపుర మీద అతను నగ్నంగా అక్కడి నుంచి ఎగిరిపోవాలి. ఇంతకుముందు మీరు అక్కడ అవమానమే చేశారు. ఈసారి కూడా మీరు అక్కడ అదే పని చేయాలి. ఆ భవిష్యవాణి అక్కడ పరిపూర్ణం కావాలి.

స్కార్పియస్

అలాంటి ఒక భవిష్యవాణి ఉందని మాకు తెలియదు – ఏమిటా భవిష్యవాణి?

డెల్ఫీ

స్కార్పియస్ చెప్పిన విధంగా ఉండే ప్రపంచాన్ని నువ్వు చూడాలి. ఈరోజు మనం ఆ ప్రపంచాన్ని తిరిగి తీసుకు రాబోతున్నాం.

ఆల్బస్

మనం ఆ పని చేయకూడదు. మేము నీ మాట మన్నించం. అసలు నువ్వెవరివి. మేం ఏం చేయాలని నువ్వు కోరుకుంటున్నావ్.

డెల్ఫీ

నిజానికి, మీరు చేయగలరు.

ఆల్బస్

నువ్వు ఇంపెరియోని ఉపయోగించుకోవాలి. నువ్వు నన్ను నియంత్రించాలి అనుకుంటున్నావు.

డెల్ఫీ

లేదు. భవిష్యవాణిని పరిపూర్ణం చేయాలి, అది నీవల్లే అవుతుంది, నీ బొమ్మ వల్ల కాదు ... సెడ్రిక్‌ని అవమానపరచాలంటే అది నీవల్లే అవుతుంది, ఇంపెరియోకి ఆ పని సాధ్యం కాదు – నేను ఇతర అంశాలతో నిన్ను బలవంతం చేయగలను.

ఆమె తన మంత్రదండం బయటకు తీస్తుంది. దాన్ని ఆల్బస్ వైపు చూపిస్తుంది, అతను గడ్డాన్ని ముందుకి కదిలిస్తాడు.

ఆల్బస్

నీకు చేతనైంది చేసుకో.

డెల్ఫీ అతని వైపు చూస్తుంది. తర్వాత తన మంత్రదండాన్ని స్కార్పియస్ వైపు తిప్పుతుంది.

డెల్ఫీ

నేను చేయగలను.

ఆల్బస్

వద్దు!

డెల్ఫీ

అవును, నేను తలచుకుంటే – ఇది నిన్ను మరింత భయపెట్టగలదు.

స్కార్పియస్

ఆల్బస్, ఆమె నాకు ఏం చేసినా సరే – తనని మనం వదలకూడదు –

డెల్ఫీ

క్రూసియో!

స్కార్పియస్ నొప్పితో తీవ్రంగా అరుస్తాడు.

ఆల్బస్

నేను చేయగలను ...

డెల్ఫీ *(నవ్వుతుంది)*

ఏంటీ? ఈ భూమ్మీద నువ్వు ఏం చేయగలవని అనుకుంటున్నావు? తాంత్రిక ప్రపంచానికి నిరాశ కలిగిస్తావా? మీ కుటుంబానికి చెడ్డపేరు తెస్తావా? చేతగాని విధంగా ఉంటావా? నీ ఏకైక స్నేహితుడిని కష్టపెట్టడం నుంచి నన్ను ఆపుతావా? చెప్పు, ఏం చేస్తావో చెప్పు.

ఆమె ఆల్బస్ వైపు చూస్తుంది. అతని కళ్లు నిశ్చలంగా ఉంటాయి.

కాదా? క్రూసియో!

ఆల్బస్

ఆగు! దయచేసి.

క్రెగ్ పూర్తి శక్తితో లోపలకి పరిగెత్తుకుంటూ వస్తాడు.

క్రెగ్ బోకెర్ జూనియర్

స్కార్పియస్? ఆల్బస్? మీకోసం అందరూ చూస్తున్నారు –

ఆల్బస్

క్రెగ్! త్వరగా వెళ్లు. సాయం చేయ్!

క్రెగ్ బోకెర్ జూనియర్

ఇక్కడేం జరుగుతోంది?

డెల్ఫీ

అవడా కెడావ్రా!

డెల్ఫీ ఒక పచ్చటి కాంతిని స్టేజ్ వ్యాప్తంగా పంపుతుంది. దాంతో, క్రెగ్ చక్కర్లు కొడుతూ వెనక్కి వెళ్తాడు – ఆ వెంటనే అతను చనిపోతాడు. అక్కడ ఒక్కసారిగా నిశ్శబ్దం ఏర్పడుతుంది. ఆ నిశ్శబ్దం చాలాసేపు కొనసాగుతుంది.

నీకు అర్థం కావడం లేదా? మనం ఇక్కడ ఆడుతున్నవి చిన్న పిల్లల ఆటలేమీ కావు. నువ్వు నాకు ఉపయోగకరంగా ఉంటావ్, నీ స్నేహితులు కాదు.

ఆల్బస్ మరియు స్కార్పియస్ అక్కడున్న క్రెగ్ మృతదేహం వైపు చూస్తారు – వాళ్ల మనసు బాధతో విలవిలలాడుతుంది.

మీ బలహీనత కనిపెట్టడానికి నాకు చాలా సమయం పట్టింది, ఆల్బస్ పోటర్. ఇది గర్వంగా ఉంటుందని నేను భావించాను, మీ నాన్నను మెప్పించడం అవసరమని అనుకున్నాను, కానీ మీ నాన్నకి, నీకూ ఒకే బలహీనత అని అర్థం చేసుకున్నాను – దానిపేరే స్నేహం. నువ్వు చెప్పినట్టుగానే నువ్వు చేస్తావు, లేదంటే, స్కార్పియస్ చనిపోతాడు.

ఆమె వాళ్లిద్దరి వైపు చూస్తుంది.

వోల్డెమోర్ట్ తిరిగి వస్తాడు, ఆగురే అతని వైపు కూర్చుంటుంది. ముందు చెప్పినట్టుగానే అంతా జరుగుతుంది. 'స్పేర్స్ విస్తరించినప్పుడు, సమయం తిరిగినప్పుడు, చూడని పిల్లలు వాళ్ల తండ్రులని హత్య చేసినప్పుడు: చీకటి చక్రవర్తి తిరిగి వస్తాడు.'

ఆమె నవ్వుతుంది. స్కార్పియస్‌ని ఆమె క్రూరంగా తనవైపు లాగుతుంది.

సెడ్రిక్ ఒక స్పేర్, మరి, ఆల్బస్ –

ఆమె ఆల్బస్‌ని క్రూరంగా తనవైపు లాగుతుంది.

– చూడని పిల్లాడు సమయాన్ని తిరిగి రాయడం ద్వారా తండ్రిని చంపుతాడు. అప్పుడు చీకటి చక్రవర్తి తిరిగి వస్తాడు.

టైమ్-టర్నర్ తిరగడం మొదలవుతుంది. ఆమె వాళ్ల చేతుల్ని అందులోకి నెడుతుంది.

ఇప్పుడు!

ఒక పెద్ద వెలుగు వస్తుంది. ఒక పెద్ద శబ్దం కూడా వస్తుంది. సమయం నిలిచిపోతుంది. అప్పుడు అది వెనక్కి తిరుగుతుంది. కాసేపు ఆలోచిస్తుంది, ఆ తర్వాత వెనక్కి తిరగడం మొదలుపెడుతుంది. ముందు మెల్లగా ... తర్వాత వేగంగా తిరుగుతుంది.

ఆ తర్వాత ఒక పీల్చేసే శబ్దం వస్తుంది. తర్వాత ఒక పెద్ద శబ్దం వస్తుంది.

సన్నివేశం మూడు దృశ్యం ఇరవై

ట్రివిజార్డ్ టోర్నమెంట్, చిట్టడవి, 1995

ఆ అడవి అంచుల వద్ద తిరుగుతూ ఉంటుంది. అది కదలడం ఆగదు. డెల్ఫీ స్థిరంగా దాని మధ్య నుంచి నడుస్తుంటుంది. ఆమె వెంట ఆల్బస్ మరియు స్కార్పియస్ ఈడ్చుకుంటూ నడుస్తుంటారు. వాళ్ల చేతులు కట్టేసి ఉంటాయి. వాళ్ల కాళ్లు అయిష్టంగా కదులుతుంటాయి.

లూడో బ్యాగ్‌మ్యాన్

లేడీస్ అండ్ జెంటిల్మెన్, అబ్బాయిలూ మరియు అమ్మాయిలూ నేను మీకు అందించబోతున్నాను – అత్యంత ప్రతిష్టాత్మక – అత్యద్భుతమైన – ఒకే ఒక – ఏకైక ట్రివిజార్డ్ టోర్నమెంట్!

అక్కడ పెద్దగా చప్పట్లు వినిపిస్తాయి. డెల్ఫీ ఎడమ వైపు తిరుగుతుంది.

మీరు హాగ్‌వార్ట్స్ నుంచి వచ్చి ఉంటే పెద్దగా చప్పట్లు కొట్టండి.

అక్కడో పెద్దగా చప్పట్లు వినిపిస్తాయి.

మీరు డ్రమ్‌స్ట్రాంగ్ నుంచి వచ్చి ఉంటే – పెద్దగా చప్పట్లు కొట్టండి.

అక్కడ పెద్దగా చప్పట్లు వినిపిస్తాయి.

మీరు బీఆక్సుబేటన్స్ నుంచి వచ్చి ఉంటే పెద్దగా చప్పట్లు కొట్టండి.

అక్కడ పెద్ద స్థాయిలో చప్పట్లు వినిపిస్తాయి.

ఆ అడవి అంచు వాళ్ల దగ్గరికి వచ్చేయడంతో, డెల్ఫీ మరియు ఆ కుర్రాళ్లు తప్పక నడవాల్సి వస్తుంది.

ఫ్రెంచ్ వారు తాము ఎందులో సమర్థులో ఇప్పుడు మనకి ప్రదర్శిస్తున్నారు. లేడీస్ అండ్ జెంటిల్మెన్, నేను మీకు – ట్రివిజార్డ్ పందేల ఫైనల్ గురించి తెలియజేస్తాను. ఈ అడవి మిస్టరీలతో నిండినది,

ఇక్కడ నియంత్రించలేని వ్యాధులతో నిండిన చీకటి ఉంది, ఈ అడవిలో – అది జీవిస్తోంది. అది జీవిస్తోంది.

విక్టర్ క్రుమ్ అప్పుడు స్టేజ్ మొత్తం తిరుగుతాడు, అంటే, అడవి మధ్య నుంచి వెళ్తాడు.

ఈ సజీవ పీడకల కోసం ఎందుకు రిస్క్ చేయాలి? ఎందుకంటే, ఈ అడవి లోపల ఒక కప్ ఉంది – అవును, ట్రివిజార్డ్ ట్రోఫీ ఈ అడవి లోపలే ఉంది.

డెల్ఫీ

అతను ఎక్కడ? సెడ్రిక్ ఎక్కడ?

ఆల్బస్ మరియు స్కార్పియస్‌ని ఒక అంచు దాదాపుగా వేరు చేస్తుంది.

స్కార్పియస్

ఆ అంచులు మనల్ని చంపాలనుకుంటున్నాయా? ఇది మరింతగా, మరింతగా మారుతోంది.

డెల్ఫీ

మీరు నడుస్తూనే ఉండాలి. లేదంటే పరిణామాలు ఎదుర్కోక తప్పదు.

లూడో బ్యాగ్‌మ్యాన్

ఇక్కడ ప్రమాదాలు పుష్కలంగా ఉంటాయి, అయితే, బహుమతులు కూడా ఉంటాయి. మరి వాటి కోసం ఎవరు యుద్ధం చేస్తూ ముందుకి వెళ్తారు? ఎవరు చివరి అడ్డంకిని కూడా దాటగలరు? మన మధ్యలో ఉన్న హీరోలు ఇక్కడ ఏం చేయబోతున్నారు? కేవలం సమయం మాత్రమే చెబుతుంది, జెంటిల్మెన్ సమయం మాత్రమే దీనికి సమాధానం చెబుతుంది.

వాళ్లు అడవి గుండా వెళ్తారు, స్కార్పియస్ మరియు ఆల్బస్ ఇద్దరూ డెల్ఫీ ద్వారా ఒత్తిడికి గురవుతారు. ఆమె కొంచెం ముందుకి వెళ్లడంతో వాళ్లకి మాట్లాడే అవకాశం దొరుకుతుంది.

స్కార్పియస్

ఆల్బస్, మనం ఇప్పుడు ఏమైనా చేయాలి.

ఆల్బస్

నాకు తెలుసు, కానీ ఏం చేయాలి? ఆమె మన మంత్రదండాలని విరిచేసింది, మనం బంధీలుగా ఉన్నాం. ఆమె నిన్ను చంపేస్తానని బెదిరిస్తోంది.

స్కార్పియస్

వోల్డెమోర్ట్ రాకుండా ఆపే అవకాశం ఉంటే నేను చనిపోవడానికి సిద్ధం.

ఆల్బస్

నువ్వు చనిపోతావా?

స్కార్పియస్

నువ్వు ఇదంతా ఎక్కువసేపు భరించాల్సిన అవసరం లేదు, ఆమె నన్ను చంపేస్తుంది. తర్వాత వెంటనే నిన్నూ చంపేస్తుంది.

ఆల్బస్ *(నిరాశగా)*

ఆ టైమ్-టర్నర్‌లో ఉన్న ఐదు నిమిషాల నిబంధనే కొంప ముంచుతోంది. గడియారాన్ని ఆపగలిగితే మనం చేయాల్సిందంతా చేయవచ్చు.

స్కార్పియస్

అది పని చేయదు.

మరో అంచు దిశ మార్చుకోవడంతో, డెల్ఫీ తక్షణం ఆల్బస్ మరియు స్కార్పియస్‌ని తన వైపు లాక్కుంటుంది. వాళ్లు ఆ అడవిలోనే నిరాశగా నడుస్తుంటారు.

లూడో బ్యాగ్‌మ్యాన్

నేను మీకు ఇప్పుడు ప్రస్తుత నిబంధనల గురించి తెలియజేస్తాను! మొదటి స్థానంలో తలపడుతున్నవారు – మిస్టర్ సెడ్రిక్ డిగోరీ మరియు మిస్టర్ హ్యారీ పోటర్. రెండో స్థానంలో పోటీ పడుతున్నవారు – మిస్టర్ విక్టర్ క్రుమ్! మరియు మూడో స్థానంలో – సేక్రే బ్ల్యూ, మిస్ ఫ్లూర్ డెలాకోర్.

అకస్మాత్తుగా, ఆల్బస్ మరియు స్కార్పియస్ అడవి నుంచి బయటకొస్తారు, వాళ్లు పరిగెత్తుతూ ఉంటారు.

ఆల్బస్

ఆమె ఎక్కడికి వెళ్లింది?

స్కార్పియస్

అది ఇప్పుడు అవసరమా? నువ్వెందుకు ఆ విషయం ఆలోచిస్తున్నావ్?

డెల్ఫీ వాళ్ల పక్కనే ప్రత్యక్షమవుతుంది. చీపుర లేకుండానే ఆమె ఎగురుతూ ఉంటుంది.

డెల్ఫీ

మీరు పాపం కదా.

ఆమె ఆ కుర్రాళ్లని నేల మీదకు తోస్తుంది.

నా నుంచి తప్పించుకుంటామనుకున్నారా.

ఆల్బస్ *(ఆశ్చర్యంగా)*

నువ్వెలా ఎగురుతున్నావ్ – చీపురు లేకుండా.

డెల్ఫీ

చీపుర్లా – అవి నాకు అనవసరమైన వస్తువులు. మూడు నిమిషాలు అయిపోయింది. ఇంకా రెండు నిమిషాలే మిగిలింది. నువ్వు చెప్పింది ఇప్పుడు చేయాలి.

స్కార్పియస్

చేయం. మేము చేయం.

డెల్ఫీ

నాతో యుద్ధం చేయగలవని నువ్వు అనుకుంటున్నావా?

స్కార్పియస్

లేదు. కానీ, మేము నిన్ను వ్యతిరేకించి తీరుతాం. మేము ప్రాణాలు వదిలేయడానికి కూడా సిద్ధమే.

డెల్ఫీ

భవిష్యవాణిని పూర్తి చేసి తీరాలి. మనమే దాన్ని పూర్తి చేయాలి.

స్కార్పియస్

భవిష్యవాణులని కూడా వ్యతిరేకించవచ్చు.

డెల్ఫీ

నువ్వు పొరబడుతున్నావ్ కుర్రాడా. భవిష్యవాణి అంటే భవిష్యత్తు.

స్కార్పియస్

భవిష్యవాణిని వ్యతిరేకించడం కష్టమైతే, దాన్ని ప్రభావితం చేయడానికి మనం ఇక్కడెందుకు ఉన్నాం? నీ మాటలకి, నీ చేతలకి అస్సలు పొంతన లేదు: నువ్వు మమ్మల్ని ఈ అడవిలో లాక్కుని వెళ్లడానికి కారణం ఆ భవిష్యవాణిని మార్చాలనే ఉద్దేశంతోనే కదా – అలాంటప్పుడు భవిష్యవాణిని మనం మార్చవచ్చన్నది నిజమే కదా – దాన్ని అడ్డుకోవచ్చు.

డెల్ఫీ

నువ్వు ఎక్కువ మాట్లాడుతున్నావ్, కుర్రాడా. క్రూసియో!

స్కార్పియస్ నొప్పితో కింద పడిపోతాడు.

ఆల్బస్

స్కార్పియస్!

స్కార్పియస్

నువ్వు ఒక పరీక్ష కావాలన్నావ్ కదా ఆల్బస్ – అది ఇదే, మనం ఇందులో విజయం సాధించి తీరాలి.

ఆల్బస్ అప్పుడు స్కార్పియస్ వైపు చూస్తాడు, తానేం చేయాలో అతను ఒక నిర్ణయానికి వస్తాడు. తల ఊపుతాడు.

డెల్ఫీ

అయితే, నువ్వు చనిపోవాల్సిందే.

ఆల్బస్ (పూర్తి బలంతో)

అవును. మేము చేస్తాం. నిన్ను ఆపడాన్ని సగర్వంగా భావించి, మేము ఈ పని చేస్తాం.

డెల్ఫీ తీవ్రమైన కోపంతో పైకి లేస్తుంది.

డెల్ఫీ

దీనంతటికి మనకి సమయం లేదు. క్రూ-

అంతుచిక్కని స్వరం

ఎక్స్ పెల్లార్మస్!

పెద్ద శబ్దం. డెల్ఫీ చేతిలోని మంత్రదండం ఎగిరి దూరంగా పడుతుంది. స్కార్పియస్ ఆ దృశ్యాన్ని ఆశ్చర్యంగా చూస్తాడు.

బ్రాచియాబిండో!

దాంతో, డెల్ఫీ బంధించబడుతుంది. స్కార్పియస్ మరియు ఆల్బస్ ఒకచోటుకి చేరుతారు. ఆ స్వరం ఎక్కడి నుంచి వచ్చిందా అని వాళ్లు ఆశ్చర్యంగా చుట్టూ చూస్తారు. అక్కడ వాళ్లకి ఒక అందమైన పదిహేడేళ్ల యువకుడు కనిపిస్తాడు, అతడే సెడ్రిక్.

సెడ్రిక్

త్వరగా రండి.

స్కార్పియస

కానీ, నువ్వు ...

సెడ్రిక్

నాపేరు సెడ్రిక్ డిగోరీ. ఇక్కడ అరుపులు వినిపించి, ఇక్కడికి వచ్చాను. మీ పేర్లు చెప్పండి, మీ తరఫున నేను యుద్ధం చేస్తాను.

ఆల్బస్ ఆశ్చర్యంగా చుట్టూ చూస్తాడు.

ఆల్బస్

సెడ్రిక్?

స్కార్పియస్

నువ్వు మమ్మల్ని కాపాడావ్.

సెడ్రిక

మీకు కూడా పందెం ఉందా? ఏదైనా అడ్డంకి ఉందా? నేను మిమ్మల్ని కూడా ఓడించాలా?

అక్కడ నిశ్శబ్దం ఏర్పడుతుంది.

స్కార్పియస్

లేదు. నువ్వు మమ్మల్ని విడిపించాలి. అదే నువ్వు చేయాల్సిన పని.

సెడ్రిక్ ఆలోచిస్తాడు, అందులో ఏదైనా మోసం ఉందా అని ఒక్క క్షణం ఆగుతాడు, తర్వాత, తన మంత్రదండం తీస్తాడు.

సెడ్రిక్

ఎమాన్సిపేర్! ఎమాన్సిపేర్!

ఆ కుర్రాళ్ల కట్టు తెగిపోతాయి.

ఇక నేను వెళ్లొచ్చు కదా? అడవిలో పందెం పూర్తి చేయవచ్చు కదా?

ఆ కుర్రాళ్లు సెడ్రిక్ వైపు చూస్తారు – అతను అడవి పూర్తి చేయడమంటే అర్థమేమిటో వాళ్లకి స్పష్టంగా అర్థమవుతుంది.

ఆల్బస్

నువ్వు అడవిని పూర్తి చేస్తావని నాకు భయంగా ఉంది.

సెడ్రిక్

మరైతే నేను వెళ్తాను.

సెడ్రిక్ దృఢచిత్తంతో వెళ్తాడు. ఆల్బస్ అతని వైపు చూస్తుంటాడు – ఏదో చెప్పాలని అనుకుంటాడు, కానీ, ఏం చెప్పాలో అర్థం కాదు.

ఆల్బస్

సెడ్రిక్ –

సెడ్రిక్ వాళ్ల వైపు తిరుగుతాడు.

మీ నాన్నకి నువ్వంటే చాలా ఇష్టం.

సెడ్రిక్ కోపంగా, ఆశ్చర్యంగా చూస్తాడు.

సెడ్రిక్

ఏమిటీ?

వాళ్ల వెనుక, డెల్ఫీ శరీరంలో కదలిక మొదలవుతుంది. ఆమె నేల మీద అటూ ఇటూ కదులుతుంది.

ఆల్బస్

నీకు ఆ విషయం తెలుసని అనుకున్నాను.

సెడ్రిక్ (అప్పుడు ఏం చేయాలా అని ఆలోచిస్తాడు)

సరే. ఉమ్. కృతజ్ఞతలు.

ఆల్బస్ వైపు సెడ్రిక్ మరో నిమిషం చూస్తాడు, ఆ తర్వాత వెళ్లిపోతాడు. అతను అలా వెళ్లిపోగానే, డెల్ఫీ తన దుస్తుల్లో దాచిన టైమ్-టర్నర్ బయటకు తీస్తుంది. స్కార్పియస్ ఆమెను చూస్తాడు.

స్కార్పియస్

ఆల్బస్!

ఆల్బస్

వద్దు. ఆగు ...

స్కార్పియస్

టైమ్-టర్నర్ తిరుగుతోంది ... ఆమె ఏం చేస్తోందో చూడు ... ఆమె మనల్ని వదలి వెళ్లడం లేదు.

ఆల్బస్ మరియు స్కార్పియస్ ఇద్దరూ అరుస్తూ టైమ్-టర్నర్‌లో ఒక భాగాన్ని పట్టకునే ప్రయత్నం చేస్తారు.

అప్పుడు ఒక పెద్ద స్థాయి కాంతి వస్తుంది. పెద్ద శబ్దం కూడా వినిపిస్తుంది. కాలం ఆగిపోతుంది. అది వెనక్కి తిరిగే ముందు ఒక క్షణం ఆలోచిస్తుంది, తర్వాత వెనక్కి తిరగడం ప్రారంభిస్తుంది. ముందు మెల్లగా ... తర్వాత వేగంగా తిరుగుతుంది.

ఆల్బస్...

ఆల్బస్

మనం ఏం చేయాలి?

స్కార్పియస్

మనం టైమ్-టర్నర్‌తో పాటు వెళ్లాలి. ఆమెను అడ్డుకునే ప్రయత్నం చేయాలి.

డెల్ఫీ

నన్ను ఆపుతారా? నన్ను ఆపగలరని మీరెలా అనుకుంటున్నారు? నేను దీంతో నా పని పూర్తి చేస్తాను.

ఆమె టైమ్-టర్నర్‌ని నలిపేస్తుంది. దాంతో, అది వేయి ముక్కలుగా పేలిపోతుంది.

ఈ ప్రపంచాన్ని చీకటిగా చేయడానికి నేను సెడ్రిక్‌ని ఉపయోగించకుండా మీరు అడ్డుకోవచ్చు. అలాగే, నువ్వు చెప్పింది నిజమే కావచ్చు స్కార్పియస్ – భవిష్యవాణిని నిరోధించవచ్చు, బహుశా భవిష్యవాణిని బ్రద్దలు కూడా చేయవచ్చు. అయితే, నిస్సందేహమైన నిజం ఏమిటంటే, మీలాంటి అసమర్థులైన వారిని ఉపయోగించి కూడా నేను ఏదైనా చేయగలను. అమూల్యమైన క్షణాలను వృధా చేయడానికి నేను ఇక మీ ఇద్దర్నీ ఏమాత్రం అనుమతించను. ఏదైనా కొత్తది చేయడానికి ఇదే సరైన సమయం.

డెల్ఫీ మళ్లీ గాల్లో నుంచి దిగుతుంది. వాళ్లు పడుతున్న కష్టాలు చూసి ఆమె నవ్వుతుంది.

ఆ కుర్రాళ్లిద్దరూ ఆమె వెంట పరిగెడుతారు. కానీ, ఆమెను పట్టుకునే అవకాశం వాళ్లకి ఏమాత్రం దొరకదు, ఆమె ఎగురుతుంటుంది, వాళ్లు పరిగెత్తుతుంటారు.

ఆల్బస్

వద్దు ... వద్దు ... నువ్వు పారిపోవద్దు ...

స్కార్పియస్ వెనక్కి తిరిగి అక్కడ పడి ఉన్న టైమ్-టర్నర్ ముక్కలు ఏరుకునే ప్రయత్నం చేస్తాడు.

ఈ టైమ్-టర్నర్? ధ్వంసమై పోయిందా?

స్కార్పియస్

పూర్తిగా ముక్కలైంది. మనం ఇక్కడ చిక్కుకుపోయాం. కాలంలో ఉండిపోయాం. మనం ఇప్పుడున్న కాలంలోనే మనం ఏదైనా చేయడానికి ప్రయత్నించాలి.

ఆల్బస్ చుట్టూ చూస్తాడు, అప్పటివరకు జరిగినదాన్ని సరిచేసే ప్రయత్నం చేస్తాడు.

ఆల్బస్

హాగ్‌వార్ట్స్ అలాగే కనిపిస్తోంది.

స్కార్పియస్

అవును. ఇక్కడి నుంచి మనకి కనిపిస్తోంది. మనల్ని గుర్తుపట్టే లోపల మనం ఇక్కడి నుంచి వెళ్లిపోవాలి.

ఆల్బస్

ఆమెను మనం ఆపి తీరాలి, స్కార్పియస్.

స్కార్పియస్

మనం ఆ పని చేయాలని తెలుసు – కానీ ఎలా?

సన్నివేశం మూడు దృశ్యం ఇరవై-ఒకటి

పాత మంత్రగత్తెలు మరియు తాంత్రికులు ఉండే సెయింట్ ఓస్వాల్డ్స్ హోమ్, డెల్ఫీ గది

ఓక్‌తో చేసిన ఆ గదిలో హ్యారీ, హెర్మియోన్, రాన్, డ్రాకో మరియు గిన్నీ చుట్టూ చూస్తుంటారు.

హ్యారీ

ఖచ్చితంగా ఆమె అతని మీద కాన్‌ఫండస్ ఛార్మ్ ఉపయోగించి ఉంటుంది. వాళ్లందరి మీదా ఉపయోగించి ఉంటుంది. ఆమె నర్సుగా నటించింది. అలాగే, అతని మేనకోడలని అబద్ధం చెప్పి అక్కడి వారిని నమ్మించింది.

హెర్మియోన్

నేను కొద్దిసేపటి ముందే మినిస్ట్రీతో మాట్లాడాను. అక్కడ ఆమె గురించిన రికార్డ్ ఏదీ లేదు. ఆమె ఒక నీడ మాత్రమే.

డ్రాకో

అంటే, స్పెయాలిస్ రెవిలియో అన్నమాట!

అందరూ తిరిగి డ్రాకో వైపు చూస్తారు. అతను వాళ్ల వైపు నిరాశగా చూస్తాడు.

ఏదేమైనా మనం ప్రయత్నించడం ముఖ్యం, నువ్వు దేని కోసం ఎదురుచూస్తున్నావ్? మనకి ఏమీ తెలియదు, కాబట్టి, ఈ గదిలో మనకి ఏమైనా దొరుకుతుందేమో మనం చూడాలి.

గిన్నీ

అంటే, ఆమె ఇక్కడ ఏమైనా దాచిపెట్టి ఉంటుందంటావా? ఈ గది చాలా దయనీయంగా ఉంది.

రాన్

ఇక్కడి కలప నిర్మాణాల్లో ఖచ్చితంగా ఏదైనా దాచిపెట్టి ఉండొచ్చు.

డ్రాకో

లేదంటే, బెడ్‌లో ఉండొచ్చు.

డ్రాకో వెంటనే బెడ్‌లో వెతకడం ప్రారంభిస్తాడు. గిన్నీ ఒక దీపం తీసుకుని, మిగిలిన వారితో కలసి అక్కడి చెక్కల్లో వెతకడం ప్రారంభిస్తుంది.

రాన్ *(గోడల్లో సుత్తులు ఉండడం చూసి అరుస్తాడు)*

ఏం దాచిపెట్టారు? నీకేం దొరికింది?

హెర్మియోన్

మనం ఇక్కడ ఒక క్షణం ఆగడం మంచిది. అలాగే, దీని గురించి ఆలోచించాలి –

గిన్నీ అక్కడున్న ఒక నూనె దీపం మీది చిమ్నీని విడదీస్తుంది. అందులో నుంచి శ్వాస తీస్తున్నట్టుగా ఒక శబ్దం వినపిస్తుంది. ఆ తర్వాత బుస లాంటి స్వరంతో మాటలు వినిపిస్తాయి. అందరూ ఆ వైపు తిరుగుతారు.

అదేమిటి?

హ్యారీ

అది – నిజానికి నాకు కూడా అదేమీ అర్థం కావడం లేదు – అది సర్పభాష అనుకుంటాను.

హెర్మియోన్

అది ఏం చెబతోంది?

హ్యారీ

నేనెలా చెప్పగలను ... ? వోల్డెమోర్ట్ చనిపోయినప్పటి నుంచి సర్పభాష మాటలు అర్థం చేసుకోవడం నావల్ల కావడం లేదు.

హెర్మియోన్

అంటే, నిన్ను భయం వెంటాడుతూనే ఉంది కదా.

హ్యారీ అప్పుడు హెర్మియోన్ వైపు చూస్తాడు.

హ్యారీ

అది 'ఆగురేలోకి స్వాగతం' అంటోంది. దాన్ని తెరువు అని చెప్పాలనుకుంటున్నాను ...

డ్రాకో

మరైతే, అలాగే చేయ్.

హ్యారీ కళ్లు మూసుకుంటాడు. అతను సర్పభాషలో మాట్లాడడం మొదలుపెడుతాడు. వాళ్ల చుట్టూ ఉన్న గది వాతావారణం మారిపోతుంది, చీకటిగా, మరింత నిరాశగా మారుతుంది. అక్కడున్న గోడలన్నింటి మీద పెయింట్ చేసిన సర్పాలు ప్రత్యక్షమవుతాయి.

వాటి అన్నింటి మీద ఫ్లోరోసెంట్ పెయింట్‌తో భవిష్యత్తు గురించి రాసి ఉంటుంది.

ఇదంతా ఏమిటి?

రాన్

'స్పేర్లు అనేవి స్పేర్లు అయినప్పుడు, కాలం తిరిగినప్పుడు, కనిపించని పిల్లలు వాళ్ల తండ్రులని చంపేసినప్పుడు: చీకటి చక్రవర్తి తిరిగి వస్తాడు.'

గిన్నీ

ఇది భవిష్యవాణి. కొత్త భవిష్యవాణి.

హెర్మియోన్

సెడ్రిక్ – సెడ్రిక్‌ని స్పేర్‌గా పిలిచేవారు.

రాన్

సమయం తిరిగినప్పుడు అంటే = ఆమె దగ్గర ఉన్న టైమ్-టర్నర్ గురించేనా?

వాళ్లు ముఖాలు రంగు మారుతాయి.

హెర్మియోన్

ఆమె ఖచ్చితంగా దాన్ని ఏదో చేసి ఉంటుంది.

రాన్

కానీ, ఆమెకు స్కార్పియస్ లేదా ఆల్బస్‌తో పనేముంది?

హ్యారీ

ఎందుకంటే, నేను నా బిడ్డని చూడని తండ్రిని. నా బిడ్డని అర్థం చేసుకోలేని తండ్రిని.

డ్రాకో

ఆమె ఎవరు? ఈ పనులన్నీ ఆమె ఎందుకు చేస్తోంది?

గిన్నీ

దానికి సమాధానం నాకు తెలుసనే అనుకుంటాను.

అందరూ ఆమె వైపు తిరుగుతారు. ఆమె పైకి చూస్తుంది ... వాళ్లందరి ముఖాలు మళ్లీ వివర్ణమవుతాయి, అలాగే, భయంతో నిండిపోతాయి.

ఆడిటోరియంలోని అన్ని గోడల మీద పదాలు ప్రత్యక్షమవుతాయి – అవన్నీ ప్రమాదకర పదాలు, భయంకరమైన పదాలు.

'నేను చీకటిని మళ్లీ పుట్టిస్తాను. నా తండ్రిని మళ్లీ తీసుకొస్తాను.'

రాన్

లేదు. ఆమె అలా చేయకూడదు ...

హెర్మియోన్

నిజానికి అదంతా – సాధ్యమేనా?

డ్రాకో

వోల్డెమోర్ట్ కి కూతురు ఉందా?

వాళ్లు భయంతో చూస్తారు. గిన్నీ అప్పుడు హ్యారీ చేయి పట్టుకుంటుంది.

హ్యారీ

లేదు, లేదు, లేదు. అలా జరగదు. ఏదేమైనా అలా జరగదు.

స్టేజ్ చీకటి అవుతుంది.

విశ్రాంతి

భాగం రెండవ

సన్నివేశం నాలుగు

సన్నివేశం నాలుగు **దృశ్యం ఒకటి**

మినిస్ట్రీ ఆఫ్ మ్యాజిక్, భారీ సమావేశ గది

ఆ భారీ సమావేశ గది మొత్తం తాంత్రికులు మరియు మంత్రగత్తెలతో కిక్కిరిసిపోయి ఉంటుంది. గతంలో మనం చూసిన దానికంటే ఈసారి ఇక్కడ వాళ్లు చాలా పెద్ద సంఖ్యలో కనిపిస్తారు. వారిలోని ఆందోళన వారి ముఖం మీద స్పష్టంగా కనిపిస్తూ ఉంటుంది. అక్కడ త్వరత్వరగా నిర్మించిన ఒక వేదిక మీదకి హెర్మియోన్ నడచుకుంటూ వస్తుంది. అందరూ నిశ్శబ్దంగా ఉండాలని సూచిస్తూ ఆమె చేయి పైకెత్తుతుంది. ఒక్కసారిగా అక్కడ నిశ్శబ్దం వ్యాపిస్తుంది; తమ ఆందోళనకి ఆమె ఏదైనా సమాధానం ఇస్తుందా అని వాళ్లు ఆతృతగా చూస్తుంటారు. అక్కడ ఏర్పడిన వాతావరణానికి ఆమె ఆశ్చర్యపోతుంది. ఆమె తన చుట్టూ చూస్తుంది.

హెర్మియోన్

కృతజ్ఞతలు. నా – రెండో – అత్యద్భుత సాధారణ సమావేశానికి మీరందరూ రావడం నాకు చాలా సంతోషంగా ఉంది. నేను మీకు కొన్ని విషయాలు చెప్పాలి – మనం చాలా ప్రశ్నలకి సమాధానం కనుగొనాల్సి ఉంది – నిజానికి, ఇప్పుడు మన ముందు చాలా ప్రశ్నలు ఉన్నాయి – నా ప్రసంగం తర్వాత వాటి సంగతి చూద్దాం.

హాగ్వార్ట్స్ వద్ద ఒక మృతదేహం గుర్తించిన సంగతి మీలో చాలామందికి తెలుసు. అతని పేరు క్రైగ్ బోకెర్. అతనొక మంచి వ్యక్తి. ఆ వ్యక్తి మరణానికి ఎవరు బాధ్యులనే విషయమై మన దగ్గర గట్టి సమాచారం ఏదీ ఏలేదు. కానీ, నిన్న మేము సెయింట్ ఓస్వార్డ్ ని తనిఖీ చేశాం. అక్కడ రెండు విషయాలు వెలుగు చూశాయి: ఒకటి, చీకటి తిరిగి వస్తుందనే చెప్పే ... భవిష్యవాణి – రెండవది, గోడ మీద కనిపించిన భవిష్య వాణి – చీకటి చక్రవర్తికి – అంటే, వోల్డెమోర్ట్ కి ఒక సంతానం ఉంది.

ఆ వార్త ఆ గది మొత్తం ప్రతిధ్వనిస్తుంది.

మాకింకా ఇంకా పూర్తి వివరాలు తెలియదు. మేము ఇప్పుడే దర్యాప్తు మొదలుపెట్టాం. డెత్ ఈటర్‌తో సంబంధం కలిగిన వారిని ప్రశ్నిస్తున్నాం ... అయితే, ఇప్పటివరకు ఆ సంతానం గురించి కానీ, ఆ భవిష్యవాణి గురించి కానీ ఎలాంటి వివరాలు దొరకలేదు. అయితే, ఆ విషయంలో కొంత నిజం ఉన్నట్టు మాత్రం తెలుస్తోంది. ఆ సంతానాన్ని తాంత్రిక ప్రపంచానికి దూరంగా ఉంచి పెంచుతున్నారు, ఆ సంతానం ఒక అమ్మాయి, ఆమె ఎవరంటే –

ప్రొఫెసర్ మెక్‌గొంగల్

ఆమె? ఒక అమ్మాయా? అతనికి ఒక కూతురు ఉందా?

హెర్మియోన్

అవును. ఒక కూతురుంది.

ప్రొఫెసర్ మెక్‌గొంగల్

ఆమె ఇప్పుడు కస్టడీలో ఉందా?

హ్యారీ

ప్రొఫెసర్, ఆమె ఇంకా ప్రశ్నలకు అనుతించలేదు.

హెర్మియోన్

ఫర్వాలేదు, హ్యారీ, లేదు, ప్రొఫెస్, అందుకే ఇప్పుడు పరిస్థితి అధ్వాన్నంగా ఉంది. ఆమెను కస్టడీలోకి తీసుకోకపోతే చాలా ప్రమాదం తప్పదని అనిపిస్తోంది. నిజానికి, ఆమెను అడ్డుకోవాలంటే అదొక్కటే మార్గం. లేదంటే ఆమె మన చేయి దాటుతుంది.

ప్రొఫెసర్ మెక్‌గొంగల్

మనం ఆమె కోసం వెతకడం లేదా?

పెద్ద శబ్దం వినిపిస్తుంది. అందరూ చిత్రంగా చూస్తారు.

హెర్మియోన్

ప్రస్తుతం ఆమె ఎక్కడో దాక్కుని ఉందని మాకు అనిపిస్తోంది.

ప్రొఫెసర్ మెక్‌గొంగల్ *(కోపంగా)*

దీనంతటికీ కారణం, మీరు ఇంకా ఆ టైమ్-టర్నర్ మీ దగ్గర ఉంచుకోవడమే కదా?

హెర్మియోన్

ప్రొఫెసర్, నేను మీకు స్పష్టం చేస్తున్నాను –

ప్రొఫెసర్ మెక్‌గొంగల్

నిన్ను చూస్తే నాకు సిగ్గుగా ఉంది, హెర్మియోన్ గ్రాంజెర్!

హెర్మియోన్ ముఖంలో తీవ్రమైన కోపం కనిపిస్తుంది.

హ్యారీ

లేదు, ఆమె అది కోరుకోవడం లేదు. మీరు కోప్పడడంలో అర్థం ఉంది. మీరు కోప్పడడం న్యాయమే. కానీ, ఇది పూర్తిగా హెర్మియోన్ పొరబాటు మాత్రమే కాదు. ఆ మంత్రగత్తె చేతికి ఆ టైమ్-టర్నర్ ఎలా చేరిందో మాకు అర్థం కావడం లేదు. నా కుమారుడేమైనా ఇచ్చాడేమో.

గిన్నీ

దాన్ని మా కుమారుడు ఆమెకు ఇచ్చి ఉండాలి. లేదా, ఆమె అతడి నుంచి దాన్ని దొంగిలించి ఉండాలి.

గిన్నీ కూడా వేదిక ఎక్కి హ్యారీ పక్కన నిలబడుతుంది.

ప్రొఫెసర్ మెక్‌గొంగల్

మీ సంఘీభావం గొప్పగా ఉంది, కానీ, మీ నిర్లక్ష్యాన్ని క్షమించే పరిస్థితి మాత్రం లేదు.

డ్రాకో

దీన్ని మీరు నిర్లక్ష్యం అంటే, అందులో నాక్కూడా భాగం ఉంది.

డ్రాకో కూడా వేదిక ఎక్కి గిన్నీ పక్కన నిలబడుతాడు. ఆ దృశ్యంతో అక్కడున్న అందరూ ఒక్కసారిగా ఊపిరి బిగపడుతారు.

హెర్మియోన్ మరియు హ్యారీ ఎలాంటి తప్పూ చేయలేదు. వాళ్లు మనల్ని కాపాడే ప్రయత్నం మాత్రమే చేస్తున్నారు. వాళ్లు తప్పు చేసినట్టు భావిస్తే, నేను కూడా ఆ తప్పు చేసినట్టే.

హెర్మీవన్ తన బలగం వైపు పరిశీలనగా చూస్తుంది – వారి వైపు కదులుతుంది. రాన్ స్థిరమైన నిర్ణయంతో వేదిక మీద వారితో కలుస్తాడు.

రాన్

సరిగ్గా చెప్పాలంటే – దీని గురించి నాకు పూర్తిగా తెలియదు. కాబట్టి, నేను దీనికి బాధ్యత వహించలేను – కానీ, ఈ విషయంలో నా పిల్లలకి ఎలాంటి తప్పూ ఉండదని మాత్రం నేను స్పష్టంగా చెప్పగలను – అయితే, వీళ్లందరూ ఇలా దోషులుగా నిలబడడంతో నేనూ ఇక్కడ నిలబడక తప్పలేదు.

గిన్నీ

వాళ్లు ఎక్కడున్నారో ఎవరికీ తెలియదు – వాళ్లు కలసి ఉన్నారో, విడిగా ఉన్నారో కూడా తెలియదు. ఆమెను అడ్డుకోవడానికే మా పిల్లలు తీవ్రంగా ప్రయత్నిస్తుంటారని భావిస్తున్నాను, కానీ ...

హెర్మియోన్

మనం దీన్ని వదిలి పెట్టకూడదు. ఇందులో భాగమైన అందరినీ పట్టుకోవాలి. ప్రతిఒక్కరినీ మనం కనిపెట్టాలి. ఆరోర్స్ ఎగిరి వెళ్లాయి, వెతుకుతున్నాయి, రహస్యాలు తెలిసిన వారి కోసం, రహస్యాలు చెప్పగల వారి కోసం వెతుకుతున్నాయి.

హ్యారీ

అయితే, ఒక నిజాన్ని మాత్రం మనం విస్మరించలేం: మన గతంలోని ఎవరో ఒక మంత్రగత్తె మనకి తెలిలిన అన్నింటినీ తిరిగి రాసే ప్రయత్నం చేస్తోంది – మనం ఇప్పుడు నిరీక్షించడం తప్ప మరో మార్గం లేదు – ఆమె విజయం సాధిస్తుందా లేదంటే విఫలమవుతుందా అని మనం వేచి చూడాల్సిందే.

ప్రొఫెసర్ మెక్‌గొంగల్

ఒకవేళ ఆమె విజయం సాధిస్తే?

హెర్మియోన్

అప్పుడు – ఒకటే జరుగుతుంది – ఈ గదిలో ఉన్నవారిలో చాలామంది మాయమవుతారు, ఆ వెంటనే మళ్లీ వోల్డెమోర్ట్ పాలన మొదలవుతుంది.

సన్నివేశం నాలుగు **దృశ్యం రెండు**

స్కాటిష్ హైల్యాండ్స్, అవిమోర్ ట్రెయిన్ స్టేషన్, 1981

ఆల్బస్ మరియు స్కార్పియస్ అక్కడ ఒక స్టేషన్ మాస్టర్ వైపు భయంభయంగా చూస్తుంటారు.

ఆల్బస్

మన ఇద్దర్లో ఎవరో ఒకరు అతనితో తప్పకుండా మాట్లాడాలని నీకు అనిపించడం లేదా?

స్కార్పియస్

హలో, మిస్టర్ స్టేషన్ మాస్టర్. మిస్టర్ ముగెల్. ఒక ప్రశ్న: ఇక్కడ ఎవరైనా ఒక మంత్రగత్తె ఎగురుతూ వెళ్లడం మీరు చూశారా? అలాగే, అది ఏ సంవత్సరమో కూడా చెబుతారా? మేము ఇప్పుడే హాగ్‌వార్ట్స్ నుంచి పారిపోయి వచ్చాం, జరుగుతున్న పరిణామాలు మమ్మల్ని భయపెడుతున్నాయి, మీకేమీ అనిపించడం లేదా?

ఆల్బస్

నాకు ఏది ఎక్కువ కోపం తెప్పిస్తోందో తెలుసా? మనం ఇదంతా ఉద్దేశపూర్వకంగా చేస్తున్నామని నాన్న అనుకోవడమే.

స్కార్పియస్

ఆల్బస్. నిజంగానా? అంటే, నిజంగానే నిజంగానా? మనం - చిక్కుకుపోయాం – కాలంలో – తప్పిపోయాం – బహుశా శాశ్వతంగా – కానీ, నువ్వేమో మీ నాన్న దీని గురించి ఏం అనుకుంటున్నాడా అని ఆలోచిస్తున్నావా? మీ ఇద్దరినీ నేను ఎప్పటికీ అర్థం చేసుకోలేకపోతున్నాను.

ఆల్బస్

అర్థం చేసుకోవాల్సింది చాలా ఉంది. నాన్న చాలా సంక్లిష్టమైన వ్యక్తి.

స్కార్పియస్

మరి, నువ్వు కాదా? మహిళ విషయంలో నీ అభిరుచి గురించి అడగకూడదు, కానీ, నువ్వు బాగా ఊహిస్తావు ... నిజానికి ...

అతను ఎవరికి గురించి మాట్లాడుతున్నాడో వాళ్లిద్దరికీ తెలుసు.

ఆల్బస్

నేను చేయగలను, చేయలేననుకుంటున్నావా? అంటే, ఆమె క్రెగ్‌కి ఏం చేసిందో అది ...

స్కార్పియస్

దాని గురించి ఆలోచించవద్దు. మన దగ్గర మంత్రదండాలు, చీపుర్లు లేవనే నిజం మీద దృష్టి పెట్టాలి, అలాగే, మనం మన కాలంలోకి తిరిగి వెళ్లలేమనే విషయం ఆలోచించు, మన దగ్గర మన ఆలోచన మాత్రమే ఉంది – అంతకంటే ఏం లేదు – మనం ఆమెను అడ్డుకోవాలి.

స్టేషన్ మాస్టర్ *(పూర్తి స్కాటిష్ భాషలో)*

మీరు ఎదురు చూస్తున్న అల్డ్ రీకీ రైలు ఆలస్యంగా నడుస్తోందని మీకు తెలుసా, కుర్రాళ్లూ?

స్కార్పియస్

అర్థం కాలేదు.

స్టేషన్ మాస్టర్

మీరు అల్డ్ రికీ రైలు కోసం ఎదురు చూస్తుంటే, మీరింకా చాలాసేపు ఎదురు చూడాలి. ఎందుకంటే, అది ఆలస్యంగా నడుస్తోంది. దూరంలో ట్రాక్ పనులు నడుస్తున్నాయి. అందువల్ల ఆ రైలు ఆలస్యంగా నడుస్తోంది.

అతను వాళ్ల వైపు చూస్తాడు, వాళ్లూ అతని వైపు తికమకగా చూస్తారు. అతను తన దగ్గరున్న సవరించిన రైలు టైంటేబుల్ వాళ్లకి ఇస్తాడు. అందులో సరైన సమయం చూపిస్తాడు.

ఆలస్యం చూశారా.

ఆల్బస్ దాన్ని తీసుకుని పరిశీలిస్తాడు. అందులో చాలా సమాచారం ఉండడంతో, అతని ముఖ కవళికలు మారిపోతాయి. స్కార్పియస్ మాత్రం స్టేషన్ మాస్టర్ వైపు తీక్షణంగా చూస్తూ ఉండిపోతాడు.

ఆల్బస్

ఆమె ఎక్కడ ఉందో నాకు తెలుసు.

స్కార్పియస్

నువ్వు దాన్ని అర్థం చేసుకున్నావా?

ఆల్బస్

టైమ్ టేబుల్‌లో ఉన్న సమయం చూడు.

స్కార్పియస్ అందులోకి చూసి, దాన్ని చదువుతాడు.

స్కార్పియస్

అక్టోబర్ పదమూడు 1981. హాలోస్ ఈవ్‌కి ముందు రోజు, ముప్ఫై తొమ్మిది సంవత్సరాల క్రితం. కానీ – ఆమె ఎందుకిలా చేసింది? ఓహ్.

స్కార్పియస్‌కి వాస్తవం తెలియగానే అతని ముఖం వాడిపోతుంది.

ఆల్బస్

అది మా తాతయ్య, బామ్మ చనిపోయిన రోజు. మా నాన్న చిన్నపిల్లాడిగా ఉన్నప్పుడు ఆ దాడి జరిగింది ... వోల్డెమోర్ట్ మళ్లీ రావడానికి ప్రయత్నించిన సమయమది. ఆమె తన భవిష్యవాణిని తీసుకొచ్చే పనిలో లేదు – ఆమె ఒక పెద్ద విషయాన్ని అడ్డుకునే ప్రయత్నం చేస్తోంది.

స్కార్పియస్

పెద్ద విషయం అంటే?

ఆల్బస్

'భూమ్మీదకు వస్తున్న చీకటి చక్రవర్తిని పూర్తిగా అడ్డుకోగల శక్తి అది ...

స్కార్పియస్ తోడవుతాడు

స్కార్పియస్ మరియు ఆల్బస్

'... చీకటి చక్రవర్తిని మూడుసార్లు ఓడించిన వారికి పుట్టిన శక్తి, ఏడో నెల పుట్టగానే చనిపోయిన శక్తి ...'

స్కార్పియస్ ఆ ప్రతి పదాన్ని తీక్షణంగా చదువుతాడు.

స్కార్పియస్

ఇది నా తప్పిదం. భవిష్యవాణిని అడ్డుకోవచ్చని నేనే ఆమెతో అన్నాను – భవిష్యవాణి మొత్తం ప్రశ్నార్థకమని నేనే ఆమెతో వాదించాను –

ఆల్బస్

ఇరవై-నాలుగు గంటల సమయంలో, శిశువుగా ఉన్న హ్యారీ పోటర్‌ని చంపేసే విధంగా వోల్డెమోర్ట్ శాపం పొంది ఉన్నాడు. ఆ శాపాన్ని నిరోధించడానికి డెల్ఫీ ప్రయత్నిస్తోంది. ఆమె స్వయంగా హ్యారీని చంపబోతోంది. మనం ఇప్పుడే గాడ్రిక్స్ హాలోకి వెళ్లాలి.

సన్నివేశం నాలుగు **దృశ్యం మూడు**

గాడ్రిక్స్ హాలో, 1981

ఆల్బస్ మరియు స్కార్పియస్ అప్పుడు గాడ్రిక్స్ హాలో మధ్యలో ప్రవేశిస్తారు. అది రద్దీగా ఉండే ఒక అందమైన గ్రామం.

స్కార్పియస్

నిజానికి, నేను చూసినంతవరకు ఇక్కడ దాడికి సంబంధించి ఎలాంటి సంకేతాలు కనిపించడం లేదు ...

ఆల్బస్

ఇది గాడ్రిక్స్ హాలో కదా?

స్కార్పియస్

మీ నాన్న నిన్నెప్పుడూ తీసుకురాలేదా?

ఆల్బస్

లేదు, ఆయన కొన్నిసార్లు ప్రయత్నించాడు, కానీ, నేనే నిరాకరించాను.

స్కార్పియస్

సరే, మనకి ఇక్కడ తిరిగే సమయం లేదు – మనం ఆ హంతక మంత్రగత్తెని పట్టుకుని ఈ ప్రపంచాన్ని కాపాడాలి – అయితే, ఆ చర్చి ... సెయింట్ జెరోమ్స్ కి సంబంధించి ...

ఒక చర్చి కనిపిస్తుందని ఆమె చెప్పింది కదా.

ఆల్బస్

అది వైభవంగా ఉంటుంది.

స్కార్పియస్

సెయింట్ జెరోమ్స్ సమాధి బహుశా ఆకర్షణీయంగా పేటాడబడిందేమో (అతను మరొక దిక్కు చూపిస్తాడు), అక్కడే హ్యారీ మరియు అతని తల్లితండ్రుల విగ్రహాలు ఉన్నాయేమో –

ఆల్బస్

మా నాన్న విగ్రహంగా ఉన్నాడా?

స్కార్పియస్

ఓహ్. ఇప్పుడు కాదు. కానీ, భవిష్యత్తులో ఉంటాడు. బహుశా ఉండొచ్చు. ఈ – ఈ ఇంట్లోనే బతిల్డా బ్యాగ్‌షాట్ నివసించింది, నివసిస్తూ...

ఆల్బస్

బతిల్డా బ్యాగ్‌షాట్? హిస్టరీ ఆఫ్ మ్యాజిక్ బతిల్డా బ్యాగ్‌షాట్ గురించి చెబుతున్నావా?

స్కార్పియస్

అవును. ఓ దేవుడా, అదిగో ఆమె అక్కడుంది. అద్భుతం. ఆనందంగా ఉంది. నేను అనుకున్నదే జరిగింది.

ఆల్బస్

స్కార్పియస్!

స్కార్పియస్

ఇక్కడ అది –

ఆల్బస్

జేమ్స్, లిల్లీ మరియు హ్యారీ పోటర్ ఇల్లు ...

ఒక ఆకర్షణీయమైన యువ జంట ఒక ఇంట్లో నుంచి వాళ్ల బిడ్డతో బయటకు వస్తారు. ఆల్బస్ వాళ్ల వైపు పరిగెత్తుతాడు, స్కార్పియస్ అతడిని వెనక్కి లాగుతాడు.

స్కార్పియస్

వాళ్లు నిన్ను చూడలేదు, ఆల్బస్, దానివల్ల కాలానికి ఆటంకం కలగవచ్చు, మనం ఆ పని చేయకూడదు – ఇది సమయం కాదు.

ఆల్బస్

కానీ, దీని అర్థం, ఆమె ఏం చేయలేదు ... మనం సాధించాం ... ఆమె ఏమీ చేయలే ...

స్కార్పియస్

మరి, మనం ఇప్పుడేం చేయాలి? ఆమెతో యుద్ధానికి సిద్ధమవుదామా? ఎందుకంటే, ఆమె చాలా ... క్రూరమైనది.

ఆల్బస్

అవును. మనం ఇలాంటి పరిస్థితిలో చిక్కుతామని అస్సలు ఆలోచించలేదు కదా? మనం ఇప్పుడేం చేయాలి? మా నాన్నని మనం ఎలా రక్షించాలి?

సన్నివేశం నాలుగు దృశ్యం నాలుగు

మినిస్ట్రీ ఆఫ్ మ్యాజిక్, హ్యారీ కార్యాలయం

హ్యారీ తొందరతొందరగా ఏదో పేపర్లు చూస్తుంటాడు.

డంబెల్‌డోర్

శుభ సాయంత్రం, హ్యారీ.

శబ్దం. హ్యారీ తలెత్తి డంబెల్‌డోర్ వైపు చూస్తాడు. అతని ముఖం కళావిహీనంగా ఉంటుంది.

హ్యారీ

ప్రొఫెసర్ డంబెల్‌డోర్. నా కార్యాలయానికి రావడం, నేను సగర్వంగా భావిస్తున్నాను. ఈ రాత్రికి ఏం చేయాలో చెప్పగలరా?

డంబెల్‌డోర్

నువ్వేం చేస్తున్నావ్?

హ్యారీ

ఈ పేపర్లన్నీ చూస్తున్నాను. మనం ఏదైనా మర్చిపోయామేమో తెలుసుకోవడానికి ఈ పని చేస్తున్నాను. మనకంటే శక్తిమంతమైన బలగంతో మనం చాలా జాగ్రత్తగా యుద్ధం చేయాలి. నిజానికి, ఆ యుద్ధం మనకి దూరంలోనే ఉంది. ఇప్పుడు నేనేం చేయగలను?

కాసేపు నిశ్శబ్దం. డంబెల్‌డోర్ ఏమీ మాట్లాడడు.

మీరు ఎక్కడున్నారు, డంబెల్‌డోర్?

డంబెల్‌డోర్

నేను ఇక్కడే ఉన్నాను.

హ్యారీ

ఇక్కడ మనం యుద్ధం ఓడిపోతాం. వోల్డెమోర్ట్ తిరిగి రాబోతున్నాడనే విషయాన్ని మీరు నిరాకరిస్తారా?

డంబెల్‌డోర్

అది – సాధ్యమే.

హ్యారీ

వెళ్లండి. జీవించండి. మీరిక్కడ ఉండడం నాకిష్టం లేదు, నాకు మీరు అక్కర్లేదు. మీరు అత్యవసరమైన ప్రతి సమయంలో అందుబాటులో ఉండడం లేదు. మీరు లేకుండానే నేను అతనితో మూడుసార్లు పోరాడాను. అవసరమైతే మళ్లీ పోరాడుతాను – ఒంటరిగానే.

డంబెల్‌డోర్

హ్యారీ, నీ తరఫున అతనితో యుద్ధం చేయాలని నాకు లేదని నువ్వు అనుకుంటున్నావా? అవసరమైతే, నేనూ అతనితో యుద్ధం చేస్తాను–

ఆ సమయంలో, హ్యారీ విరుచుకుపడుతాడు.

హ్యారీ

ప్రేమ మనల్ని గుడ్డి వాళ్లని చేస్తోంది కదా? నా మాటలకి అర్థమేమిటో మీకు తెలుసు కదా? ఆ సలహా ఎంత చెడ్డదో కూడా మీకు తెలుసు కదా? నా కుమారుడు – నా కుమారుడు మన కోసం యుద్ధం చేస్తున్నాడు. నేను మీకోసం చేసిన విధంగానే. నేను అతని దృష్టిలో ఒక చెడ్డ తండ్రిగా ఉండిపోయాను. మీరు నాకు చేసిన విధంగానే. అతనికి ఏమాత్రం ఇష్టం లేని చోట అతడిని వదిలి పెట్టాను – అతనిలో మళ్లీ నా మీద ప్రేమ రావాలన్నా, నేను అర్థం కావాలన్నా చాలా ఏళ్లు పడుతుంది–

డంబెల్‌డోర్

అంటే, నువ్వు ప్రివెట్ డ్రైవ్ గురించి చెబుతున్నావా –

హ్యారీ

సంవత్సరాలు – సంవత్సరాలు నేను అక్కడ ఒంటరిగా గడిపాను, నేనేమిటో తెలియకుండానే, అక్కడ ఎందుకు ఉన్నానో తెలియకుండానే అన్నేళ్లు ఉన్నాను, అక్కడ ఎవరూ నన్ను పట్టించుకోకుండానే పెరిగాను!

డంబెల్‌డోర్

నేను – నీకు దగ్గరగా ఉండడానికి ఇష్ట పడలేదు –

హ్యారీ

ఇప్పటికీ మీరు మిమ్మల్ని రక్షించుకుంటున్నారా!

డంబెల్‌డోర్

లేదు. నేను నిన్ను రక్షిస్తున్నాను. నీకు బాధ కలగకూడదని చూస్తున్నాను ...

ఆ గది వదలి వెళ్లడానికి డంబెల్‌డోర్ సిద్ధమవుతాడు, కానీ, వెళ్లలేకపోతాడు. అతనికి దుఃఖం వస్తుంది. కానీ, బయటకు కనిపించనివ్వడు.

అయితే, నేను చివర్లో మిమ్మల్ని కలవాలన్నమాట ... పదకొండేళ్ల వయసులో, మీకు ధైర్యం చాలా ఎక్కువ. చాలా మంచిది. మీరు స్వయంగా నిర్మించుకున్న మార్గంలో ఏమాత్రం ఫిర్యాదు లేకుండా నడవడానికి మీరు సిద్ధమయ్యారు. అయినప్పటికీ, నేను మిమ్మల్ని ఇష్టపడుతున్నాను ... ఇదంతా మళ్లీ జరుగుతుందని కూడా నాకు తెలుసు ... అయినప్పటికీ, నేను ఇష్టపడుతూనే ఉంటాను, నాకు కోలుకోలేని గాయం తగిలినా సరే ... నేను ప్రేమించడానికి తగిన వ్యక్తిని కాను ... గాయం కాకుండా నాకెప్పుడూ ప్రేమ అందలేదు ...

శబ్దం.

హ్యారీ

మీరు అప్పుడే నాకు ఈ విషయం చెప్పి ఉంటే నేను ఇంత బాధపడేవాడిని కాదు.

డంబెల్‌డోర్ *(ఇప్పుడు బయటకే ఏడుస్తూ)*

నేను గుడ్డివాడిని. నా ప్రేమ కూడా అలాగే ఉండిపోయింది. నీకు ఏం కావాలో నేను తెలుసుకోలేకపోయాను, నీకు దగ్గరగా రావాలని ఎప్పుడూ అనుకోలేదు, ప్రమాదకరమైన ముసలి వ్యక్తిని ... నిన్ను ఎంత ప్రేమిస్తున్నానో తెలుసా ...

కొంత నిశ్శబ్దం. వాళ్లిద్దరూ భావోద్వేగాన్ని దాచుకోలేకపోతారు.

హ్యారీ

అది నిజం కాదు, అది నాకు తెలియదు.

డంబెల్‌డోర్

హ్యారీ, ఈ తికమక, భావోద్వేగ ప్రపంచంలో దేనికీ సరైన సమాధానం లేదు. ఖచ్చితత్వం అనేది మనిషికి చాలా దూరంలోనే ఉంటోంది. అది మ్యాజిక్‌కి అవతల ఉండే విషయం. ప్రతి అందమైన, సంతోషకర సన్నివేశంలో ఒక చుక్క విషం పడుతూనే ఉంటుంది: అప్పుడు మనసుకి ఆ నొప్పి కలుగుతూనే ఉంటుంది. నువ్వు ప్రేమించే వారి పట్ల నిజాయితీగా ఉండు. ఆ నొప్పిని వారికి చూపించు. మనిషికి శ్వాసించడం తప్పదు, నొప్పి కూడా తప్పదు.

హ్యారీ

ఇవన్నీ మీరు నాకు గతంలోనూ చెప్పారు.

డంబెల్‌డోర్

ఈరాత్రికి నేను ఇవన్నీ నీకు చెప్పాలనుకున్నాను.

అతను అవతలకి వెళ్లడానికి సిద్ధమవుతాడు.

హ్యారీ

వెళ్లకండి!

డంబెల్‌డోర్

మనం ప్రేమించే వారు నిజానికి ఎప్పటికీ విడిచిపోరు, హ్యారీ. ఆ బంధాన్ని చావు సైతం తాకలేదు. అది పెయింట్ లా ... జ్ఞాపకంలా ... ఆ ప్రేమ ఉండిపోతుంది.

హ్యారీ

నేనూ మిమ్మల్ని గాఢంగా ప్రేమిస్తున్నాను, డంబెల్‌డోర్.

డంబెల్‌డోర్

నాకు తెలుసు.

అతను వెళ్లిపోతాడు. హ్యారీ ఒంటరగా మిగులుతాడు. డ్రాకో ప్రవేశిస్తాడు.

డ్రాకో

నీకు ఈ మరో నిజం తెలుసా – ఆ వాస్తవాన్నే స్కార్పియస్ కూడా చూశాడు – నేను మ్యాజిక్ లా ఎన్‌ఫోర్స్ మెంట్‌కి అధిపతిగా ఉన్నానట? బహుశా, త్వరలోనే ఈ గది నాది అవుతుంది. నీకు ఓకే కదా?

హ్యారీ తన విచారం దాచుకుంటాడు.

హ్యారీ

లోపలకు రా – నేను నీకు పర్యటన గురించి చెబుతాను.

డ్రాకో సంశయిస్తూనే ఆ గదిలోకి ప్రవేశిస్తాడు. అతను చిత్రంగా ఆ చుట్టూ చూస్తాడు.

డ్రాకో

ఇప్పుడు విషయం ఏమిటంటే – నేనెప్పుడూ మినిస్ట్రీ వ్యక్తిగా ఊహించుకోలేదు. చిన్నపిల్లాడిగా కూడా. మా నాన్న – ఇదంతా కోరుకున్నాడు – నేను కోరుకోలేదు.

హ్యారీ

నువ్వు ఏం చేయాలనుకుంటున్నావ్?

డ్రాకో

క్వాడ్విచ్. కానీ, నేను దానికి తగను. నాకు ప్రధానం నేను సంతోషంగా ఉండడం.

హ్యారీ తల ఊపుతాడు. డ్రాకో మరొక నిమిషం అతడిని చూస్తాడు, ఏం చేయాలో అతనికి అర్థం కాదు.

క్షమించు, తక్కువగా మాట్లాడడం నాకు చేతకాదు, నీకు అభ్యంతరం లేకపోతే, మనం పూర్తి వివరంగా మాట్లాడుకుందామా?

హ్యారీ

తప్పకుండా. ఇంతకీ – దేని గురించి వివరంగా మాట్లాడాలి?

శబ్దం.

డ్రాకో

థియోడార్ నాట్ దగ్గర మాత్రమే టైమ్-టర్నర్ ఉందని నువ్వు అనుకుంటున్నావా?

హ్యారీ

ఏంటీ?

డ్రాకో

మినిస్ట్రీ జప్తు చేసిన ఆ టైమ్-టర్నర్ నిజమైన దానిని పోలినది. దాన్ని ఒక అమూల్యమైన లోహంతో చేశారు. అది పని పూర్తి చేస్తుంది. తప్పకుండా. కానీ, అది కాలంలోకి ఐదు నిమిషాలు మాత్రమే వెళ్లగలదు – దానిలో ఉన్న ఒక పెద్ద లోపం అదే – అందుకే, దాన్ని నువ్వు నిజమైన డార్క్ మ్యాజిక్ సేకర్తలకి అమ్మడం సాధ్యం కాదు.

డ్రాకో ఏం చెబుతున్నాడో హ్యారీ గ్రహిస్తాడు.

హ్యారీ

అతను నీ కోసం పని చేస్తున్నాడా?

డ్రాకో

లేదు. నా తండ్రి కోసం. ఎవరి దగ్గరా లేని వస్తువులు సేకరించడమంటే అతనికి ఇష్టం. మినిస్ట్రీ వారి టైమ్-టర్నర్ లాంటివి – క్రోకెర్‌కి కృతజ్ఞతలు చెప్పాలి – అతని కోసం ఎప్పుడూ ఒక చిన్న పెనీలా ఉంటుంది. ఒక గంట కంటే ఎక్కువ సమయం వెళ్లే సామర్థ్యం సంపాదించాలని అతని కోరిక కాదు. సంవత్సరాల కొద్దీ వెనక్కి వెళ్లాలని అతని కోరిక. అతనెప్పుడూ దాన్ని ఉపయోగించలేదు, వోల్డెమోర్ట్ లేకుండా అతనో ప్రపంచాన్ని సృష్టించాడని అనుకుంటున్నాను. అయితే, ఆ టైమ్-టర్నర్ మాత్రం అతని కోసమే నిర్మించబడింది.

హ్యారీ

అది నీ దగ్గర ఉందా?

డ్రాకో టైమ్-టర్నర్ చూపిస్తాడు.

డ్రాకో

ఐదు నిమిషాల సమస్య లేదు, ఇది బంగారంలా ప్రకాశిస్తుంది, మాల్ఫోయ్‌లు దీన్ని చాలా ఇష్టపడుతారు. నువ్వు నవ్వుతావు.

హ్యారీ

హెర్మియోన్ గ్రేంజర్. ఆమె దీన్ని మొదటే ఎంచుకోవడానికి కారణం అర్థమైంది, భయం అనేది రెండో కారణం కావచ్చు. దీన్ని పట్టుకోవడం ద్వారా, నువ్వు అజ్కాబాన్‌కి వెళ్లవచ్చు కదా.

డ్రాకో

ప్రత్యామ్నాయాన్ని పరిగణనలోకి తీసుకో – నాకు కాలంలోకి ప్రయాణించే సామర్థ్యం ఉందని ప్రజలకు తెలిసిందనుకో. ఆ పుకారు అంతటా వ్యాపించిందనుకో – అంటే విశ్వాసం వ్యాపించిందనుకో.

హ్యారీ అప్పుడు డ్రాకో వైపు చూస్తాడు, అతడిని పూర్తిగా అర్థం చేసుకుంటాడు.

హ్యారీ

స్కార్పియస్.

డ్రాకో

మనకి పిల్లల్ని పొందే సామర్థ్యం ఉంది. కానీ, అస్టోరియాకి ఆ సామర్థ్యం లేదు. రక్త సమస్య ఒక తీవ్రమైన సమస్య. ఒక పూర్వీకుడికి శాపం ఎదురైంది ... అది ఆమెలో కనిపించింది. ఈ విషయాలు తరాల తర్వాత కూడా ఏవిధంగా బయటకు వస్తాయో నీకు తెలుసు కదా ...

హ్యారీ

నన్ను క్షమించు, డ్రాకో.

డ్రాకో

ఆమె ఆరోగ్యానికి ప్రమాదం కలిగించడం నాకిష్టం లేదు, మాల్ఫోయ్ వంశం నాతో అంతరించిపోయినా ఫర్వాలేదని నేను ఆమెతో చెప్పాను – నా తండ్రి నాతో ఏం చెప్పి ఉన్నా సరే. కానీ, అస్టోరియా – మాల్ఫోయ్ పేరుతో బిడ్డని కోరుకోలేదు, స్వచ్ఛమైన రక్తం కోసమో లేదంటే ఖ్యాతి కోసమో కాకుండా మా కోసం కోరుకుంది. ఆవిధంగా మా బిడ్డ స్కార్పియస్ పుట్టాడు ... మా ఇద్దరి జీవితాల్లో అదే అత్యుత్తమమైన రోజు, అయితే, ఆ ప్రసవంతో అస్టోరియా క్రమంగా

బలహీనపడిపోయింది. మా ముగ్గురినీ ఆ సంఘటన దూరం చేసింది. నేను ఆమెను బలంగా చేసే ప్రయత్నం చేశాను ... అప్పటి నుంచి పుకార్లు మొదలయ్యాయి.

హ్యారీ

అవి ఎలాంటివో నేను ఊహించలేకపోతున్నాను.

డ్రాకో

తాను ముసలితనం వరకు బ్రతికి ఉండదని ఆస్టోరియాకి ఎప్పుడూ తెలుసు. తాను చనిపోయిన తర్వాత, నాకు ఎవరైనా తోడు ఉండాలని ఆమె కోరుకుంది. ఎందుకంటే ... డ్రాకో మాల్ఫోయ్ ఎప్పటికీ ఒంటరిగా ఉండకూడదని ఆమె కోరిక. నేనెప్పుడూ ఆ విషయం అనుమానించేవాడిని. కానీ, గతం నుంచి తప్పించుకునే అవకాశం లేదు. కానీ, ఈ పుకార్ల ప్రపంచం నుంచి, నిర్ణయాత్మక ప్రపంచం నుంచి అతడిని దాచలేని పరిస్థితి వస్తుందని నేనెప్పుడూ అనుకోలేదు. అయితే, నేను ఊహించిన దానికంటే నా కుమారుడికి మరింత తీవ్రమైన సమస్యలు ఎదురయ్యాయి.

హ్యారీ

ప్రేమ గుడ్డివాళ్లని చేస్తుంది. మనిద్దరం మన కుమారులకి వాళ్లు కోరుకున్నది ఇవ్వాలని అనుకోలేదు. మనం అనుకున్నది ఇవ్వాలని అనుకున్నాం. మన గతాలని తిరగరాయాలని మనం తీవ్రంగా కోరుకున్నాం, మనం వాళ్ల వర్తమానాన్ని తీవ్రంగా పాడు చేశాం.

డ్రాకో

ఆ కారణంగానే నీకు ఇది కావాలి. దీనికోసమే నేను దీన్ని వెంట పెట్టుకుని వచ్చాను, దీన్ని ఉపయోగించడానికి నేనెప్పుడూ తొందరపడలేదు. నిజానికి, అస్టోరియాతో ఒక్క క్షణం జీవించే అవకాశం వస్తే చాలు, నేను నా ఆత్మనైనా అమ్మేస్తానని తెలుసు కదా ...

హ్యారీ

ఓహ్, డ్రాకో... మనం దీన్ని ఉపయోగించకూడదు. మనం దీన్ని ఉపయోగించకూడదు.

డ్రాకో అప్పుడు హ్యారీ వైపు చూస్తాడు, మొట్టమొదటిసారిగా వాళ్లు తమ మనసు లోతుల నుంచి నిజమైన స్నేహితులుగా ఒకరినొకరు చూసుకుంటారు.

డ్రాకో

మనం వాళ్లని కనిపెట్టాలి – శతాబ్దాలు పట్టినా సరే మనం మన కుమారులని వెతికి కనిపెట్టాలి ...

హ్యారీ

కానీ, వాళ్ళు ఎక్కడున్నారో, ఏ సమయంలో ఉన్నారో కూడా మనకి తెలియదు. కాలంలోకి వెతకడం అనేది ఏమాత్రం ఆలోచన లేని పని. అది చివరకు వైఫల్యంగానే ముగుస్తుంది. ప్రేమతో మనం ఈ పని చేయలేం. కానీ, టైమ్-టర్నర్‌తో మాత్రమే మనం ఈ పనిచేయగలమనిపిస్తోంది. ఇప్పుడు మన స్థితి మన కుమారుల చేతిలో ఉంది – వాళ్ళు మాత్రమే మనల్ని కాపాడగలరు.

సన్నివేశం నాలుగు **దృశ్యం ఐదు**

గాడ్రిక్స్ హాలో, జేమ్స్ మరియు లిల్లీ పోటర్ ఇంటి వెలుపల, 1981

ఆల్బస్ మరియు స్కార్పియస్ నిస్సహాయంగా చుట్టూ చూస్తుంటారు, తమ సమస్యల నుంచి బయటపడే మార్గం కోసం వెతుకుతుంటారు.

ఆల్బస్
మనం మా తాతయ్య, బామ్మకి చెబుతామా?

స్కార్పియస్
వాళ్లు తమ కుమారుడు పెరిగి పెద్దవడం అస్సలు చూడలేదా?

ఆల్బస్
ఆమె దృఢంగా ఉంటుంది – నాకు తెలుసు – నువ్వూ ఆమెను చూశావు కదా.

స్కార్పియస్
ఆమె చాలా అద్భుతంగా ఉంది, ఆల్బస్. నీ స్థానంలో నేను ఉండి ఉంటే నేను తప్పకుండా ఆమెతో మాట్లాడి ఉండేవాడిని. కానీ, హ్యారీ జీవితం కోసం వోల్డెమోర్ట్ ని అర్థించే బదులు తాను చనిపోవడమే మేలని ఆమె ఆలోచించే అవకాశం ఉంది, అదే కానీ జరిగితే, ఈ ప్రపంచాన్ని నువ్వు నాశనం చేసినవాడివవుతావు, దాన్ని భవిష్యత్తుగా మార్చలేవు ...

ఆల్బస్
డంబెల్‌డోర్. డంబెల్‌డోర్ సజీవంగా ఉన్నాడు. డంబెల్‌డోర్ ఇందులో జోక్యం చేసుకునేలా మనం చేయాలి. నువ్వు స్నేప్‌తో చేసిన పని మనం ఇక్కడ చేయాలి –

స్కార్పియస్
మీ నాన్న బ్రతికే ఉన్నాడని అతనికి మనం తెలియజేద్దామా? అతనికి పిల్లలూ ఉన్నారని చెబుదామా?

ఆల్బస్

అతను డంబెల్‌డోర్! అతను దేన్నైనా తట్టుకోగలడు!

స్కార్పియస్

ఆల్బస్, డంబెల్‌డోర్‌కి ఏం తెలుసో చెప్పడానికి వంద పుస్తకాలు రాయవచ్చు. అవన్నీ అతనికి ఎలా తెలుసు లేదంటే వాటితో అతను ఏం చేయగలడనే విషయాలు అందులో రాయవచ్చు. కానీ, నిస్సందేహమైన నిజం ఏమిటంటే – అతను ఏం చేస్తాడు – అతను ఏం చేయాల్సిన అవసరం ఉంది అనేది చాలా ముఖ్యం – ఆ విషయాలని గందరగోళం చేయడానికి నేను సాహసించలేను. (శబ్దం. తన స్నేహితుడు ఏం చెబుతాడా అన్నట్టు అతను చూస్తాడు.) నేను ప్రత్యామ్నాయ వాస్తవంలో ఉన్నాను కాబట్టి, సాయం చేయాలని నేను అతన్ని కోరగలను. కానీ, మనం అడగలేం. మనం గతంలో ఉన్నాం. మనం మరిన్ని సమస్యలు సృష్టించడానికి సమయాన్ని సరిచేయడం కరెక్ట్ కాదు – మన సాహసాలు మనకి ఏమైనా బోధిస్తే, ఆ పాఠాలు మనకి మాత్రమే పరిమితం కావాలి. దేని గురించైనా మాట్లాడడం సమయాన్ని పాడు చేయడం – రెండూ సరికాదు.

ఆల్బస్

అంటే మనం – భవిష్యత్తులోకి మాట్లాడాలి. అంటే, మనం మా నాన్నకి ఒక సందేశం పంపాలి.

స్కార్పియస్

కానీ, కాలంలోకి ప్రయాణించగల గుడ్లగూబ ఏదీ మన దగ్గర లేదు కదా. అలాగే, ఆయన దగ్గర టైమ్-టర్నర్ కూడా లేదు కదా.

ఆల్బస్

మనం మా నాన్నకి సందేశం పంపుదాం. ఇక్కడికి రావడానికి ఆయన ఏదైనా మార్గం కనిపెడుతాడు. ఒకవేళ ఆయన సొంతంగా టైమ్-ట్యూనర్ కూడా తయారు చేయవచ్చు.

స్కార్పియస్

మనం పెన్సీవ్ లాగా – ఒక జ్ఞాపకాన్ని పంపుదాం – ఆ జ్ఞాపకం ఆయన కోసం వేచి ఉంటుంది. ఆయన సరిగ్గా ఆ సమయానికి వచ్చినప్పుడు అది ఆయన్ని చేరుతుంది. నిజానికి, ఇది అసాధారణం అనుకో, కానీ ... ఇది బిడ్డ మీద నిల్చుని – పదే పదే సాయం, సాయం, సాయం అని అరవడం లాంటిది. దీనివల్ల ఆ బిడ్డకి ప్రమాదం కలిగే అవకాశం కూడా ఉంది.

ఆల్బస్

కొద్దిగా మాత్రమే కదా.

స్కార్పియస్

ప్రమాదం చిన్నదైనప్పటికీ, దానివల్ల ఏం జరుగుతుందో మనకి తెలియదు కదా ... అలాగే, అతను ఆ విషయాన్ని గ్రహించి – ఆ తర్వాత – అతను మన ముఖాలు గుర్తు పెట్టుకుని – అరిస్తే –

ఆల్బస్

సాయం అనా.

స్కార్పియస్ అప్పుడు ఆల్బస్ వైపు చూస్తాడు.

స్కార్పియస్

నువ్వు చెప్పింది నిజమే. ఇదొక అద్భుతమైన ఆలోచన.

ఆల్బస్

కానీ, ఇది నీ ఇప్పటివరకు ఐడియాల్లోనే అధ్వాన్నమైనది.

స్కార్పియస్

అర్థమైంది! మనం దీన్ని చేయాలంటే – నలభై ఏళ్లు ఎదురుచూడాలి – మనం దీన్ని చేయాలంటే –

ఆల్బస్

అంత సీన్ లేదు – డెల్ఫీ గానీ తనకు నచ్చిన విధంగా సమయం సరిచేయగలిగిందంటే, మనల్ని వెతకడానికి సైన్యం పంపిందంటే – మనల్ని చంపడం ఖాయం –

స్కార్పియస్

అంటే, మనం ఏదైనా రంధ్రంలో దాక్కోవాలా?

ఆల్బస్

నీతో మరో నలభై ఏళ్ల పాటు ఏదైనా ఒక రంధ్రంలో దాక్కునే అవకాశం వస్తే, అది నాకు ఆనందంగానే ఉంటుంది .. వాళ్లు మనల్ని కనిపెడితే, మనం చనిపోతాం. అప్పుడు సమయం తప్పు ప్రదేశంలో నిలిచిపోతుంది. లేదు. మనం మనం ఖచ్చితంగా దాన్ని కంట్రోల్ చేసి తీరాలి, మన సమయం అతనికి సరిగ్గా తెలియడం కోసం మనం ఏమైనా చేయాలి. మనం ఏం చేయాలంటే ...

స్కార్పియస్

అక్కడేమీ లేదు. ఇప్పుడు కూడా, శాశ్వత చీకట్లో ఉండిపోవాల్సిన పరిస్థితి వస్తే, ఎవరైనా తోడు వెతుక్కోవాల్సి వస్తే, నేను నిన్నే ఎంచుకుంటాను, నేను నిన్నే ఎంచుకుంటాను.

ఆల్బస్

నిజమే, కానీ, నేను మాత్రం ఇంకా గొప్పగా, అద్భుతంగా మ్యాజిక్ చేయగల వారిని ఎంచుకుంటాను.

చిన్నారి హ్యారీతో లిల్లీ ఇల్లు దాటి వస్తుంది, ఆమె చాలా జాగ్రత్తగా బిడ్డ మీద దుప్పటి కప్పుతుంది.

అతని దుప్పటి. ఆమె అతడిని అతని దుప్పటిలో చుట్టేస్తోంది.

స్కార్పియస్

నిజానికి, ఈరోజు కొద్దిపాటి చలిగా ఉంది కదా.

ఆల్బస్

అతను ఎప్పుడూ చెప్పేవాడు – ఆమె నుంచి అతనికి ఎప్పుడూ నచ్చేది అదేనట. అతని మీద ఆమెకు ఎంత ప్రేమ ఉందో చూస్తున్నావ్ కదా – ఈ విషయం అతనికి తెలిస్తే, చాలా సంతోషిస్తాడు – నేను తప్పకుండా చెబుతాను.

స్కార్పియస్

నేను కూడా మా నాన్నకి ఈ విషయాలు చెప్పాలనుకుంటున్నాను – కానీ, ఏం చెప్పాలో తెలియడం లేదు. నా గురించి ఆయన అనుకుంటున్నట్టు కాకుండా, నేను అప్పుడప్పుడూ మాత్రమే ధైర్యవంతుడినని ఆయనతో చెప్పడం తప్ప నా దగ్గర చెప్పడానికేమీ లేదు.

ఆల్బస్‌కి ఒక ఆలోచన వస్తుంది.

ఆల్బస్

స్కార్పియస్ – మా నాన్న దగ్గర ఆ దుప్పటి ఇప్పటికీ ఉంది.

స్కార్పియస్

కానీ ఆ ఆలోచన ఫలించదేమో. ఇప్పుడు మనం దాని మీద ఆ సందేశం రాస్తే, అది చాలా చిన్నదైనప్పటికీ, అతను దాన్ని త్వరలోనే చదివేస్తాడు. అప్పుడు సమయం నాశనమవుతుంది.

ఆల్బస్

ప్రేమ కషాయాల గురించి నీకేం తెలుసు? అందులో ఏ దినుసులు ఉంటాయో నీకు తెలుసా?

స్కార్పియస్

మిగిలిన అన్నింటితో పాటు పెరల్ డస్ట్ ఉంటుంది.

ఆల్బస్

పెరల్ డస్ట్ అనేది అత్యంత అరుదైన దినుసు కదా?

స్కార్పియస్

అదేసమయంలో, అది చాలా ఖరీదైనది కూడా కదా. దీని గురించి ఏమంటావ్, ఆల్బస్?

ఆల్బస్

నేను బడికి వెళ్లడానికి ముందు రోజు నేను నాన్న పోట్లాడుకున్నాం.

స్కార్పియస్

ఈ సంగతి నాకు తెలుసు. అలాంటి విషయాలే మనల్ని ఇందులోకి తీసుకొచ్చి పడేశాయి.

ఆల్బస్

నేను ఆ దుప్పటిని గదిలో విసిరేశాను. అది ప్రేమ కషాయంతో తడిసిపోయింది. అంకుల్ రాన్ నాకు ఆ రోజు తమాషాగా ఆ కషాయం ఇచ్చాడు. ఆ కషాయం దాని మీద పడి, ఆ దుప్పటి మొత్తం తడిసింది. నాకు తెలిసి, నేను వచ్చేసినప్పటి నుంచి నాన్న ఆ గదిలోకి వెళ్లడానికి అమ్మ అనుమతించి ఉండదనే అనుకుంటున్నాను.

స్కార్పియస్

అంటే?

ఆల్బస్

త్వరలోనే హాలోస్ ఈవ్ రానుంది. అది మనకి, వాళ్లకి కరెక్ట్ సమయం – తను ఎప్పుడూ ఆ దుప్పటి కోసం చూస్తాడని ఆయన నాతో చెప్పాడు. హాలోస్ ఈవ్‌కి ఆయన ఆ దుప్పటితో ఉండాలని కోరుకుంటాడు – ఎందుకంటే, వాళ్ల అమ్మ ఆయనకి చివరగా దాన్ని ఇచ్చింది – కాబట్టి, ఆయన దాని కోసం వెతుకుతాడు. ఆయన దాన్ని చూసినప్పుడు ...

స్కార్పియస్

లేదు. అప్పుడు కూడా ఆయన నిన్ను చేరలేడు.

ఆల్బస్

పెరల్ డస్ట్ తో ఏది ప్రతిచర్య జరుపుతుంది?

స్కార్పియస్

సరిగ్గా చెప్పాలంటే, టింక్చర్ ఆఫ్ డెమెంగ్యూస్ మరియు పెరల్ డస్ట్ కలిస్తే ... అవి మండుతాయని చెబుతారు.

ఆల్బస్

మరి టింక్చర్ ఆఫ్ (మిగిలిన పదం ఎలా చెప్పాలో అతనికి అర్థం కాదు) డెమెంగ్యూస్ అనేది మామూలు కంటికి కనిపిస్తుందా?

స్కార్పియస్

లేదు.

ఆల్బస్

మరైతే, మనం ఆ దుప్పటిని తీసుకుని, దానిమీద టింక్చర్ ఆఫ్ డెమెంగ్యూస్‌తో రాయగలిగితే ...

స్కార్పియస్ *(యురేకా)*

అంటే, దానికి ప్రేమ కషాయం తగిలే వరకు అది దేనితోనూ ప్రతిచర్య జరపకుండా ఉంటుంది. నీ గదిలోనే ఉంటుంది. వర్తమానంలో ఉంటుంది. డంబెల్‌డోర్ ద్వారా; నాకు చాలా నచ్చింది.

ఆల్బస్

కానీ, ఇప్పుడు మనం కొంచెం డెమెంగ్యూస్ కోసం ఎక్కడ వెతకాలో నిర్ధారించుకోవాలి ...

స్కార్పియస్

నీకు తెలుసా, ఒకానొక పుకారు ప్రకారం, మంత్రగత్తెలు మరియు తాంత్రికులు వాళ్ల తలుపుల వైపు చూడడం బతిల్డా బ్యాగ్‌షాట్ ఎప్పుడూ చూడలేదట.

ఆ తలుపులు తెరచుకుంటాయి.

పుకార్లు నిజమే. కొన్ని మంత్రదండాలు దొంగిలించి, కొంచెం కషాయాలు తెచ్చుకోవాల్సిన సమయమిది.

సన్నివేశం నాలుగు దృశ్యం ఆరు

హ్యారీ మరియు గిన్నీ పోటర్ ఇల్లు, ఆల్బస్ గది

ఆల్బస్ పడక మీద హ్యారీ కూర్చుని ఉంటాడు. గిన్నీ లోపలకి ప్రవేశిస్తూ అతడిని చూస్తుంది.

గిన్నీ

నువ్వు ఇక్కడ ఉండడం ఆశ్చర్యంగా ఉంది.

హ్యారీ

కంగారు పడొద్దు, నేను దేన్నీ ముట్టుకోలేదు. ఈ గది ఎలా ఉండాలో అలాగే ఉంది. (అతను తత్తరపడుతాడు.) క్షమించు. మాటలు సరిగా లేదు కదా.

గిన్నీ ఏమీ మాట్లాడదు. హ్యారీ ఆమె వైపు చూస్తాడు.

నీకు తెలుసు, నాకు కొన్ని భయంకరమైన హాలోస్ ఈవ్స్ అనుభవాలున్నాయి – కానీ, ఇది ఖచ్చితంగా వాటికంటే చాలా అధ్యాన్నమైనది – ఇది నా రెండో అధ్వాన్నమైన ఈవ్.

గిన్నీ

నేను నిన్ను నిందించడం – తప్పే – నువ్వు వస్తువులు విసిరేస్తుంటావని నిన్నెప్పుడూ తిడుతుంటాను, అలాగే, - ఆల్బస్ కనిపించకుండా పోవడానికి కూడా నువ్వే కారణం అనుకున్నాను. అందుకు నేను క్షమాపణ చెబుతున్నాను.

హ్యారీ

ఇది నా తప్పు అని నువ్వు అనుకోలేదా?

గిన్నీ

హ్యారీ, మన కుమారుడిని ఒక శక్తిమంతమైన మంత్రగత్తె అపహరించింది, అది నీ తప్పెలా అవుతుంది?

హ్యారీ

నేను అతడిని అనుసరించాను. ఆమెతో పాటు వెంబడించాను.

గిన్నీ

యుద్ధం ఇప్పటికే ఓడిపోయిన విధంగా దీన్ని మనం పరిగణించకూడదు కదా?

గిన్నీ తలూపుతుంది. హ్యారీ ఏడ్వడం మొదలుపెడుతాడు.

హ్యారీ

నన్ను క్షమించు గిన్–

గిన్నీ

నువ్వు నా మాట వినడం లేదా? నేను కూడా క్షమాపణ చెబుతున్నాను.

హ్యారీ

నేను జీవించి ఉండాల్సింది కాదు – అది నా మరణానికి గమ్యం లాంటిది – చివరకు డంబెల్‌డోర్ కూడా అలాగే ఆలోచించాడు – అయినప్పటికీ, నేను బ్రతికే ఉన్నాను. నేను వోల్డెమోర్ట్ కి సవాలు విసిరాను. వీళ్లందరూ – వీళ్లందరూ – ఆ కుర్రాడు క్రైగ్, నా తల్లితండ్రులు, ఫ్రెడ్, ఫ్యాలెన్ ఫిఫ్టీ – అందరి కారణంగానే నేను బ్రతికి ఉన్నానా? ఇదంతా ఎలా సాధ్యం? ఈ మొత్తం నష్టానికి – ఇదంతా నా తప్పు.

గిన్నీ

వాళ్లందరూ వోల్డెమోర్ట్ చేతిలో చనిపోయారు.

హ్యారీ

కానీ, నేను త్వరగా అతడిని ఆపేసి ఉంటే? ఆ రక్తమంతా నా చేతికి అంటి ఉండేది. ఇప్పుడు మన కుమారుడు కూడా అందులోకి వెళ్లాల్సి వచ్చింది –

గిన్నీ

అతను చనిపోలేదు. నువ్వు నా మాట వింటున్నావా హ్యారీ? అతను చనిపోలేదు.

ఆమె హ్యారీ తన చేతుల్లోకి తీసుకుంటుంది. అక్కడో పెద్ద నిశ్శబ్దం ఏర్పడుతుంది. ఆ నిశ్శబ్దం పూర్తిగా విషాదం అలుముకుని ఉంటుంది.

హ్యారీ

ఆ బ్రతికిన కుర్రాడు. ఆ బ్రతికిన కుర్రాడి కోసం ఎంతమంది చనిపోవాలి?

హ్యారీ ఒక నిమిషం ఏమీ అర్థం కానట్టు పక్కకి తిరుగుతాడు. అప్పుడు అతను ఆ దుప్పటిని గమనిస్తాడు. అతను దాని దగ్గరకు వెళ్తాడు.

నాకిప్పుడు ఈ దుప్పటి మాత్రమే మిగిలింది ... హాలోస్ ఈవ్ కోసం ఇది మాత్రమే ఉంది. వాళ్లని జ్ఞాపకం చేసుకోవడానికి ఇది మాత్రమే మిగిలింది. అదేసమమంలో –

అతను ఆ దుప్పటి తీసుకుంటాడు. అందులో ఒక రంధ్రం ఉండడం గమనిస్తాడు. దాన్ని చూసి దిగులు పడుతాడు.

దీనికి రంధ్రాలు పెడుతున్నాడు. రాన్ తెచ్చిన మూర్ఖపు కషాయం పడడం వల్లే ఇదిలా అయ్యింది. దీనికి ఇలా రంధ్రాలు పడ్డాయి. దీన్ని చూడు. ఇది నాశనమైంది. ఇది నాశనమైంది.

అతను ఆ దుప్పటిని విసిరి కొడుతాడు. గిన్నీ దాన్ని తీసుకుంటుంది, పరీక్షగా చూస్తుంది.

గిన్నీ

హ్యారీ ...

హ్యారీ

ఏమైంది?

గిన్నీ

హ్యారీ, దీనిమీద – దీనిమీద – ఏదో రాసి ఉంది –

ఏమాత్రం ఆలస్యం లేకుండా, ఆల్బస్ మరియు స్కార్పియస్ కనిపిస్తారు, హ్యారీ మరియు గిన్నీతో వాళ్లు ఒకే వేదిక మీద కనిపించినప్పటికీ, కాలం వారిని వేరు చేస్తూ ఉంటుంది.

ఆల్బస్

'నాన్నా ...'

స్కార్పియస్

మనం 'నాన్నా' అని మొదలుపెడుదామా?

ఆల్బస్

ఇది నా నుంచి వచ్చిందని ఆయనకు తెలుస్తుంది కదా.

స్కార్పియస్

ఆయన పేరు హ్యారీ. కాబట్టి, మనం 'హ్యారీ' అనే మొదలుపెడుదాం.

ఆల్బస్ *(దృఢంగా)*

మనం 'నాన్న' అనే మొదలుపెడుదాం.

హ్యారీ

'నాన్నా' ఇలా నేను 'నాన్న' అని సంబోధించడం బాగుందా? ఇది మరీ చిత్రంగా అనిపిస్తోందా ...

స్కార్పియస్

'నాన్న, సాయం చేయండి.'

గిన్నీ

"హలో"? వాళ్లు 'హలో అన్నారా'? ఆ తర్వాత ... 'మంచిదే' ...

హ్యారీ

'నాన్న హలో మంచిది హలో"? లేదు. ఇదేదో ... చిత్రమైన జోక్‌లా ఉంది.

ఆల్బస్

'నాన్నా. సాయం చేయండి. గాడ్రిక్స్ హ్యాలో.'

గిన్నీ

దాన్నిలా ఇవ్వండి. నాకు మీకంటే బాగా కనిపిస్తుంది. అవును. 'నాన్న హలో మంచిది' - అది 'హలో' కాదు – అది 'హ్యాలో' లేదా 'హ్యాలో' కదా? ఆ తర్వాత కొన్ని నంబర్లు ఉన్నాయి ఇవి స్పష్టంగా ఉన్నాయి – '3 ... 1 ... 1 ... 0 ... 8 ... 1'. ఇది ఆ ముగిల్ టెలిఫోన్ నంబర్లలో ఒకటి కదా? లేదంటే, గ్రిడ్ రిఫరెన్స్ లేదా ఇంకేదైనా ...

హ్యారీ పైకి చూస్తాడు, అతని మనసులోకి ఒకేసారి అనేక ఆలోచనలు వస్తాయి.

హ్యారీ

లేదు. ఇది తేదీ. 31 అక్టోబర్ 1981. ఆ తేదీలోనే నా తల్లితండ్రులని చంపేశారు.

గిన్నీ అప్పుడు హ్యారీ వైపు చూస్తుంది. తర్వాత మళ్లీ దుప్పటి వైపు చూస్తుంది.

గిన్నీ

అందులో ఉన్నది 'హలో' కాదు. అందులో 'సాయం' అని ఉంది.

హ్యారీ

'నాన్నా. సాయం చేయండి. గాడ్రిక్స్ హ్యాలో. 31/10/81' అని రాశాడు. తెలివైన పిల్లాడు. నాకు సందేశం పంపాడు.

గిన్నీని హ్యారీ గట్టిగా ముద్దు పెట్టుకుంటాడు.

గిన్నీ

దీన్ని ఆల్బస్ రాశాడా?

హ్యారీ

అతను ఎక్కడ ఉన్నాడో, ఏ కాలంలో ఉన్నాడో తెలియజేశాడు, ఇప్పుడు ఆమె ఎక్కడుందో మనకి తెలిసిపోయింది, ఆమెతో మనం ఎక్కడ యుద్ధం చేయాలో అర్థమైంది.

అతను మళ్లీ ఆమెను గట్టిగా ముద్దుపెట్టుకుంటాడు.

గిన్నీ

కానీ, మనం వాళ్లని వెనక్కి తీసుకురాలేం కదా.

హ్యారీ

నేను హెర్మ్మయోన్‌కి ఒక గుడ్లగూబ పంపుతాను. నువ్వు డ్రాకోకి ఒకదాన్ని పంపు. టైమ్-టర్నర్ తీసుకుని మనల్ని గాడ్రిక్స్ హ్యాలో కలవాలని వాళ్లకి చెప్పు.

గిన్నీ

ఇది 'మనకు' వచ్చిన సందేశం కదా? మరి నేను లేకుండానే వెళ్లిపోయే విధంగా ఆలోచిస్తున్నావేంటి, హ్యారీ

హ్యారీ తన భార్యని ముద్దు పెట్టుకుంటాడు – పూర్తి కృతజ్ఞతతో మరియు ప్రేమతో.

హ్యారీ

నువ్వు కూడా వస్తున్నావ్ కదా. మనకి ఒక అవకాశం దొరికింది గిన్నీ, అలాగే, డంబెల్‌డోర్ ద్వారా – మనకి ఇప్పుడు కావాల్సింది – ఒక అవకాశం మాత్రమే.

సన్నివేశం నాలుగు దృశ్యం ఏడు

గాడ్రిక్స్ హ్యాలో

రాన్, హెర్మియోన్, డ్రాకో, హ్యారీ మరియు గిన్నీ అప్పుడు ప్రస్తుత రోజు గాడ్రిక్స్ హ్యాలోలో నడుస్తుంటారు. అదొక రద్దీగా ఉండే మార్కెట్ పట్టణం (ఏళ్లు గడిచేకొద్దీ అది బాగా విస్తరించింది).

హెర్మియోన్

గాడ్రిక్స్ హ్యాలో. అప్పుడే ఇరవై ఏళ్లు గడిచిపోయాయి కదా ...

గిన్నీ

ఈ మాట నా గురించి చెబుతున్నావా లేదంటే ముగిల్స్ గురించి కూడానా?

హెర్మియోన్

ఒకప్పుడు వారాంతపు సెలవురోజుకి ఇది చాలా ప్రఖ్యాతి కదా.

డ్రాకో

ఎందుకో నేను చూస్తున్నాను – ఆ పైకప్పులు చూడు. ఇదొక రైతు మార్కెట్ కదా?

హెర్మియోన్ టక్కున హ్యారీ దగ్గరకు వెళ్తుంది – అతను చుట్టూ చూస్తుంటాడు. కనిపిస్తున్న వాటిని చూస్తూ ఆశ్చర్యపడుతుంటాడు.

హెర్మియోన్

మనం చివరగా ఇక్కడికి ఎప్పుడు వచ్చామో నీకు గుర్తుందా? నీకు పాత రోజులు గుర్తుకి రావడం లేదా.

రాన్

పాత రోజులు, వాటితోపాటు ఏమాత్రం ఇష్టం లేని కొన్ని పోనీటెయిల్స్ కూడా గుర్తుకు వస్తున్నాయి.

డ్రాకోకి ఒక శబ్దం వినగానే పాత రోజులు గుర్తుకొస్తాయి.

డ్రాకో

నేను ఇప్పుడే చెప్పాను కదా ...

రాన్

మాల్ఫోయ్, నువ్వు హ్యారీతో ముద్దూ ముచ్చట ఆడి ఉండవచ్చు, అలాగే, ఒక చక్కటి కుర్రాడిని కని ఉండొచ్చు, కానీ, నువ్వు కొన్ని పొంతన లేని విషయాలు చెప్పావు, అది కూడా నా భార్య గురించి చెప్పావు ...

హెర్మియోన్

నీ భార్యకి యుద్ధం చేయాలనిపిస్తే, అందుకు నువ్వు అవసరం లేదు కదా.

హెర్మియోన్ చిత్రంగా రాన్ వైపు చూస్తుంది. రాన్‌కి ఆ చూపు అర్థమవుతుంది.

రాన్

మంచిది. కానీ, నువ్వు గానీ ఆమె గురించో లేదంటే నా గురించో మరో మాట చెబితే ...

డ్రాకో

ఏం చేస్తావు, వీస్లీ?

హెర్మియోన్

అతను నిన్ను కౌగలించుకుంటాడు. ఎందుకంటే, మనమందరం ఒకే జట్టులో ఉన్నాం కదా, ఏమంటావ్ రాన్?

రాన్ *(చాలా ఇబ్బందిపడుతున్నట్టుగా ప్రవర్తిస్తూ)*

మంచిది, నేను, ఉమ్, నీకు చాలా మంచి జుట్టు ఉంది. డ్రాకో.

హెర్మియోన్

కృతజ్ఞతలు, భర్తగారు. ఇప్పుడిది చాలా చక్కటి ప్రదేశంగా కనిపిస్తోంది. ఇక పని మొదలుపెడుదామా ...

డ్రాకో టైమ్-టర్నర్ బయటకు తీస్తాడు – అందరూ దాని చుట్టూ చేరగానే అది వేగంగా తిరగడం ప్రారంభిస్తుంది.

వెంటనే ఒక పెద్ద ఉష్ అనే శబ్దంతో కాంతి కనిపిస్తుంది. పెద్ద శబ్దం వినిపిస్తుంది. కాలం ఆగిపోతుంది. అది తిరగడం మొదలవుతుంది, ఒక్క క్షణం ఆలోచిస్తుంది, వెనక్కి తిరుగుతుంది, మొదట నెమ్మదిగా ... తర్వాత వేగం అందుకుంటుంది.

వాళ్లు తమ చుట్టూ చూసుకుంటారు.

రాన్

అంటే? ఇది పని చేస్తోంది కదా?

సన్నివేశం నాలుగు దృశ్యం ఎనిమిది

గాడ్రిక్స్ హ్యాలో, ఒక షెడ్, 1981

అక్కడ గిన్నీ, హ్యారీ కనిపించడంతో ఆల్బస్ ఆశ్చర్యంగా చూస్తాడు, ఆ వెంటనే అతని ఆనందం మరింత ఎక్కువవుతుంది (రాన్, డ్రాకో మరియు హెర్మియోన్ కూడా అతనికి కనిపిస్తారు)

ఆల్బస్

అమ్మా?

హ్యారీ

ఆల్బస్ సెవెరస్ పోటర్. నిన్ను చూడడం మాకు చాలా సంతోషంగా ఉంది.

ఆల్బస్ పరిగెత్తుకుంటూ గిన్నీ చేతుల్లోకి వెళ్తాడు. గిన్నీ అతడిని ప్రేమగా దగ్గరికి తీసుకుంటుంది.

ఆల్బస్

నా సందేశం మీరు చూశారా ...?

గిన్నీ

అవును, చూశాం.

స్కార్పియస్ తన తండ్రి వైపు చూస్తాడు.

డ్రాకో

నీకు ఇష్టమైతే, మనమూ హత్తుకోవచ్చు...

స్కార్పియస్ తన తండ్రి వైపు చూస్తాడు, ఒక క్షణం తటపటాయిస్తాడు. ఆ తర్వాత కొంత అయిష్టంగానే వాళ్లు ఒకరిని ఒకరు హత్తుకుంటారు. డ్రాకో నవ్వుతాడు.

రాన్

ఇంతకీ ఇక్కడ డెల్ఫీ ఎక్కడుంది?

స్కార్పియస్

నీకు డెల్ఫీ గురించి తెలుసా?

ఆల్బస్

ఆమె ఇక్కడే ఉంది – ఆమె నిన్ను చంపేయాలనుకుంటోందని మా అనుమానం. వోల్డెమోర్ట్ శాపం పొందే లోపల మిమ్మల్ని చంపేయడం ద్వారా, భవిష్యవాణిని అడ్డుకోవాలని ఆమె ప్రయత్నిస్తోంది ...

హెర్మియోన్

అవును, ఆ విషయాన్ని మేం కూడా ఆలోచించాం. ఇప్పుడు ఆమె ఖచ్చితంగా ఎక్కడ ఉందో నీకు తెలుసా?

స్కార్పియస్

ఆమె మాయమైపోయింది. టైమ్-టర్నర్ లేకుండా – మీరెలా వచ్చారు, మీరెలా టైమ్-టర్నర్ లేకుండా ...

హ్యారీ *(అంతరాయం కలిగిస్తూ)*

అదొక సుదీర్ఘమైన, సంక్లిష్టమైన కథ, స్కార్పియస్. అదంతా చెప్పడానికి ఇప్పుడు సమయం లేదు.

హ్యారీని చూసి డ్రాకో సంతోషంగా నవ్వుతాడు.

హెర్మియోన్

హ్యారీ చెప్పింది నిజమే. కాలం అనేది చాలా ముఖ్యం. మనం అందర్నీ సరైన సమయానికి తీసుకెళ్లాలి. ఇప్పుడు గాడ్రిక్స్ హ్యాలో అంత పెద్ద ప్రదేశం కాదు, కానీ, ఆమె ఏ దిశ నుంచైనా వచ్చే అవకాశం ఉంది. కాబట్టి, పట్టణం చక్కగా కనిపించే ప్రదేశానికి మనం చేరుకోవాలి – అంటే, అక్కడ మనం పరిశీలించడానికి సరైన ప్రదేశాలు ఉండాలి – అలాగే, ఆ ప్రదేశంలో మనం చక్కగా దాక్కునే అవకాశం కూడా ఉండాలి. ఎందుకంటే, ఇప్పుడు మనం బయటకు కనిపించడం చాలా ప్రమాదం.

వాళ్లందరూ ఆలోచన మొదలుపెడుతారు.

సెయింట్ జెర్మెస్ చర్చ్ మీకు గుర్తు రావడం లేదా, అది బాగుంటుంది కదా?

సన్నివేశం నాలుగు దృశ్యం తొమ్మిది

గాడ్రిక్స్ హ్యాలో, చర్చ్, శాంక్చురీ, 1981

ఆల్బస్ ఒక పొడవైన బల్ల మీద నిద్రపోతుంటాడు. గిన్నీ అతడిని జాగ్రత్తగా కనిపెట్టుకుని ఉంటుంది. హ్యారీ అక్కడ ఎదురుగా ఉన్న కిటికీలో నుంచి చూస్తుంటాడు.

హ్యారీ

లేదు. ఏదో జరుగుతోంది. ఆమె ఇక్కడ ఎందుకు లేదు?

గిన్నీ

మనం కలసి ఉన్నాం, మీ అమ్మ, నాన్న బ్రతికి ఉన్నారు. మనం సమయాన్ని తిప్పేద్దాం హ్యారీ, దాన్ని మనం వేగం పెంచొద్దు. ఆమె ఎప్పుడు వస్తే అప్పుడే రానివ్వు. మనం ఆమె కోసం సిద్ధంగా ఉందాం.

నిద్రపోతున్న ఆల్బస్ వైపు ఆమె చూస్తుంది.

లేదంటే, మనలో ఎవరైనా.

హ్యారీ

అమాయక కుర్రాడు. ప్రపంచాన్ని కాపాడాలని తాపత్రయపడుతున్నాడు.

గిన్నీ

కానీ, అమాయక కుర్రాడే ఈ ప్రపంచాన్ని కాపాడాడు. ఆ దుప్పటి సందేశం చాలా తెలివిగా రాశాడు. అతను ఈ ప్రపంచాన్ని దాదాపు ధ్వంసం చేసినంత పని చేశాడు. కానీ, మన అదృష్టం కొద్దీ దాని మీద అతని కన్ను పడలేదు.

హ్యారీ

అతనకి ఏం కాలేదంటావా?

గిన్నీ

అతను అక్కడికి చేరుతున్నాడు, అందుకోసం అతనికి కొంత సమయం పడుతుంది – అలాగే నీకు కూడా కొంత సమయం పడుతుంది.

హ్యారీ నవ్వుతాడు. ఆమె ఆల్బస్ వైపు చూస్తుంది. ఆమె కూడా నవ్వుతుంది.

నీకు తెలుసా, నేను ఛాంబర్ ఆఫ్ సీక్రెట్స్ తెరిచిన తర్వాత – వోల్డెమోర్ట్ ఆ భయంకర డైరీతో నా మీద కీడు ప్రయోగించే ప్రయత్నం చేశాడు, నేను దాదాపు అన్నింటినీ ధ్వంసం చేసే పరిస్థితి వచ్చింది –

హ్యారీ

నాకు గుర్తుంది.

గిన్నీ

నేను హాస్పిటల్ నుంచి బయటకు వచ్చాక – అందరూ నన్ను మర్చిపోయారు, నన్ను దూరంగా పెట్టేశారు – ఒక్కడు తప్ప, అన్నీ తెలిసిన ఆ కుర్రాడు మాత్రమే ఆ పని చేయలేదు – అతనే గ్రిఫిండార్ సాధారణ గదిలోకి వచ్చాడు. ఎక్స్ ప్లోడింగ్ స్నాప్ గేమ్‌తో నన్ను సవాలు చేశాడు. నీ గురించి తమకి అన్నీ తెలుసని అందరూ అనుకుంటూ ఉంటారు, కానీ నీలోని అత్యుత్తమ విషయాలు – అవి ఎప్పుడూ ప్రత్యేకమైనవే – చాలా విషయాల్లో నువ్వు హీరోలాగే ఉంటావు. నేను చెప్పేదేమిటంటే – ఇదంతా ముగిసిన తర్వాత, నీకు వీలుంటే గుర్తు చేసుకో – కొన్నిసార్లు ప్రజలు – ప్రత్యేకించి పిల్లలు – నీతో ఎక్స్ ప్లోడింగ్ స్నాప్ ఆడాలని ఉత్సాహపడడం ఖాయం.

హ్యారీ

అంటే మనం ఇప్పుడు ఎక్స్ ప్లోడింగ్ స్నాప్ మిస్ అవుతున్నామని అంటావా?

గిన్

లేదు. కానీ, ఆరోజు నేను నీలోని ప్రేమను చూశాను – ఆల్బస్‌కు ఆ అనుభవం కలిగిందో, లేదో నాకు తెలియదు.

హ్యారీ

అతని కోసం నేను ఏమైనా చేస్తాను.

గిన్నీ

నువ్వు ఎవరికోసమైనా, ఏమైనా చేస్తావు. ప్రపంచం కోసం నిన్ను నువ్వు త్యాగం చేయడానికి ఎప్పుడూ సంతోషంగా ముందుకొస్తావు. వాడికి నిర్దిష్టమైన ప్రేమ కావాలి. అదే అతడిని బలంగా చేస్తుంది. నీలాగా బలంగా చేస్తుంది.

హ్యారీ

నీకు తెలుసా, ఆల్బస్ కనిపించకుండా పోయే వరకు మనకి ఆ విషయమే తెలియదు. నాకోసం నాతల్లి ఎంతగా కష్టపడిందో నాకు చాలా చక్కగా అర్థమైంది. ఎదుటి వారి నుంచి అందే ప్రేమ అనేది చాలా గొప్పగా ఉంటుంది. అది మరణాన్ని కూడా జయించేలా శక్తిని అందిస్తుంది.

గిన్నీ

నిజానికి, ఆ విషయమే వోల్డెమోర్ట్ కి అర్థం కావడం లేదు – దాని పేరే ప్రేమ కదా.

ఈ గదిలో ప్రపంచం చాలా గొప్పగా, అందంగా కనిపిస్తోంది.

హ్యారీ

నేను వాడిని ఎంతగా ప్రేమిస్తున్నానో తెలుసా, గిన్నీ.

గిన్నీ

నాకు తెలుసు. కానీ అది వాడు గ్రహించాల్సిన అవసరం ఉంది.

హ్యారీ తన భార్యను చూసి, విషాదంగా నవ్వుతాడు, చాలా పెద్ద మార్పు అవసరమని అతను గ్రహిస్తాడు.

హ్యారీ

మీరు నాకు దొరకడం నా అదృష్టం కదా?

గిన్నీ

తప్పకుండా. అలాగే, నీతో గడిపే ఈ సమయం ఎంత గొప్పగా ఉందో నాక్కూడా తెలుసు. అయితే, మనం ఇప్పుడు చేయాల్సిన పని మరొకటి ఉంది – మనం డెల్ఫీని ఆపే విషయంపైన దృష్టి పెట్టాలి.

హ్యారీ

మనకు సమయం కూడా మించిపోతోంది.

గిన్నీకి ఒక ఆలోచన వస్తుంది.

గిన్నీ

ఒకటి చెప్పనా – ఇతరులు ఆలోచించిన విధంగా కాకుండా – ఆమె ఇప్పుడే ఎందుకు ఎంచుకోకూడదు? ఈరోజే ఎందుకు ఎంచుకోకూడదు?

హ్యారీ

ఎందుకంటే, ఈరోజే ప్రపంచంలో అన్నీ మారిపోయాయి కదా ...

గిన్నీ

ఈ సమయానికి నువ్వు ఒక ఏడాది బిడ్డగా ఉన్నావు కదా?

హ్యారీ

ఒక ఏడాది మూడు నెలల శిశువుని.

గిన్నీ

ఏడాది, మూడు నెలల వయసులోనే ఆమె నిన్ను చంపేయాలని చూసింది. ఇప్పుడు కూడా, ఆమె గాడ్రిక్స్ హ్యాలోలో ఇరవై-నాలుగు గంటలుగా అలాగే ఉంది. ఆమె దేని కోసం ఎదురుచూస్తోంది.

హ్యారీ

నేను ఇంకా పూర్తిగా ఆ విషయం ఆలోచించలేదు –

గిన్నీ

ఆమె నీకోసం ఎదురు చూడడం లేదంటే – ఆమె అతని కోసం నిరీక్షిస్తుంటే... అతడిని ఆపాలని ప్రయతిస్తుంటే?

హ్యారీ

ఏంటీ?

గిన్నీ

డెల్ఫీ ఈ రాత్రినే ఎంచుకోవచ్చు. ఎందుకంటే, అతను ఇక్కడే ఉన్నాడు – ఎందుకంటే, ఆమె తండ్రి వస్తున్నాడు. ఆమె అతడిని కలుసుకోవాలనుకుంటోంది. ఎందుకంటే, ఆమె తన తండ్రిని గొప్పగా ప్రేమిస్తోంది. వోల్డెమోర్ట్ నీమీద దాడి చేసినప్పుడే అతని కష్టాలు మొదలయ్యాయి. అతను ఆ పని చేయకుండా ఉంటే ...

హ్యారీ

అతను మరింత శక్తిమంతుడిగా ఉండేవాడు – ఆ చీకటి సైతం మరింత తీవ్ర స్థాయిలో ఉండేది.

గిన్నీ

భవిష్యవాణిని అడ్డుకోవాలంటే హ్యారీ పోటర్‌ని చంపడం సరైన ఎంపిక కాదు. వోల్డెమోర్ట్ ఏదీ చేయకుండా అడ్డుకోవడమే సరైనదని ఆమె భావించి ఉంటుంది.

సన్నివేశం నాలుగు **దృశ్యం పది**

గాడ్రిక్స్ హ్యాలో, చర్చ్, 1981

వాళ్లందరూ ఒకేచోట చేరుతారు, వాళ్లు పూర్తి తికమకలో ఉంటారు.

రాన్

సరే నేను ఒక విషయం అడుగుతాను – మనం వోల్డెమోర్ట్ ని కాపాడడం కోసం యుద్ధం చేస్తున్నామా?

ఆల్బస్

వోల్డెమోర్ట్ నా తాత, బామ్మని చంపుతున్నాడు. వోల్డెమోర్ట్ నా తండ్రిని చంపే ప్రయత్నంలో ఉన్నాడు తెలుసా?

హెర్మియోన్

నిజమే అనుకో, గిన్నీ. డెల్ఫీ ఇప్పుడు హ్యారీని చంపడం లేదు – హ్యారీని చంపడానికి ప్రయత్నిస్తున్న వోల్డెమోర్ట్ ని ఆపడానికి ప్రయత్నిస్తోంది. అద్భుతం.

డ్రాకో

అంటే – మనం నిరీక్షించాలా? వోల్డెమోర్ట్ వచ్చే వరకు ఆగాలా?

ఆల్బస్

అంటే, అతను ఎప్పుడు వస్తాడో ఆమెకు తెలుసా? మరైతే ఆమె ఇక్కడకి ఇరవై-నాలుగు గంటల ముందే ఎందుకు వచ్చింది. అతను ఎప్పుడు వస్తాడో, ఏ దిశ నుంచి వస్తాడో ఆమెకు తెలియదా? నేను ఈ విషయంలో పొరబడి ఉంటే – చరిత్ర పుస్తకాలే నాకు దారి చూపాలి – గాడ్రిక్స్ హ్యాలోకి అతను వస్తాడో అందులో ఏమైనా ఉందా?

స్కార్పియస్ మరియు హెర్మియోన్

నువ్వు చెప్పింది తప్పు కాదు.

రాన్

ఆశ్చర్యం! వాళ్లలో ఇద్దరు ఉన్నారు!

డ్రాకో

మరి దీన్ని మనం మన అనుకూలంగా ఎలా ఉపయోగించుకోవాలి?

ఆల్బస్

నేను ఏ విషయంలో గొప్పగా ఉంటానో నీకు తెలుసా?

హ్యారీ

నువ్వు చాలా విషయాల్లో గొప్పవాడివి, ఆల్బస్.

ఆల్బస్

పాలీజ్యూసింగ్‌లో. నాకు తెలిసి బతిల్డా బ్యాగ్‌షాట్ దగ్గర కింద బేస్‌మెంట్‌లో పాలీజ్యూస్‌కి కావలసిన దినుసులన్నీ ఉన్నాయి. మనం వోల్డోమోర్ట్ కి పాలీజ్యూస్ ఇవ్వడం ద్వారా ఆమెను ఇక్కడికి రప్పించవచ్చు.

రాన్

మనం పాలీజ్యూస్ ఉపయోగించాలంటే మనకి ఒకరు కావాలి. వోల్డెమోర్ట్ అనే ఆ ఒకరు ఇప్పుడు మన దగ్గర లేదు.

హెర్మియోన్

కానీ, ఈ ఆలోచన నాకు నచ్చింది. పిల్లికి ఎలుకని ఎరవేయడం కరెక్టే.

హ్యారీ

రూపు మార్చుకుని, మనం ఎంతదూరం వెళ్లగలం?

హెర్మియోన్

ఆమె ఎలా ఉంటుందో మనకి తెలుసు. మనకు ఇక్కడ అద్భుతమైన తాంత్రికులు మరియు మంత్రగత్తెలు ఉన్నారు.

గిన్నీ

నువ్వు వోల్డెమోర్ట్ లాగా మారాలనుకుంటున్నావా?

ఆల్బస్

అదొక్కటే మార్గం.

హెర్మియోన్

అవును, కదా?

రాన్ ధైర్యంగా ముందుకు అడుగేస్తాడు.

రాన్

నిజానికి, నేను – నేను అతనిలా మారాలి. అంటే, అతనిలా కాదు – ఒక మంచి వోల్డెమోర్ట్ లాగా అన్నమాట – అయితే, నా సొంత బాకాని నేనే

ఊదుకోవడం నాకిష్టం లేదు – మనందరిలో బహుశా నేను మాత్రమే ఎక్కువ ప్రశాంతంగా ఉన్నాను ... కాబట్టి, అతనిలా మారడం – అంటే, నేను చీకటి చక్రవర్తిగా మారడం వల్ల నాకు తక్కువ నష్టం ఉంటుంది – మిగిలిన వారికి – ఆ పరిస్థితి – తీవ్రంగా ఉంటుంది.

హ్యారీ ఆలోచిస్తూ దూరంగా వెళ్తాడు.

హెర్మియోన్

ఎవరికి తీవ్రంగా ఉంటుందని అంటున్నావ్?

డ్రాకో

వాలంటీర్ కావడానికి నేను కూడా సిద్ధమే. వోల్డెమోర్ట్ గా ఉండాలంటే ఖచ్చితత్వం కావాలి ... అపరాధం లేదు, రాన్‌కి ... డార్క్ మ్యాజిక్ జ్ఞానం ఉంది, అలాగే –

హెర్మియోన్

నేను కూడా వాలంటీర్ అవుతాను. మినిస్ట్రీ ఆఫ్ మ్యాజిక్‌గా అది నా బాధ్యత మరియు హక్కు అనుకుంటున్నాను.

స్కార్పియస్

బహుశా మనం చాలా ఆలోచించాల్సి ఉంది –

డ్రాకో

నువ్వు వాలంటీర్‌గా రావా, స్కార్పియస్.

ఆల్బస్

నిజానికి –

గిన్నీ

లేదు, ఆ ప్రసక్తే లేదు. మీరందరూ తిక్కగా ఆలోచిస్తున్నారనిపిస్తోంది. మీ బుర్లో ఎలాంటి స్వరం వినిపిస్తోందో నాకు తెలుసు. నేను దాన్ని మళ్లీ చెప్పాలనుకోవడం లేదు –

హ్యారీ

ఏదైతేనేం – అది నా పని.

అందరూ హ్యారీ వైపు తిరుగుతారు.

డ్రాకో

ఏంటీ?

హ్యారీ

ఈ ఆలోచన పనిచేయాలంటే, ఎలాంటి సంకోచం లేకుండా అతను దాన్ని నమ్మాలి. ఆమె స్పర భాష ఉపయోగిస్తుంది – నాకింకా ఆ సామర్థ్యం ఎందుకుందో చెప్పేందుకు నాకొక కారణం తెలుసు. అయితే, అంతకు

మించి, నేను – అతనిలాగా ఎలా ఆలోచించాలో – నాకు తెలుసు. అది అతనికి ఏమవుతుందో నాకు తెలుసు. అది నా విషయం.

రాన్

ఇదంతా చెత్త. అందంగా కనిపిస్తోంది. కానీ, ఇదంతా అందమైన చెత్త. అందులోకి వెళ్లడానికి ఏమార్గం లేదు –

హెర్మ్మియోన్

నువ్వు సరిగానే చెబుతున్నావని నాకు అనిపిస్తోంది నా పాత స్నేహితుడా.

రాన్

హెర్మ్మియోన్ నీ మాట కరెక్ట్ కాదు, వోల్డెమోర్ట్ ఏదైనా చేయగలడు – హ్యారీ చేయలేడు –

గిన్నీ

అతనితో అంగీకరించడం నాకు అసహ్యం, కానీ ...

రాన్

అతను చిక్కుకుపోవాలి – వోల్డెమోర్ట్ లాగా – ఎప్పటికీ.

హెర్మ్మియోన్

నీ ఆందోళన సరైనదే కానీ ...

హ్యారీ

అక్కడే ఆగండి హెర్మ్మియోన్. గిన్

గిన్నీ మరియు హ్యారీ చూపులు కలుసుకుంటాయి.

నువ్వు నన్ను కోరకపోతే నేను ఈ పని చేయను. కానీ, ఇదొక్కటే మార్గమని నాకు అనిపిస్తోంది. నేను ఏదైనా తప్పు చెప్పానా?

గిన్నీ ఒక క్షణం ఆలోచిస్తుంది. తర్వాత మెల్లగా తలూపుతుంది. హ్యారీ ముఖం కఠినంగా మారుతుంది.

గిన్నీ

నువ్వు చెప్పింది కరెక్టే.

హ్యారీ

అయితే, ఈ పని చేయాలి.

డ్రాకో

నువ్వు తీసుకున్న మార్గం గురించి మనం ఆలోచించవద్దు – అది –

హ్యారీ

ఆమె అతని కోసం చూస్తోంది. ఆమె నాకోసం వస్తుంది.

డ్రాకో

అయితే ఏంటి? అప్పుడు ఆమె నీ దగ్గరకు వస్తుంది కదా? ఆమె శక్తిమంతమైన మంత్రగత్తె అని నీకు గుర్తు చేస్తున్నాను.

రాన్

అదే సులభం. అతను ఆమెను ఇక్కడికి రప్పిస్తే, మనం కలసి చంపేద్దాం.

డ్రాకో

'ఆమెను చంపేస్తారా'?

హెర్మియోన్ ఆ గదిలో చుట్టూ చూస్తుంది.

హెర్మియోన్

మనం ఈ తలుపుల వెనుక దాక్కుందాం. నువ్వు ఆమెను ఈ స్థానం వరకు తీసుకొస్తే హ్యారీ (చర్చిలోని రోజ్ కిటికీ నుంచి వచ్చే కాంతి సరిగ్గా నేల మీద పడే ప్రదేశాన్ని ఆమె సూచిస్తుంది), మేం టక్కున బయటకు వస్తాం. ఇక్కడైతే ఆమె తప్పించుకునే అవకాశమే ఉండదు.

రాన్ *(డ్రాకో వైపు చూస్తూ)*

తర్వాత మనం ఆమెను చంపేద్దాం.

హెర్మియోన్

హ్యారీ, ఇదే చివరి అవకాశం, నువ్వు ఈ పని చేయగలవు కదా?

హ్యారీ

చేయగలను, నేను చేయగలను.

డ్రాకో

లేదు, ఇక్కడ మనం చాలా జాగ్రత్తగా ఆలోచించాలి – ఇందులో చాలా విషయాలు తప్పుగా ముగిసే అవకాశం ఉంది – మార్పు అనేది ఆగదు, ఆమె ఆ విషయాన్ని గమనిస్తే – ఆమె తప్పించుకుంటే, ఆమె చేయాలనుకున్న నష్టం జరిగే అవకాశం లేదు – అందుకే, మనం సమయం తీసుకుని జాగ్రత్తగా ప్రణాళిక రూపొందించాలి –

ఆల్బస్

డ్రాకో, మా నాన్నను నమ్ము. అతను మనల్ని నిరాశపరచడు.

హ్యారీ అప్పుడు ఆల్బస్ వైపు చూస్తాడు – ముందుకు కదులుతాడు.

హెర్మియోన్

మంత్రదండాలు

ప్రతి ఒక్కరూ వారి మంత్రదండాలను ఉపసంహరించుకుంటారు. హ్యారీ చప్పట్లు కొడుతాడు. ఒక కాంతి పెరుగుతుంది – అది మరింత పెరుగుతుంది. రూపం మార్పు చిన్నగా ఉన్నప్పటికీ, భారీగా

ఉంటుంది. వోల్డెమోర్ట్ రూపం హ్యారీలో నుంచి మొదలవుతుంది. అది చాలా భయానకంగా ఉంటుంది. అతను తనచుట్టూ ఉన్న స్నేహితులని, కుటుంబాన్ని చూస్తాడు. వాళ్లు అతడిని చూస్తారు – ఆశ్చర్యపోతారు.

రాన్

దుర్మార్గంగా ఉంది.

హ్యారీ/వోల్డెమోర్ట్

సాధించాం. మరి ఇప్పుడు?

గిన్నీ *(బిగ్గరగా)*

అవును. మనం సాధించాం.

సన్నివేశం నాలుగు **దృశ్యం పదకొండు**

గాడ్రిక్స్ హ్యాలో, చర్చ్, 1981

రాన్, హెర్మియోన్, డ్రాకో, స్కార్పియస్ మరియు ఆల్బస్ కిటికీ వద్ద నిల్చుని బయటకు చూస్తుంటారు. గిన్నీ మాత్రం అటు చూడదు. ఆమె కొంచెం దూరంగా కూర్చుని ఉంటుంది.

తల్లి దూరంగా కూర్చుని ఉండడం ఆల్బస్ గమనిస్తాడు. అతను ఆమె దగ్గరికి వెళ్లాడు.

ఆల్బస్

ఇప్పుడు అంతా సరిగా జరుగుతోందని నీకు అనిపించడం లేదా అమ్మా?

గిన్నీ

నాకూ తెలుసు. అలా అనే నేనూ అనుకుంటున్నాను – అయితే, ఆయన్ని అలా చూడడం నాకు నచ్చలేదు. నేను ప్రేమించే వ్యక్తి నేను ద్వేషించే వ్యక్తి రూపంలో ఉండడం నాకు నచ్చలేదు.

ఆల్బస్ తన తల్లి పక్కనే కూర్చుంటాడు.

ఆల్బస్

నేను ఆమెను ఇష్టపడ్డాను, ఆ సంగతి నీకు తెలుసా? నేను నిజంగానే డెల్ఫీని ఇష్టపడ్డాను. కానీ, ఆమె – వోల్డెమోర్ట్ కూతురని తెలిసింది కదా?

గిన్నీ

ఆ విషయంలో వాళ్లకు అనుభవం ఎక్కువ ఆల్బస్ – అమాయకులను వల వేసి పడుతుంటారు.

ఆల్బస్

ఇదంతా నా తప్పే

గిన్నీ అప్పుడు ఆల్బస్‌ని చేతుల్లోకి తీసుకుంటుంది.

గిన్నీ

తమాషాగా ఉంది. మీ నాన్న ఇదంతా తన తప్పు అనుకుంటున్నాడు. మీరు అరుదైన వ్యక్తులు.

స్కార్పియస్ ఆమె మాటలకి అడ్డు తగులుతూ తలుపు వెనుక నుంచి హిస్ హిస్ అంటాడు.

స్కార్పియస్

ఆమె వచ్చేసింది. ఆమె వచ్చేసింది. ఆమె అతడని చూస్తోంది.

హెర్మియోన్

అందరూ అప్రమత్తంగా ఉండండి. ఆమె ఆ కాంతిలోకి వచ్చే వరకు ఎవరూ బయటకు రాకూడదని గుర్తుంచుకోండి. మనం దీన్ని ఖచ్చితంగా చేయాలి. ఏమాత్రం పొరబాటు చేయడానికి వీల్లేదు.

వాళ్లంతా వేగంగా కదులుతారు.

డ్రాకో

హెర్మియోన్ గ్రాంజెర్, ఇప్పుడిక్కడ హెర్మియోన్ గ్రాంజర్ మా అందరికీ బాస్‌గా ఉందన్నమాట (ఆమె అతని వైపు తిరుగుతుంది, అతను నవ్వుతాడు.) నేను ఆ విషయాన్ని ఆస్వాదిస్తున్నాను.

స్కార్పియస్

నాన్నా ...

వాళ్లు చెదిరిపోతారు. రెండు పెద్ద తలుపుల వెనుక వాళ్లు దాక్కుంటారు.

హ్యారీ/వోల్డెమోర్ట్ చర్చిలోకి మళ్లీ ప్రవేశిస్తాడు. కొన్ని అడుగులు వేసిన తర్వాత అతను తిరుగుతాడు.

హ్యారీ/వోల్డెమోర్ట్

మంత్రగత్తె లేదా తాంత్రికుడు ఎవరైనా సరే, నన్ను అనుసరిస్తూ ఉంటే వాళ్లు ఆ పని చేసినందుకు తప్పక చింతిస్తారు.

డెల్ఫీ అతని వెనుక ప్రత్యక్షమవుతుంది. అతడినే అనుసరిస్తుంది. అతను ఆమెకు తండ్రి. ఈ సమయం కోసమే ఆమె తన జీవితమంతా వేచి చూసింది.

డెల్ఫీ

లార్డ్ వోల్డేమోర్ట్. నేను. నేనే నిన్ను అనుసరిస్తున్నాను.

వోల్డేమోర్ట్

నువ్వెవరో నాకు తెలియదు. నన్ను వదిలి వెళ్లు.

ఆమె దీర్ఘంగా శ్వాస తీసుకుంటుంది.

డెల్ఫీ

నేను నీ కుమార్తెను

వోల్డెమోర్ట్

నువ్వు నా కూతురివైతే, నేను నిన్ను గుర్తుపట్టే వాడిని.

డెల్ఫీ అతని వైపు నిరాశగా చూస్తుంది.

డెల్ఫీ

నేను భవిష్యత్ నుంచి వచ్చాను. బెలాట్రిక్స్ లెస్ట్రేంజ్ మరియు నీకు పుట్టిన బిడ్డని నేను. హాగ్‌వార్ట్స్ యుద్ధానికి ముందు నేను మాల్ఫోయ్ మానోర్‌లో పుట్టాను. ఆ యుద్ధంలో నువ్వు ఓడిపోయావ్. నేను నిన్ను కాపాడేందుకు వచ్చాను.

వోల్డెమోర్ట్ తిరుగుతాడు. ఆమె అతని కళ్లలోకి చూస్తుంది.

అజ్కాబాన్ నుంచి తిరిగి వచ్చిన బెలాట్రిక్స్ విధేయ భర్త రోడోల్ఫస్ లెస్ట్రేంజ్ గురించి నేను మాట్లాడుతున్నాను, నేనెవరినో చెప్పిన వ్యక్తి, నేను పూర్తి చేయాల్సిన భవిష్యవాణి గురించి నాకు అతనే చెప్పాడు. నేనే మీ కుమార్తెను. అది చెప్పడానికే వచ్చాను.

హ్యారీ/వోల్డెమోర్ట్

బెలాట్రిక్స్ నాకు తెలుసు. నీ ముఖంలో అతని జాడలు కనిపిస్తున్నాయి – అయితే, అతని అత్యుత్తమ అంశాలు మాత్రం నీలో లేదు. అయితే, ఆధారం లేకుండా ...

డెల్ఫీ వెంటనే సర్ప భాషలో మాట్లాడుతుంది.

వోల్డెమోర్ట్ క్రూరంగా నవ్వుతాడు.

అదేనా నీ దగ్గరున్న ఆధారం?

డెల్ఫీ అత్యంత సులభంగా గాల్లోకి లేస్తుంది. హ్యారీ/వోల్డెమోర్ట్ అడుగు వెనక్కి వేస్తాడు – అద్భుతంగా చూస్తాడు.

డెల్ఫీ

నేను నీ చీకటి చక్రవర్తికి ఆగురేని, నీకు ఎలాంటి సేవ చేయడానికైనా నేను సిద్ధంగా ఉన్నాను.

హ్యారీ/వోల్డెమోర్ట్ *(తన దిగ్భ్రాంతిని కనిపించనివ్వకుండా)*

నువ్వు నా నుంచి – ఎగరడం – నేర్చుకున్నావా?

డెల్ఫీ

నువ్వు ఏర్పరిచిన మార్గంలో ప్రయాణించే ప్రయత్నం చేశాను.

హ్యారీ/వోల్డెమోర్ట్

నాకు సమానమైన మంత్రగత్తెను గానీ, తాంత్రికుడిని గానీ నేను గతంలో ఎప్పుడూ కలుసుకోలేదు.

డెల్ఫీ

నన్ను తప్పుగా భావించకండి – నేను మీతో సమానమని అనుకోవడం లేదు. మీరు గర్వపడే ఒక బిడ్డగా మీ ఎదుట నిలవాలని మాత్రమే నేను భావించాను.

హ్యారీ/వోల్డెమోర్ట్ (అద్భుతగులుతూ)

నువ్వేమిటో నేను చూశాను. నువ్వేం చేయగలవో అర్థమైంది.

ఆమె అతని వైపు చూస్తుంది, ఆగకుండా కదులుతుంది.

డెల్ఫీ

నాన్నా?

హ్యారీ/వోల్డెమోర్ట్

మన ఇద్దరం కలిస్తే, మన శక్తి తిరుగే లేదు.

డెల్ఫీ

తండ్రీ ...

హ్యారీ/వోల్డెమోర్ట్

ఇలా రా, ఈ కాంతిలోకి రా, అప్పుడే నా రక్త వారసత్వం శక్తి ఏమిటో నాకు తెలుస్తుంది.

డెల్ఫీ

మీ ప్రయత్నంలో తప్పు ఉంది. మీరు హ్యారీపోటర్ మీద దాడి చేయొద్దు. అతను మిమ్మల్ని నాశనం చేస్తాడు.

వోల్డెమోర్ట్ చేయి హ్యారీ చేయిగా మారుతుంది. అతను దానివైపు చిత్రంగా చూస్తాడు. కంగారు పడుతాడు. అయితే, వెంటనే చొక్కా లాగేసుకుంటాడు.

హ్యారీ/వోల్డెమోర్ట్

అతనొక పిల్లాడు.

డెల్ఫీ

అతనికి తల్లి ప్రేమ ఉంది. మీరు అతని మీద దాడి చేస్తే, అది మిమ్మల్నే నాశనం చేస్తుంది. అతన్ని శక్తిమంతంగా చేస్తుంది. అలాగే, మిమ్మల్ని బలహీనుడిగా చేస్తుంది. మళ్లీ మీరు అతనితో యుద్ధం చేయడానికి అవసరమైన శక్తి సాధించడానికి మరో పదిహేడేళ్లు పడుతుంది – ఆ యుద్ధంలో కూడా మీరే ఓడిపోతారు.

హ్యారీ/వోల్డెమోర్ట్ జుట్టు పెరగడం మొదలవుతుంది. అతను దాన్ని దాచుకునే ప్రయత్నం చేస్తాడు. అతను తలని కప్పుకునే ప్రయత్నం చేస్తాడు.

హ్యారీ/వోల్డెమోర్ట్

అలాగైతే, నేను అతని మీద దాడి చేయను. నువ్వు చెప్పిందే నిజం.

డెల్ఫీ

నాన్నా?

హ్యారీ/వోల్డెమోర్ట్ కూలిపోతాడు - ఇప్పుడతను వోల్డెమోర్ట్ కంటే ఎక్కువ హ్యారీగా ఉంటాడు. అందుకే, డెల్ఫీకి వీపు మాత్రమే కనిపించేలా తిరుగుతాడు.

నాన్నా?

హ్యారీ *(వోల్డెమోర్ట్ లాగా వినిపించడానికి తీవ్రంగా ప్రయత్నిస్తూ)*

నీ ప్రణాళిక చాలా బాగుంది. నేను యుద్ధం చేయను. నువ్వు నాకు బాగా చెప్పావ్, ఇప్పుడు నువ్వు ఈ కాంతిలోకి వస్తే, నేను నిన్ను పరీక్షిస్తాను.

అక్కడి తలుపు కొద్దిగా తెరిచి ఉండడం డెల్ఫీ గమనిస్తుంది. ఆ వెంటనే అది పూర్తిగా మూసుకుపోతుంది. ఆమెకు అనుమానం కలుగుతుంది, వేగంగా ఆలోచిస్తుంది, ఆమెలో అనుమానం పెరుగుతుంది.

డెల్ఫీ

నాన్నా ...

అతని ముఖాన్ని చూడడానికి ఆమె ప్రయత్నిస్తుంది, అంతలో ఏదో మెరుపులా అనిపిస్తుంది.

నువ్వు లార్డ్ వోల్డెమోర్ట్ కాదు.

డెల్ఫీ తన చేతి నుంచి ఒక బోల్ట్ తీస్తుంది. హ్యారీ కూడా అదే పని చేస్తాడు.

ఇన్సెండియో!

హ్యారీ

ఇన్సెండియో!

ఆ గది మధ్యలో ఆ రెండు బోల్టులు ఢీకొట్టడంతో అందమైన విస్ఫోటనం సంభవిస్తుంది.

అదేసమయంలో, ఆ తలుపులు తెరవడానికి ప్రయత్నిస్తున్న వారిని బంధించడానికి ఆమె మరో చేత్తో వాటి వైపు బోల్టులు పంపుతుంది.

డెల్ఫీ

పోటర్. కొలోపోర్టస్!

హ్యారీ ఆ తలుపుల వైపు చూసి దిగులుపడుతాడు.

గిన్నీ (కనిపించకుండా)

నీ వైపు నుంచి ఆమె తలుపులు బిగించేసింది.

డెల్ఫీ

ఏమిటీ? అంటే, ఈ పనిలో నీ స్నేహితులు కూడా చేయి కలపాలనుకున్నారా?

హెర్మియోన్ (కనిపించకుండా)

హ్యారీ ... హ్యారీ ...

హ్యారీ

మంచిది. నేను ఒంటరిగానే నిన్ను ఎదుర్కొంటాను.

ఆమె మీద దాడి కోసం అతను మళ్లీ కదులుతాడు. కానీ, ఆమె చాలా దృఢంగా ఉంటుంది. హ్యారీ మంత్రదండం ఆమె వైపు వెళ్లిపోతుంది. అతను ఆశ్చర్యపోతాడు. నిస్సహాయంగా మిగిలిపోతాడు.

అదేలా సాధ్యమైంది ...? ఎలా చేశావ్?

డెల్ఫీ

నేను నిన్ను చాలాకాలంగా గమనిస్తున్నాను, హ్యారీ పోటర్. మా నాన్న కంటే కూడా నీ గురించి నాకు ఎక్కువ తెలుసు.

హ్యారీ

నా బలహీనతలన్నీ తెలిసిపోయాయని అనుకుంటున్నావా?

డెల్ఫీ

అతని కంటే నిన్ను నేను ఎక్కువ అర్థం చేసుకున్నాను! అందుకే, అతను అన్ని కాలాల్లో ప్రఖ్యాత తాంత్రికుడు అయినప్పటికీ, నా గురించి సగర్వంగా భావిస్తుంటాడు. ఎక్స్ పల్సో!

వెనుక నేల పేలడంతో హ్యారీ దూరంగా ఎగిరిపడుతాడు. అతను వెంటనే చర్చిలోని ఒక బల్ల కిందకి వెళ్లిపోతాడు. ఆమెతో ఎలా పోరాడాలా అని వేగంగా ఆలోచిస్తాడు.

నువ్వు నా నుంచి తప్పించుకోగలవా? హ్యారీ పోటర్. తాంత్రిక ప్రపంచానికి నువ్వు హీరో కదా. కానీ, ఎలుక లాగా అలా బల్ల కింద దాక్కున్నావ్. వింగార్డియమ్ లెవియోసా!

చర్చిలోని ఆ బల్ల గాల్లోకి ఎగురుతుంది.

ఇప్పుడు నా ముందు ఒకటే ప్రశ్న ఉంది. నిన్ను చంపడం వల్ల నాకు సమయం కలసి వస్తుందా, లేదంటే నా తండ్రిని ఆపడం ద్వారా నీ విధ్వంసం జరగనివ్వడం మంచిదా అని నేను ఆలోచిస్తున్నాను. ఎలా నిర్ణయించాలి? నాకు బోర్ కొడుతోంది. అందుకే, నేను నిన్ను చంపేస్తాను.

గాల్లోకి లేచిన బల్ల వేగంగా అతని మీద పడేలా చేస్తుంది. అతను పక్కకి దొర్లడంతో, అది నేల మీద పడి ముక్కలవుతుంది.

అంతలో అక్కడ ఆల్బస్ ప్రత్యక్షమవుతాడు, అది ఎవరూ ఊహించరు.

అవడా-

ఆల్బస్

నాన్నా ...

హ్యారీ

ఆల్బస్! వద్దు!

ఆల్బస్ తన చేతిలోని ఒక మంత్రదండాన్ని హ్యారీ వైపు విసిరేస్తాడు. హ్యారీ దాన్ని పట్టుకుంటాడు, తన కుమారుడు ఎంత పెద్ద ప్రమాదంలో ఉన్నాడో అతను వెంటనే గ్రహిస్తాడు.

డెల్ఫీ

ఇద్దరూ చిక్కారా? ఎవర్ని చంపాలి, ఎవర్ని చంపాలి. నేను ముందుగా ఈ కుర్రాడినే చంపుతాను. అవాడా కెడవారా!

ఆమె ఆల్బస్ వైపు చంపే శాపాన్ని పంపుతుంది – అయితే, ఆల్బస్‌ని ఆ దారి నుంచి హ్యారీ పక్కకు తోసేస్తాడు. దాంతో, ఆ బోల్ట్ నేలని బ్రద్దలు చేస్తుంది. ఆమె మరో బోల్ట్ ప్రయోగిస్తుంది.

నాకంటే నువ్వు బలమైన వాడివని అనుకుంటున్నావా?

హ్యారీ

లేదు. నేను బలవంతుడిని కాదు.

వాళ్లిద్దరూ ఒకరిమీద ఒకరు క్రూరంగా బోల్టులు ప్రయోగించడం మొదలుపెట్టడంతో, ఆల్బస్ వేగంగా పక్కకు వచ్చేస్తాడు. అదేసమయంలో, ఒక తలుపు మీద కొట్టి, అదే వేగంతో మరో తలుపు మీద కొట్టడం ద్వారా వాటిని తెరుస్తాడు.

ఆల్బస్

అలోహోమోరా!

హ్యారీ

మనం కలసి చెబుదాం.

ఆల్బస్

అలోహోమోరా!

హ్యారీ

నేనెప్పుడూ ఒంటరిగా పోరాడలేదు, నువ్వు చూశావు కదా. అది నా వల్ల కాదు.

హెర్మియోన్, రాన్, గిన్నీ మరియు డ్రాకో తలుపు వెనుక నుంచి వస్తాడు. వాళ్లందరూ తమ శక్తులని డెల్ఫీ వైపు ప్రయోగిస్తారు. దాంతో, ఆమె ఆగ్రహంతో తీవ్రంగా అరుస్తుంది. ఆమె శక్తిమంతురాలే. కానీ, మనందరితో పోరాడడం సాధ్యం కాదు.

వరుసగా శబ్దాలు వినిపిస్తాయి – ఆ తర్వాత, అత్యంత శక్తిమంతురాలైన డెల్ఫీ ఒక్కసారిగా నేల మీద పడిపోతుంది.

డెల్ఫీ

వద్దు ... వద్దు ...

హెర్మియోన్

బ్రాచియాబిండో!

ఆమె బంధించబడుతుంది.

హ్యారీ వేగంగా డెల్ఫీ వైపు వెళ్తాడు. అతను ఆమె వైపు కోపంగా చూస్తూ వెళ్తాడు. మిగిలిన వాళ్లు వెనకే ఉండిపోతారు.

హ్యారీ

ఆల్బస్ నీకేం కాలేదు కదా?

ఆల్బస్

నాకేం కాలేదు నాన్నా, నేను బాగానే ఉన్నాను.

హ్యారీ అప్పుడు కూడా డెల్ఫీని చూస్తూనే ఉంటాడు. ఆమె విషయంలో అతను అప్పుడు కూడా భయపడుతూనే ఉంటాడు.

హ్యారీ

గిన్నీ మన అబ్బాయి గాయపడ్డాడేమో చూస్తావా? అతను సురక్షితంగా ఉన్నాడని నేను నిర్ధారించుకోవాలి ...

గిన్నీ

అతను గట్టిగా చెబుతున్నాడు. ఆ గేటు ద్వారా వెళ్లడానికి అతనికి మాత్రమే సాధ్యమవుతుంది. అయినప్పటికీ, నేను అతడిని ఆపడానికి ప్రయత్నించాను.

హ్యారీ

అతను బాగానే ఉన్నాడని నాకు నిర్ధారిస్తే చాలు.

ఆల్బస్

నేను బాగానే ఉన్నాను. హామీ ఇస్తున్నాను.

హ్యారీ మళ్లీ డెల్ఫీ వైపు నడవడం ప్రారంభిస్తాడు.

హ్యారీ

చాలామంది నన్ను హింసించడానికి ప్రయత్నించారు – కానీ నా కొడుకును కాదు! కానీ నువ్వు ఆ ధైర్యం చేశావు.

డెల్ఫీ

నేను మా నాన్న గురించి తెలుసుకోవాలనుకున్నానంతే.

ఆ మాటలతో హ్యారీ ఆశ్చర్యపోతాడు.

హ్యారీ

నువ్వు నీ జీవితాన్ని తిరిగి నిర్మించుకోలేవు. నువ్వు ఎప్పటికీ ఒక అనాథవే. అ విషయంలో నీకు మార్పేమీ ఉండదు.

డెల్ఫీ

నన్ను వదిలిపెట్టు – నేను ఆయనను చూడాలి.

హ్యారీ

నేను దానికి అస్సలు అనుమతించను.

డెల్ఫీ (నిజాయితీగా వేడుకుంటూ)

మరైతే, నన్ను చంపేయ్.

హ్యారీ ఒక క్షణం ఆలోచిస్తాడు.

హ్యారీ

నేను ఆ పని కూడా చేయలేను ...

ఆల్బస్

ఏమైంది నాన్నా? ఆమె ప్రమాదకరంగా ప్రవరిస్తోందా.

హ్యారీ

లేదు, ఆల్బస్ ...

ఆల్బస్

కానీ, ఆమె ఒక హంతకురాలు – ఆమె హత్య చేయడం నేను చూశాను–

హ్యారీ తన కొడుకు వైపు తిరుగుతాడు, తర్వాత గిన్నీ వైపు తిరుగుతాడు.

హ్యారీ

అవును, ఆల్బస్, ఆమె ఒక హంతకురాలు, మనం అలాంటి వాళ్లం కాదు.

హెర్మియోన్

మనం వాళ్ల కంటే మంచి వాళ్లం

రాన్

అవును, అది ఏమైనప్పటికీ, మనం నేర్చుకున్న విషయం అది.

డెల్ఫీ

నా మనసును తీసేసుకోండి. నా జ్ఞాపకాన్ని తీసేసుకోండి. నేను ఎవరో మరచిపోయేలా చేయండి.

రాన్

లేదు. మేము నిన్ను మా కాలానికి తీసుకుని వెళ్తాం.

హెర్మియోన్

అలాగే, నువ్వు అజ్కాబాన్ వెళ్లవచ్చు. మీ అమ్మ కూడా అక్కడికే వెళ్లింది.

డ్రాకో

అక్కడ నువ్వు నీ శక్తిని కోల్పోవచ్చు.

హ్యారీకి ఏదో శబ్దం వినిపిస్తుంది. హిస్ హిస్ అనే శబ్దమది.

ఆ తర్వాత, చావు లాంటి శబ్దం వినిపిస్తుంది – గతంలో మనం ఎప్పుడూ వినని ఒక శబ్దం వినిపిస్తుంది.

హ్యాహ్యాహ్యారీ పోటటటర్ ...

స్కార్పియస్

అదేమిటి?

హ్యారీ

లేదు. లేదు. ఇంకా తెలియదు.

ఆల్బస్

ఏంటీ?

రాన్

వోల్డెమోర్ట్

డెల్ఫీ

నాన్నా?

హెర్మియోన్

ఇప్పుడా? ఇక్కడా?

డెల్ఫీ

నాన్నా!

డ్రాకో

సిలెన్సియో! (డెల్ఫీ ఆగిపోతుంది) వింగార్డియమ్ లెవియోసా! (ఆమె పైకి పంపబడుతుంది. దూరంగా పంపబడుతుంది.)

హ్యారీ

అతను వస్తున్నాడు. అతను ఇప్పుడు వస్తున్నాడు.

వోల్డెమోర్ట్ స్టేజ్ వెనుక నుంచి వస్తాడు, దాని అంచులో నడుస్తూ, ఆడిటోరియంలోకి ప్రవేశిస్తాడు. దాంతో, ఆ చుట్టూ గాలిలో భయం, ద్వేషం లాంటివి ప్రవేశిస్తాయి. అతను తనతో పాటు మరణాన్ని తీసుకొస్తాడు. ఆ విషయం అందరికీ తెలుసు.

సన్నివేశం నాలుగు దృశ్యం పన్నెండు

గాడ్రిక్స్ హ్యాలో, 1981

హ్యారీ అప్పుడు నిస్సహాయంగా వోల్డెమోర్ట్ వైపు చూస్తాడు.

హ్యారీ

వోల్డెమోర్ట్ మా అమ్మని, నాన్నని చంపేయనున్నాడు, అతన్ని ఆపడానికి నేను చేయగలిగిందేమీ లేదు.

డ్రాకో

అది నిజం కాదు.

స్కార్పియస్

నాన్నా, ఇది ఆ సమయం కాదు ...

ఆల్బస్

అతన్ని ఆపడం కోసం నువ్వు ఏదో ఒకటి చేయాలి – కానీ నువ్వు ఏమీ చేయడం లేదు.

డ్రాకో

అది హీరోయిజంలా ఉంటుంది.

గిన్నీ వెళ్లి హ్యారీ చేతిని పట్టుకుంటుంది.

గిన్నీ

నువ్వు ఇదంతా చూడక్కర్లేదు, హ్యారీ. మనం ఇంటికి వెళ్లిపోదాం.

హ్యారీ

దాన్ని అడ్డుకోలేకపోతున్నాను ... కాబట్టి, నేను అది చూడాల్సిందే.

హెర్మియోన్

అప్పుడు మనమందరం దానికి సాక్షులమవుతాం.

రాన్

మనమందరం చూడబోతున్నాం.

ఇప్పటికే అపరిచిత గొంతుకలు విన్నాం ...

జేమ్స్ *(కనిపించకుండా)*

లిల్లీ, నువ్వు హ్యారీని తీసుకుని వెళ్లు! అతని సంగతి నేను చూస్తాను! వెళ్లు! పరిగెత్తు! నేను అతన్ని ఆపుతాను ...

అక్కడో పెద్ద విస్ఫోటనం జరుగుతుంది. తర్వాత నవ్వు వినిపిస్తుంది.

నువ్వు దూరంగా వెళ్లు, నీకు అర్థమైంది – నువ్వు దూరంగా వెళ్లు.

వోల్డెమోర్ట్ *(కనిపించకుండా)*

అవడా కేడవ్రా)!

ఆడిటోరియం వ్యాప్తంగా పచ్చటి కాంతి వ్యాపించడంతో హ్యారీ జంకుతాడు.

ఆల్బస్ అతని చేతిని తీసుకుంటాడు. హ్యారీ చేతిని గట్టిగా పట్టుకుంటాడు. అతనికి అది అవసరమవుతుంది.

ఆల్బస్

అతను చేయగలిగిందంతా చేశాడు.

గిన్నీ వచ్చి హ్యారీ పక్కన నిలబడుతుంది. అతని మరో చేతిని తీసుకుంటుంది. వాళ్లిద్దరి ఆసరాతో అతను నిలబడుతాడు. వాళ్లు అతన్ని గట్టిగా పట్టుకుంటారు.

హ్యారీ

ఆమె మా అమ్మ, కిటికి దగ్గర ఉంది చూడు. నేను మా అమ్మని చూస్తున్నాను. ఆమె చాలా అందంగా ఉంది.

ఒక్కసారిగా పెద్ద శబ్దంతో తలుపులు పేలిపోతాయి.

లిల్లీ *(కనిపించకుండా)*

వద్దు హ్యారీ, వద్దు హ్యారీ, దయచేసి వద్దు హ్యారీ ...

వోల్డెమోర్ట్ *(కనిపించకుండా)*

పక్కన ఉండు, నీకు బుర్ర లేదు ... పక్కన నిలబడు ...

లిల్లీ *(కనిపించకుండా)*

వద్దు హ్యారీ, దయచేసి వద్దు, నన్ను చంపు, బదులుగా నన్ను చంపు...

వోల్డెమోర్ట్ *(కనిపించకుండా)*

ఇది నా చివరి హెచ్చరిక–

లిల్లీ (కనిపించకుండా)

వద్దు హ్యారీ! దయచేసి ... దయ చూపించు ... దయ చూపించు ... నా కుమారుడిని ఏమీ చేయొద్దు! దయచేసి – నేను ఏం చేయడానికైనా సిద్ధమే.

వోల్డెమోర్ట్ *(కనిపించకుండా)*

అవడా కేడవ్రా!

హ్యారీ శరీరం నుంచి కాంతులు ప్రసరిస్తున్నట్టుగా కనిపిస్తుంది. వెంటనే అతను వెళ్లి నేలకి గుద్దుకుంటాడు, అక్కడ పెద్ద శోఖం కనిపిస్తుంది.

పైకీ, కిందకీ కదులుతున్నట్టు మనకి పెద్ద పెద్ద శబ్దాలు వినిపించడం మొదలవుతుంది.

మనం చూస్తూనే ఉంటాం.

అయితే, అక్కడ కనిపిస్తున్నదంతా మెల్లగా అక్కడి నుంచి మాయమవుతుంది.

ఆ స్టేజ్ ఒక్కసారిగా రూపం మారిపోయి, తిరగడం మొదలవుతుంది.

హ్యారీ మరియు అతని కుటుంబం, అతని స్నేహితులు దానితో పాటు తిరుగుతూ దూరంగా ఎగిరిపడుతారు.

సన్నివేశం నాలుగు దృశ్యం పదమూడు

గాడ్రిక్స్ హ్యాలో, జేమ్స్ మరియు లిలీ పోటర్ ఇల్లు లోపల, 1981

కాలిపోయిన శిథిలాలలో ఉన్న ఒక కూలిపోయిన ఇంట్లో దృశ్యం కనిపిస్తుంది. ఆ ఇంటి మీద క్రూరమైన దాడి జరిగినట్టు స్పష్టంగా కనిపిస్తుంది.

హ్యాగ్రిడ్ అందులో నుంచి ప్రత్యక్షమై, ఆ శిధిలాల మధ్య నడుస్తుంటాడు.

హ్యాగ్రిడ్

జేమ్స్?

అతను తనని తాను చూసుకుంటాడు.

లిలీ??

అతను మెల్లగా నడుస్తాడు, దేన్నీ అంత త్వరగా చూసేందుకు అతనికి ఇష్టం ఉండదు. అతను సర్వం కోల్పోయినట్టుగా ఉంటాడు.

అప్పుడు అతను వాళ్లని చూస్తాడు. అతను ఆగిపోతాడు, అతను ఏమీ మాట్లాడడు. అతని ముంఖంలో బాధ మరింత ఎక్కువ కావడం మనకి కనిపిస్తుంది.

ఓహ్. ఓహ్. అది కాదు – అది కాదు – ఇది నేను ఊహించలేదు ... వాళ్లు నాకు చెప్పారు, కానీ – నేను మెరుగైన దాని కోసం చూశాను ...

అతను వాళ్ల వైపు చూస్తాడు, అది నిజమని నమ్మడానికి అతని మనసు అంగీకరించదు, అప్పుడు అతని తల వంగిపోతుంది. అతను గొణిగినట్టు మాట్లాడుతాడు. తర్వాత అతని జేబుల్లో నుంచి నలిగిన పువ్వులు తీస్తాడు. వాటిని నేల మీద పెడుతాడు.

నన్ను క్షమించు, వాళ్లు నాకు చెప్పారు, వాళ్లు నాకు చెప్పారు, డంబెల్‌డోర్ నాకు చెప్పాడు, కానీ నేను ఆగలేదు. ముగల్స్ వచ్చారు,

వారి మెరిసే మెరుపులతో వచ్చారు. కానీ, వాళ్లు నాలాంటి ఒక మూర్ఖపు వ్యక్తిని చూసి ఉండరేమో?

అతను బోరున విలపిస్తాడు.

నిన్ను వదలి వెళ్లడం చాలా కఠినంగా ఉంది. కానీ నాకు తప్పదు కదా – అవును, నేను ఎప్పటికీ మరచిపోలేను – నా వల్ల కాదు – ఎవరి వల్ల కూడా కాదు.

ఆ తర్వాత అతనికి ఒక శబ్దం వినిపిస్తుంది – అది ఒక శిశువు వేగంగా శ్వాస తీసుకునే శబ్దం. హ్యాగ్రిడ్ ఆ వైపు తిరుగుతాడు. ఇప్పుడు అత్యంత తీక్షణంగా ఆవైపు నడుస్తాడు.

అతను క్రిందకు చూస్తాడు, ఆ తొట్టి అంచున నిలబడుతాడు, అప్పుడు కాంతి మరింతగా ఎక్కువవుతుంది.

సరే. హలో. మీరు ఖచ్చితంగా హ్యారీనే. హలో. హ్యారీ పోటర్. నాపేరు రుబ్యూస్ హ్యాగ్రిడ్. మీకు నచ్చినా, నచ్చకపోయినా నేను మీ స్నేహితుడిని కాబోతున్నాను. ఎందుకంటే, ఇదొక కఠినమైన సమయం. ఆ సంగతి మీక్కూడా తెలుసు. మనం స్నేహితులుగా ఉండాల్సిన అవసరముందు. నాతో మీకు మంచే జరుగుతుంది. మీరు ఆలోచించాల్సిన అవసరం లేదనుకుంటాను?

అప్పుడక్కడ గది మొత్తం నీలి రంగు కాంతితో నిండిపోతుంది. అతను మృదువుగా హ్యారీని తన చేతుల్లోకి తీసుకుంటాడు.

ఆ తర్వాత – వెనక్కి చూడకుండా – ఆ ఇంటి నుంచి అతను బయటకు వెళ్లిపోతాడు.

అక్కడ మెల్లగా చీకటి పరచుకుంటుంది.

సన్నివేశం నాలుగు **దృశ్యం పద్నాలుగు**

హాగ్వార్ట్స్, తరగతి గది

స్కార్పియస్ మరియు ఆల్బస్ ఒక గదిలోకి పరిగెత్తుతారు. అందరూ అక్కడ ఆతృతతో ఉంటారు. వాళ్లు అక్కడున్న తలుపు మీద కొడుతారు.

స్కార్పియస్
నేను ఆ పని చేయగలనని అస్సలు అనుకోలేదు.

ఆల్బస్
నువ్వు చేయగలవని నేను కూడా అనుకోలేదు.

స్కార్పియస్
రోజ్ గ్రాంగెర్-వీస్లే. నేను రోజ్ గ్రాంగెర్-వీస్లేని అడిగాను.

ఆల్బస్
ఆమె కుదరదని చెప్పింది.

స్కార్పియస్
కానీ, నేను ఆమెను అడిగాను. నేను అకార్న్ నాటాను. మన పెళ్లి నాటికి ఆ అకార్న్ పెరిగి పెద్దదవుతుంది.

ఆల్బస్
నువ్వు ఎప్పుడూ ఊహల్లోనే ఉంటావని నువ్వు నిరూపించావ్.

స్కార్పియస్
నేను నీతో అంగీకరిస్తాను – స్కూల్ బాల్ గురించి పాలీ చాంప్మ్యాన్ మాత్రమే నన్ను అడిగాడు.

ఆల్బస్
ప్రత్యామ్నాయ వాస్తవంలో, అక్కడ నువ్వు అత్యంత గొప్పగా – నిజంగానే అత్యంత గొప్పగ ప్రఖ్యాతి సాధించావ్ కదా – ఒక

విభిన్నమైన అమ్మాయి నిన్ను బయటకు వెళ్లాలని అడిగింది – అంటే, దాని అర్థం–

స్కార్పియస్

నిజమే, నేను పాలీని అనుసరించాలని లాజిక్ కూడా చెప్పవచ్చు – లేదా ఆమె నన్ను అనుసరించేలా చేయవచ్చు – నిజానికి, ఆమె చాలా చాలా అందగత్తె – కానీ, రోజ్ ఎప్పుడూ రోజ్‌గానే ఉంటుంది.

ఆల్బస్

నువ్వొక విపరీత చేష్టల వ్యక్తివని లాజిక్ చెప్పే అవకాశం ఉంది కదా? రోజ్ నిన్ను ద్వేషిస్తుంది కదా.

స్కార్పియస్

సవరణ, ఆమె నన్ను ద్వేషించవచ్చు, కానీ, నేను ఆమెను అడిగినప్పుడు ఆమె చూపును నువ్వు గమనించావా? అవి ద్వేషపు చూపులు కాదు, జాలి చూపులు.

ఆల్బస్

జాలి అని ఆనందిస్తున్నావా?

స్కార్పియస్

జాలితోనే అన్నీ మొదలవుతుంది నేస్తం, జాలి అనే ఆ పునాది మీద మనం ఏమైనా నిర్మించవచ్చు – ప్రేమ భవనం కూడా.

ఆల్బస్

నిజాయితీగా చెబుతున్నాను, మనలో మొదట నాకే గర్ల్ ఫ్రెండ్ లభిస్తుందని అనుకున్నాను.

స్కార్పియస్

ఓహ్, నిజానికి నీకే దొరుకుతుందని నేనూ అనుకున్నాను. కానీ, ఆ పొగ కళ్ల కషాయాల ప్రొఫెసర్ – నీకంటే బాగా వయసు ఎక్కువ కావడం ఇబ్బంది అయ్యింది కదా?

ఆల్బస్

నేను ముసలి మహిళల గురించి మాట్లాడడం లేదు!

స్కార్పియస్

నీకు సమయం ఉంది – చాలా సమయం ఉంది – ఆమెను నువ్వు మెప్పించవచ్చు. ఎందుకంటే, రోజ్‌ని ఒప్పించడానికి చాలా ఏళ్లు పడుతుంది.

ఆల్బస్

నీ విశ్వాసం చూస్తుంటే నాకు ఆశ్చర్యంగా ఉంది.

రోజ్ మెట్ల మీద నుంచి పరిగెత్తుకుంటూ వస్తుంది, వాళ్లిద్దరి వైపు చూస్తుంది.

రోజ్

హేయ్.

ఆమెకు ఎలా సమాధానం చెప్పాలో తెలియక వాళ్లు చూస్తుంటారు – ఆమె స్కార్పియస్ వైపు చూస్తుంది.

రోజ్

నువ్వు దీన్ని చిత్రంగా వెళ్లేలా చేశావంటే, ఇది నిజంగానే చిత్రంగా మారుతుంది.

స్కార్పియస్

మీ మాటలను గ్రహించాను. పూర్తిగా అర్థం చేసుకున్నాను.

రోజ్

అలాగే. 'స్కార్పియన్ కింగ్.'

ఆమె ముఖం మీద చిరునవ్వుతో వెళ్తుంది. స్కార్పియస్ మరియు ఆల్బస్ ఒకరినొకరు చూసుకుంటారు. ఆల్బస్ నవ్వుతాడు. స్కార్పియస్ చేతి మీద గుద్దుతాడు.

ఆల్బస్

బహుశా నువ్వు చెప్పింది కరెక్టే – జాలి ప్రారంభమే.

స్కార్పియస్

నువ్వు క్విడిచ్ వెళ్తున్నావా? స్లిథెరిన్ ఇప్పుడు హఫ్లేపఫ్ ఆడుతున్నారు – అది చాలా పెద్దది –

ఆల్బస్

మనకు క్విడిచ్ అంటే ద్వేషం అనుకుంటాను?

స్కార్పియస్

వ్యక్తులు మారిపోవచ్చు. మరోవైపు నేనూ అది సాధన చేస్తున్నాను. ఈ ఏడాది నేనూ జట్టుని సిద్ధం చేస్తాననిపిస్తోంది. త్వరగా రా.

ఆల్బస్

నా వల్ల కాదు. మా నాన్న నాకోసం అన్నీ సిద్ధం చేశాడు –

స్కార్పియస్

మినిస్ట్రీ నుంచి వైదొలగడానికి అతను సమయం తీసుకుంటున్నాడా?

ఆల్బస్

ఆయన ఎక్కడికైనా వెళ్లాలనుకుంటున్నాడు – ఏదో నాకు చూపించాలట – ఏదో నాతో పంచుకోవాలట.

స్కార్పియస్

ఎక్కడకు వెళ్తారు?

ఆల్బస్

నాకు తెలిసి, నాతో బంధం బలపరచుకోవడానికి ఆయన ఆ ప్రయాణానికి సిద్ధమై ఉంటారు. అదేసమయంలో, నేనూ వెళ్లడానికి సిద్ధమే అని నీకు తెలుసు కదా.

స్కార్పియస్ దగ్గరికి వచ్చి ఆల్బస్‌ని కౌగలించుకుంటాడు.

ఇదేమిటి? కౌగలించుకోకూడదని మనం అనుకున్నాం కదా.

స్కార్పియస్

నాకు గుర్తులేదు. ఒకవేళ అలా అనుకుని ఉన్నప్పటికీ, మళ్లీ ఈ కొత్త సమయంలో మనం కొత్తగా ప్రారంభిద్దాం.

ఆల్బస్

ఇలా చేయడం కరెక్టేనా అని నువ్వు రోజ్‌ని అడిగితే మంచిదేమో.

స్కార్పియస్

హా! అవును. నిజమే.

వాళ్లిద్దరూ బయల్దేరడానికి సిద్ధమై, ఒకర్ని చూసి ఒకరు నవ్వుతారు.

ఆల్బస్

మనం డిన్నర్‌లో కలుద్దాం.

సన్నివేశం నాలుగు **దృశ్యం పదిహేను**

ఒక అందమైన పర్వతం

ఒక అందమైన వేసవి రోజున హ్యారీ మరియు ఆల్బస్ ఒక పర్వతం మీద నడుస్తుంటారు.

వాళ్లు ఏమీ మాట్లాడుకోరు. అందమైన వేసవి సూర్యుడిని ఆస్వాదిస్తూ నడుస్తుంటారు.

హ్యారీ

అంటే నువ్వు సిద్ధమేనా?

ఆల్బస్

దేనికి సిద్ధం?

హ్యారీ

అంటే, నాలుగో-సంవత్సరం పరీక్షలకి – ఆ తర్వాత ఐదో సంవత్సరానికి – అది పెద్ద సంవత్సరం – నేను నా ఐదో సంవత్సరంలో ఏం చేశానంటే–

అతను ఆల్బస్ వైపు చూస్తాడు. అతను నవ్వుతాడు. అతను వేగంగా మాట్లాడుతాడు.

నేను అప్పుడు చాలా చేశాను. అందులో కొన్ని బాగా వచ్చాయి. కొన్ని బాగా రాలేదు. కొన్ని బాగా తికమకగా మారాయి.

ఆల్బస్

తెలుసుకుంటే మంచిదే.

హ్యారీ నవ్వుతాడు.

నేను వాటిని చూడాలి – ఎందుకంటే – నేను – మీ అమ్మని, నాన్నని చూడాలి. నువ్వు వాళ్లతో – చాలా తమాషా చేశావ్ కదా. మీ నాన్న నీతో కలసి పొగ వలయం చేయడం చాలా ఇష్టపడేవాడు కదా ... నువ్వు నవ్వడం ఆపేవాడివి కాదు కదా.

హ్యారీ

అవునా?

ఆల్బస్

నువ్వు వాళ్లని చాలా ఇష్టపడ్డావ్. నాక్కూడా వాళ్లు చాలా నచ్చారనే అనుకుంటున్నాను.

హ్యారీ తలూపుతాడు. అక్కడ ఒకవిధమైన అసౌకర్యవంతమైన నిశ్శబ్దం ఏర్పడుతుంది. ఇక్కడ వాళ్లిద్దరూ ఒకరికొకరు దగ్గరయ్యే ప్రయత్నం చేస్తారు, కానీ, ఇద్దరూ చేయలేరు.

హ్యారీ

నీకు తెలుసా, వాళ్లని నేను కోల్పోతానేమో అనిపించింది – వోల్డెమోర్ట్ కారణంగా – నేను వాళ్లని కోల్పోతానేమో అనిపించింది – దాంతో, నా భయం మళ్లీ నన్ను భయపెట్టసాగింది, నేను అతని గురించి కల కన్నాను. అలాగే, మళ్లీ నేను సర్పభాష మాట్లాడడం ప్రారంభించాను. నేను దేన్నీ మార్చలేనని అనుకోసాగాను – అతను నన్ను ముందుకు వెళ్లనీయడనిపించింది –

ఆల్బస్

అతనికి అది సాధ్యమా?

హ్యారీ

నాకు సంబంధించినంతవరకు చాలాకాలం క్రితమే వోల్డెమోర్ట్ చనిపోయాడు, అయితే, అతడిని మర్చిపోవడానికి అది మాత్రమే సరిపోదని అర్థమైంది – నేను అతడిని మానసికంగా కూడా మర్చిపోవాలి. నిజానికి – ఈ విషయంలో ఒక నలభై-ఏళ్ల-వ్యక్తిగా నేను చాలా నేర్చుకోవాలి.

అతను ఆల్బస్ వైపు చూస్తాడు.

ఆ విషయమే నేను నీకు చెప్పాను – అది క్షమించరానిది, దాన్ని మర్చిపోవాలని నేను నిన్ను అడగను, కానీ, దాన్ని మనం అధిగమించగలమనే అనుకుంటున్నాను.

నేను నీకు మెరుగైన తండ్రిగా ఉండే ప్రయత్నం చేస్తాను, ఆల్బస్. నేను ఆ ప్రయత్నం చేస్తాను – నీతో ఎప్పుడూ నిజాయితీగా ఉంటాను ...

ఆల్బస్

నాన్నా, అదేమీ అవసరం లేదు –

హ్యారీ

నువ్వు దేనికీ భయపడడం లేదని నువ్వు నాతో చెప్పావ్, నిజానికి, నేను ప్రతిదానికీ భయపడుతున్నాను. నిజం చెప్పాలంటే, నేను చీకటికీ భయపడుతున్నాను, నీకది తెలుసా?

ఆల్బస్

హ్యారీ పోటర్ చీకటికి భయపడుతాడా?

హ్యారీ

నాకు చిన్న ప్రదేశాలు ఇష్టం ఉండదు అలాగే – దీని గురించి నేనెప్పుడూ ఎవరికీ చెప్పలేదు, అలాగే నాకు (అతను ఇది చెప్పడానికి సంకోచిస్తాడు) పావురాళ్లు అంటే కూడా ఇష్టం ఉండదు.

ఆల్బస్

నీకు పావురాళ్లంటే ఇష్టం ఉండదా?

హ్యారీ *(ఇబ్బందిగా శబ్దం చేస్తూ)*

అవి నాకు అసహ్యంగా అనిపిస్తాయి. వాటిని చూస్తేనే నాకు ఒళ్లు జలదరిస్తుంది.

ఆల్బస్

కానీ పావురాళ్ల వల్ల ఎలాంటి హానీ లేదు కదా!

హ్యారీ

నాకు తెలుసు. కానీ, అవంటే నాకెందుకో చాలా భయం, ఆల్బస్ సెవెరస్ పోటర్, మీ నాన్నకు అవి నచ్చవు. ఎందుకంటే, ఇక్కడ నేను వైర్లు లేకుండా పనిచేస్తున్నాను. చాలామందికి వాటి గురించిన భయం పోగొట్టడానికి కనీసం నాన్న ఉంటాడు. వాళ్లు దాన్ని ప్రయత్నించినా సరే, ప్రయత్నించకపోయినా సరే. నేను పొందినది ఏదీ లేదు – పొందినా అది చాలా తక్కువే. కాబట్టి, నేనింకా నేర్చుకుంటున్నాను, అర్థమైందా? అంటే, నేను నీకు మంచి తండ్రిగా ఉండడం కోసం ముందు నేను అన్ని విషయాలు నేర్చుకుంటున్నాను.

ఆల్బస్

అలాగే, నేను కూడా ఒక మంచి కుమారుడిగా ఉండే ప్రయత్నం చేస్తున్నాను. నేను జేమ్స్ కాదు, అలాగే, నేను ఎప్పటికీ నీలా కాలేను కూడా –

హ్యారీ

జేమ్స్ నాలాగా ఉండడు.

ఆల్బస్

నీలా ఉండడా?

హ్యారీ

జేమ్స్ కి అన్నీ సులభంగా వచ్చాయి. నా చిన్నతనంలో నేను చాలా ఇబ్బందులు పడ్డాను.

ఆల్బస్

నా పరిస్థితి కూడా అదే. అంటే, నా చిన్నతనం కూడా – నీలాగే ఉందంటావా?

హ్యారీ అప్పుడు ఆల్బస్‌ని చూసి నవ్వుతాడు.

హ్యారీ

నిజానికి, నువ్వు ఎక్కువగా మీ అమ్మలా ఉంటావు – ధైర్యంగా, భయం లేకుండా, తమాషాగా – అందుకే నిన్ను చూస్తే – నిన్ను చూసినప్పుడల్లా నాకో గొప్ప కుమారుడు ఉన్నాడనిపిస్తుంది.

ఆల్బస్

నేను ప్రపంచాన్ని దాదాపుగా ధ్వంసం చేయబోయాను.

హ్యారీ

డెల్ఫీ ఎక్కడికీ వెళ్లలేదు, ఆల్బస్ – నువ్వు ఆమెను వెలుగులోకి తీసుకురావడం ద్వారా ఆమెతో పోరాడేందుకు మాకో అవకాశం ఇచ్చావు. నువ్వు అలా అనుకోకపోవచ్చు, కానీ నువ్వు మమ్మల్ని కాపాడావు.

ఆల్బస్

కానీ, నిజంగానే నేను మంచి పని చేశానంటారా?

హ్యారీ

నువ్వు అలా అనుకోవద్దు, నేనూ నన్ను ఆ ప్రశ్న అడగాల్సి వస్తుంది.

ఆల్బస్ *(కడుపు మరింత లోపలకు వెళ్తుంది, ఇది తన తండ్రి చేయలేడని అతనికి తెలుసు)*

ఆ తర్వాత – మేం ఆమెను పట్టుకున్నప్పుడు – నేను ఆమెను చంపేయాలనుకున్నాను.

హ్యారీ

క్రెగ్‌ని ఆమె చంపడం నువ్వు చూశావ్ ఆల్బస్, అందుకే అలా అనిపించి ఉంటుంది. అయినప్పటికీ నువ్వు ఆ పని చేయలేదు కదా.

ఆల్బస్

ఆ విషయం నీకెలా తెలుసు? బహుశా అది నాలోని స్లిథెరిన్ పార్శ్వమా. బహుశా ఆ పార్శ్వాన్నే సార్టింగ్ హ్యాట్ నాలో చూశాడా.

హ్యారీ

నీ ఆలోచనలు నేను అర్థం చేసుకోలేకపోతున్నాను, ఆల్బస్ – నిజానికి, నీకూ ఈ విషయం తెలుసు, నువ్వొక టీనేజర్‌వి. అందుకే, నీ ఆలోచనలు నాకు అర్థం కావడం లేదు, కానీ, నేను నీ ఆలోచనలు అర్థం

చేసుకోగలను. నేను – ఎక్కువకాలం కానప్పటికీ – నీ చేష్టలకి నేను ఆనందిస్తున్నాను – నువ్వు అవన్నీ ఎందుకు చేశావో నాకు తెలుసు. స్లిథెరిన్, గ్రిఫిండర్ అంటూ ఏ పేరు పెట్టినప్పటికీ – నాకు తెలుసు – నాకు తెలుసు – నీ హృదయం ఎప్పుడూ మంచిదే – అవును, నీకు నచ్చినా, నచ్చకపోయినా, నీలోని తాంత్రిక పార్శ్వమే నిన్ను ఈ దారిలో నడిపించింది.

ఆల్బస్

ఓహ్, నేను తాంత్రికుడిని కావాలనుకోవడం లేదు, నేను పావురాళ్ల రేసింగ్ నేర్చుకుంటాను. నాకు అదంటే చాలా ఉత్సాహంగా అనిపిస్తుంది.

హ్యారీ నవ్వుతాడు.

హ్యారీ

నీ పేరు చాలు – నీ మీద భారం మోపడానికి. డంబెల్‌డోర్ తనదైన ప్రయత్నాలు చేస్తున్నాడని నీకు తెలుసు కదా – అలాగే, సెవెరస్ స్నేప్, చెప్పాలంటే, అతని గురించి మొత్తం నీకు తెలుసు –

ఆల్బస్

వాళ్లు చాలా మంచి వ్యక్తులు.

హ్యారీ

వాళ్లు గొప్ప వ్యక్తులు, దోషాలు కూడా ఎక్కువే, నీకో విషయం తెలుసా – ఆ దోషాలే వారిని గొప్పవారిగా మార్చాయి.

ఆల్బస్ తనచుట్టూ చూసుకుంటాడు.

ఆల్బస్

నాన్నా? మనం ఇక్కడెందుకు ఉన్నాం?

హ్యారీ

ఇక్కడికే నేను తరచూ వస్తుంటాను.

ఆల్బస్

కానీ, ఇదొక శ్మశానం కదా ...

హ్యారీ

ఇక్కడే సెడ్రిక్ సమాధి ఉంది ...

ఆల్బస్

నాన్నా?

హ్యారీ

ఆ కుర్రాడే – క్రెగ్ బోకెర్‌ని చంపాడు – అతని గురించి నీకెలా తెలుసు?

ఆల్బస్

మరీ ఎక్కువగా తెలియదు.

హ్యారీ

సెడ్రిక్ గురించి నాకు కూడా పెద్దగా తెలియదు. అతను ఇంగ్లాడ్ కోసం క్విడిచ్ ఆడాడు. ఒక తెలివైన ఆరుర్ అని తెలుసంతే. అతను ఏదైనా చేయగలడు. అలాగే, అమోస్ చెప్పింది నిజమే – అతను లేకపోవడం వల్లే, నేను ఇక్కడికి వచ్చాను. నేను చెప్పగలిగింది క్షమాపణ మాత్రమే.

ఆల్బస్

మనం చేయగల గొప్ప పని అది మాత్రమే.

సెడ్రిక్ సమాధి ముందు ఆల్బస్ తన తండ్రితో కలుస్తాడు. హ్యారీ కుమారుడిని చూసి నవ్వుతూ, ఆకాశం వైపు చూస్తాడు.

హ్యారీ

ఇదొక శుభదినంగా ఉంటుందని అనిపిస్తోంది.

అతను తన కుమారుడి భుజాలు పట్టుకుంటాడు. వాళ్లిద్దరూ అప్పుడు – కొద్దిగా దగ్గరవుతారు.

ఆల్బస్ *(నవ్వుతూ)*

మరైతే, నేను కూడా.

ముగిసింది

హ్యారీ పోటర్ మరియు శాపగ్రస్త పిల్లాడు ఒకటి మరియు రెండు భాగాలని మొదట సోనియా ఫ్రీడ్‌మ్యాన్ ప్రొడక్షన్స్, కోలిన్ క్యాలెండర్ అండ్ హ్యారీ పోటర్ థియేటరికల్ ప్రొడక్షన్స్ నిర్మించింది. లండన్ లోని ప్యాలెస్ థియేటర్లో 2016 జులై 30వ తేదీన దాన్ని ప్రీమియర్‌గా ప్రదర్శించారు.

అక్షర క్రమంలో ఒరిజినల్ లండన్ పాత్రధారులు

క్రైగ్ బోకెర్ జూనియర్	జెర్మీ యాంగ్ జోన్స్
మోనింగ్ మేర్టిల్	అన్నాబెల్ బాల్డ్ విన్
అంకుల్ పెర్నోన్, సెవెరస్ స్నేప్, లార్డ్ వోల్డెమోర్	పాల్ బెన్టాల్
స్కార్పియస్ మాల్ఫోయ్	ఆంథోనీ బాయ్లే
ఆల్బస్ పోటర్	శ్యామ్ క్లీమెట్
హెర్మియోన్ గ్రాంజెర్	నోమా డుమెజ్వెని
పాలీ చాప్‌మ్యాన్	క్లాడియా గ్రాంట్
హ్యాగ్రిడ్, సోర్టింగ్ హ్యాట్	క్రిష్ జర్మాన్
యాన్ ఫ్రెడ్రిక్స్	జేమ్స్ లీ లాచీర్
ఆంటీ పెటూనియా, మేడమ్ హూక్, డాలర్స్ అంబ్రిడ్జ్	హెలెనా లింబ్రీ
అమోస్ డిగోరీ, ఆల్బస్ డంబెల్‌డోర్	బెర్రీ మెక్‌కార్తీ
ట్రాలీ విచ్, ప్రొఫెసర్ మెక్‌గొంగల్	శాండీ మెక్‌డేడ్
స్టేషన్ మాస్టర్	ఆడమ్ మెక్‌నమరా
గిన్నీ పోటర్	పాపీ మిల్లర్
సెడ్రిక్ డిగోరీ, జేమ్స్ పోటర్ జూనియర్, జేమ్స్ పోటర్ సీనియర్	టామ్ మిల్లిగన్

డూడ్లే డూర్స్లే, కార్ల్ జెన్కిన్స్, విక్టర్ క్రూమ్	జాక్ నార్త్
హ్యారీ పోటర్	జెమ్మీ పార్కర్
డ్రాకో మాల్ఫోయ్	అలెక్స్ ప్రైస్
బేన్	నూనో సిల్వా
రోస్ గ్రాంజెర్-వీస్లీ, యంగ్ హెర్మియోన్	చార్లీ స్క్రీట్
డెల్ఫీ డిగోరీ	ఈస్టర్ స్మిత్
రాన్ వీస్లీ	పాల్ థార్న్లీ
యువ హ్యారీ పోటర్	రూడీ గుడ్మ్యాన్ ఆల్ఫ్రెడ్ జోన్స్ బిల్లీ కీయోగ్ ఇవాన్ రూథర్ఫోర్డ్ నథానియల్ స్మిత్ డైలాన్ స్టాండెన్
లిల్లీ పోటర్ జూనియర్	జోయ్ బ్రూగ్ క్రిస్టియన్ ఫ్రేయ్ క్రిస్టియానా హచింగ్స్

ఇతర పాత్రల్లో నటించిన వారు

నికోలా అలెక్సిస్, జెర్మీ యాంగ్ జోన్స్, రోస్‌మేరీ అనాబెల్లా, అన్నాబెల్ బాల్డ్ విన్, జాక్ బెన్నెట్, పాల్ బెంటాల్, క్లాడియా గ్రాంట్, జేమ్స్ హోవర్డ్, లారీ జేమ్స్, క్రిస్ జర్మన్, మార్టిన్ జాన్‌స్టన్, జేమ్స్ లీ లాచీర్, హెలీనా లింబెరీ, బ్యారీ మెక్‌కార్తీ, ఆండ్రూ మెక్‌డొనాల్డ్, ఆడమ్ మెక్‌నమరా, టామ్ మిల్లిగన్, జాక్ నార్త్, స్టువర్ట్ రాంసే, నునో సిల్వా, చార్లీ స్కీట్

ఎక్కువ పాత్రల్లో కనిపించినవారు

హెలెన్ అలుకో, మాథ్యూ బ్యాన్‌క్రూఫ్ట్, మొరాగ్ క్రాస్, చిప్పో కురెయా, టామ్ మ్యాక్లే, జోషువా వ్యాట్

నూనో సిల్వా	రెసిడెంట్ మూవ్‌మెంట్ డైరెక్టర్
జాక్ నార్త్	అసిస్టెంట్ మూవ్‌మెంట్ కెప్టెన్
మొరాగ్ క్రాస్	వాయిస్ కెప్టన్

క్రియేటీవ్ మరియు ప్రొడక్షన్ బృందం 2017

ఒరిజినల్ స్టోరీ	J.K. రౌలింగ్, జాన్ టిఫానీ, జాక్ థ్రోన్
ప్లే రచయిత	జాక్ థ్రోన్
డైరెక్టర్	జాన్ టిఫానీ
మూవ్‌మెంట్ డైరెక్టర్	స్టీవెన్ హాగెట్
సెట్ డిజైనర్	క్రిస్టియన్ జోన్స్
క్యాస్టూమ్ డిజైనర్	కత్రీనా లిండ్సే
కంపోసర్ & అరెంజర్	ఇమోజన్ హీప్
లైటింగ్ డిజైనర్	నీల్ ఆస్టిన్
సౌండ్ డిజైనర్	గేరెత్ ఫ్రే
ఇల్లూసన్స్ & మ్యాజిక్	జెమ్మీ హ్యారిసన్
మ్యూజిక్ సూపర్‌వైజర్ & అరెంజర్	మార్టిన్ లోవే
క్యాస్టింగ్ డైరెక్టర్	జూలియా హోరాన్ CDG
ప్రొడక్షన్ మేనేజర్	గ్యారీ బీస్టోన్
ప్రొడక్షన్ స్టేజ్ మేనేజర్	శ్యామ్ హంటర్
అసోసియేట్ డైరెక్టర్	డెస్ కెన్నడీ
అసోసియేట్ మూవ్‌మెంట్ డైరెక్టర్	నీల్ బీటెల్స్
అసోసియేట్ సెట్ డిజైనర్	బ్రెట్ జూ. బనాకిస్
అసోసియేట్ సౌండ్ డిజైనర్	పీట్ మాల్కిన్
ఇల్లూషన్స్ & మ్యాజిక్ అసోసియేట్	క్రిస్ ఫిషర్

క్యాస్టింగ్ అసోసియేట్	లొట్టీ హినెస్
అసిస్టెంట్ లైటింగ్ డిజైనర్	ఆడమ్ కింగ్
క్యాస్ట్యూమ్ డిజైన్ సూపర్‌వైజర్	సబిన్ లెమిత్రే
హెయిర్, వింగ్స్ & మేకప్	కరోల్ హ్యాన్‌కాక్
ప్రాప్స్ సూపర్‌వైజర్	లిసా బుక్లే, మ్యారీ హిల్లీడే
మ్యూజిక్ ఎడిటర్	ఫిజీ అడామ్స్
మ్యూజిక్ ప్రొడక్షన్	ఇమోజెన్ హీప్
స్పెషల్ ఎఫెక్ట్స్	జెర్మే చెర్నిక్
వీడియో డిజైన్	ఫిన్ రోజ్, ఆష్ వుడ్‌వార్డ్
డైలెక్ట్ కోచ్	డేనియల్ లైడన్
వాయిస్ కోచ్	రిచర్డ్ రైడర్
రెసిడెంట్ డైరెక్టర్	పిప్మినిథోర్ప్
కంపెనీ స్టేజ్ మేనేజర్	రిచర్డ్ క్లైటన్
స్టేజ్ మేనేజర్	జోర్డాన్ నోబెల్-డేవీస్
డిప్యూటీ స్టేజ్ మేనేజర్	జెనీఫర్ టైట్
అసిస్టెంట్ స్టేజ్ మేనేజర్లు	అలీవర్ బ్యాగ్‌వెల్ ప్యూర్‌ఫోయ్, టామ్ గిల్డింగ్, శ్యాలీ ఇంచ్, బెన్ షెరట్
హెడ్ ఆఫ్ వార్డ్ రోబ్	ఎమీ గిల్లట్
డిప్యూటీ హెడ్ ఆఫ్ వార్డ్ రోబ్	లారా వాట్కిన్స్
వార్డ్ రోబ్ అసిస్టెంట్స్	కేట్ అండర్సన్, లీన్ హైరెడ్
డ్రెసర్స్	జార్జ్ ఎమిలే, మెలిసా కూక్, రోసీ ఎథిరిడ్జ్, జాన్ ఒవెన్డన్, ఎమిలీ స్విఫ్ట్
డేటైమ్ వార్డ్ రోబ్ అసిస్టెంట్	మెలిసా హ్యడ్లే
హెడ్ ఆఫ్ హెయిర్, విగ్స్ & మేకప్	నినా వాన్ హూటెన్
డిప్యూటీ హెడ్ ఆఫ్ హెయిర్, విగ్స్ & మేకప్	ఎలిసే టౌనెస్
హెయిర్, విగ్స్ & మేకప్ అసిస్టెంట్స్	జాకప్ ఫెస్సే, క్యాసీ మార్ఫీ, జొవాన్నా సిమ్
హెడ్ ఆఫ్ సౌండ్	క్రిస్ రీడ్

డిప్యూటీ హెడ్ ఆఫ్ సౌండ్	రోవెనా ఎడ్వర్డ్స్
సౌండ్ నం. 3	లారా హీడ్
సౌండ్ నం. 4	బెథనీ వుడ్‌ఫోర్డ్
SFX ఆపరేటర్	కాలమ్ డొనాల్డ్ సన్
హెడ్ ఆఫ్ ఆటోమేషన్	జోష్ పీటర్స్
డిప్యూటీ హెడ్ ఆఫ్ ఆటోమేషన్	జామీ లారెన్స్
ఆటోమేషన్ నం. 3	జామీ రాబ్‌సన్
షో చీఫ్ LX	ప్యాడీ మ్యాగీ
పెర్ఫార్మర్ ఫ్లైయింగ్ టెక్నీషియన్	పాల్ గుర్నే
ఛాపెరోన్స్	డేవిడ్ రసెల్, ఎలియానర్ డొలింగ్
జనరల్ మేనేజ్‌మెంట్	సోనియా ఫ్రీడ్‌మ్యాన్ ప్రొడక్షన్స్
ఎగ్జిక్యూటీవ్ డైరెక్టర్	డ్యానీ బెంజమిన్
ఎగ్జిక్యూటివ్ ప్రొడ్యూసర్	పామ్ స్కిన్నర్
అసోసియేట్ ప్రొడ్యూసర్	ఫియోనా స్టీవర్ట్, బెన్ క్యానింగ్
అసిస్టెంట్ జనరల్ మేనేజర్	మ్యాక్స్ బిటెల్‌స్టన్
ప్రొడక్షన్ అసిస్టెంట్	ఇమోజెన్ క్లేర్-వుడ్
మార్కెటింగ్ మేనేజర్	మెగ్ మెస్సీ
హెడ్ ఆఫ్ సేల్స్ అండ్ రెవిన్యూ	మార్క్ పెన్
అసోసియేట్ ప్రొడ్యూసర్ (డెవలప్‌మెంట్)	లూసీ లోవాట్
లిటరరీ అసోసియేట్	జాక్ బ్రాడ్లే
హౌస్ సీట్స్ అసిస్టెంట్	టొబియాస్ జోన్స్

ఒరిజినల్ కథా బృందం బయోగ్రఫీలు

J.K. రౌలింగ్

ఒరిజినల్ కథ

జే.కే. రౌలింగ్ – రికార్డులు తిరగరాసిన, అనేక అవార్డులు సొంతం చేసుకున్న హ్యారీ పోటర్ నవలలు రచించారు. ప్రపంచ వ్యాప్త అభిమానులని ఆకట్టుకున్న ఈ సిరీస్, 500 మిలియన్ కాపీలు అమ్ముడు కావడంతో పాటు 80కి పైగా భాషల్లో అనువాదమైంది. అలాగే, ఎనిమిది బ్లాక్బస్టర్ సినిమాలుగా రూపొందింది. వీటికి తోడు దాతృత్వ సాయం కోసం క్విడ్డిచ్ థ్రూ ది ఏజెస్ మరియు ఫెంటాస్టిక్ బీస్ట్స్ అండ్ వేర్ టూ ఫైండ్ థెమ్ (కామిక్ రిలీఫ్ అండ్ లూమస్కి సాయం కోసం), మరియు ది టేల్స్ ఆఫ్ బీడిల్ ది బార్డ్ (లూమస్కి సాయం కోసం) అనే మరో మూడు వ్యాల్యూమ్స్ కూడా రాశారు. అలాగే, ఫెంటాస్టిక్ బీస్ట్స్ అండ్ వేర్ టూ ఫైండ్ థెమ్ (అద్భుత మృగాలు మరియు వాటిని ఎక్కడ వెతకాలి) స్ఫూర్తితో రాసిన స్క్రీన్ ప్లే ఆధారంగా ఐదు-సినిమాల సిరీస్ నిర్మించారు. మరో ఇద్దరితో కలిసి ఆమె రాసిన హ్యారీ పోటర్ అండ్ ది కర్స్డ్ చెయిల్డ్ పార్ట్స్ వన్ అండ్ టూ (హ్యారీ పోటర్ మరియు శాపగ్రస్త పిల్లాడు మొదటి మరియు రెండవ భాగాలు) అనే స్టేజ్ ప్లేని లండన్లోని వెస్ట్ ఎండ్లో 2016లో ప్రదర్శించారు. 2012లో, జే.కే. రౌలింగ్కి చెందిన పోటర్మోర్ అనే డిజిటల్ కంపెనీ ప్రారంభమైంది. ఇక్కడ అభిమానులు వార్తలు, ఫీచర్లు మరియు ఆర్టికల్స్తో పాటు జే.కే. రౌలింగ్ అందించే ఒరిజినల్ కంటెంట్ని కూడా ఆస్వాదించవచ్చు. అలాగే, పెద్దవాళ్ల కోసం ది క్యాజువల్ వ్యాకెన్సీ మరియు రాబర్ట్ గాల్బ్రెత్ అనే కలం పేరుతో స్లైక్ క్రైమ్ సిరీస్ కూడా రాశారు. OBE మరియు కంపానియన్ ఆఫ్ హానర్, ఫ్రాన్స్ లెజెండ్ గౌరవం, మరియు హ్యాన్స్ క్రిస్టియన్ అండర్సన్ అవార్డుతో సహా ఆమె ఎన్నెన్నో అవార్డులు అందుకున్నారు.

జాన్ టిఫనీ
ఒరిజినల్ కథ మరియు డైరెక్టర్

జాన్ టిఫనీ - వన్స్ కి దర్శకుడిగా బ్రాడ్‌వేలో, వెస్ట్ ఎండ్‌లో మరియు అంతర్జాతీయంగా అనేక అవార్డులు అందుకున్నారు. ఇటీవలి కాలంలో బ్రాడ్‌వేలోని A.R.T.లో, EIF మరియు వెస్ట్ ఎండ్‌లో ప్రదర్శించిన ది గ్లాస్ మేనేజరీ మరియు BAMలో ప్రదర్శించిన ది అంబాసిడర్‌లకి కూడా గొప్ప ప్రశంసలు అందుకున్నారు. రాయల్ కోర్ట్ లో అసోసియేట్ డైరెక్టర్‌గా ది ట్విస్ట్, హోప్ మరియు ది పాస్‌లకి కూడా అభినందనలు దక్కాయి. నేషనల్ థియేటర్ ఆఫ్ స్కాట్‌లాండ్‌లో ప్రదర్శించిన లెట్ ది రైట్ ఒకటి ఇన్‌కి ఆయనే దర్శకుడు. ఆ తర్వాత అది రాయల్ కోర్ట్, వెస్ట్ ఎండ్ మరియు సెయింట్ ఆన్స్ వేర్‌హౌస్‌లో ప్రదర్శితం కావడంతో పాటు అంతర్జాతీయ వేదికలకూ చేరింది. నేషనల్ థియేటర్ ఆఫ్ స్కాట్‌లాండ్ కోసం ఆయన అందించిన మ్యాక్‌బెత్ (ఇది లిన్‌కోలన్ సెంటర్ మరియు బ్రాడ్‌వేలోనూ ప్రదర్శితమైంది), ఎన్‌క్వయరర్, ది మిస్సింగ్, పీటర్ పాన్, ది హౌస్ ఆఫ్ బెర్నార్డా ఆల్బా, ట్రాన్స్ ఫార్మ్ కెయిథ్‌నెస్: హంటర్, బీ నియర్ మీ, నోబడీ విల్ ఎవర్ ఫర్‌గీవ్ అస్, ది బాకీ (ఇది లిన్‌కోలన్‌లోనూ ప్రదర్శితమైంది), ఎలిజబెత్ గోర్డాన్ క్వీన్, హోమ్: గ్లాస్‌గో మరియు బ్లాక్ వాచ్ లాంటివి అంతర్జాతీయ వేదికలకి చేరడంతో పాటు ఆయనకి ఒలీవర్ మరియు క్రిటిక్స్' సర్కిల్ అవార్డులు అందించాయి.1996 నుంచి 2001 వరకు ట్రావెర్స్ థియేటర్‌కి, 2001 నుంచి 2005 వరకు పైనెస్ ప్లౌకి, 2005 నుంచి 2012 వరకు ది నేషనల్ థియేటర్ ఆఫ్ స్కాట్‌లాండ్‌కి ఆయన అసోసియేట్ డైరెక్టర్‌గా పనిచేశారు. అలాగే, 2010-2011 విద్యా సంవత్సరంలో హార్వర్డ్ యూనివర్సిటీలో రాడ్‌క్లిఫ్ ఫెలోగా ఉన్నారు.

జాక్ థార్న్
ఒరిజినల్ కథ మరియు ప్లే రచయిత

నాటకరంగం, సినిమా, టెలివిజన్ మరియు రేడియో కోసం జాక్ థార్న్ రచనలు అందించారు. నాటకరంగం కోసం ఆయన అందించిన హోప్ మరియు లెట్ ది రైట్ ఒకటి ఇన్ రెండింటికీ జాన్ టిఫనీ దర్శకత్వం వహించారు. ఓల్డ్ విక్‌లో ప్రదర్శితమైన ఏ క్రిస్మస్ కరోల్ మరియు హోజెక ; హెడ్‌లాంగ్, రోస్ థియేటర్ కింగ్‌స్టన్, బ్రిస్టల్ ఓల్డ్ విక & థియేటర్ క్లాయిడ్ కో-ప్రొడక్షన్‌లో ప్రదర్శితమైన జంక్‌యార్డ్ ; గ్రేస్ థియేటర్ కంపెనీ మరియు నేషనల్ థియేటర్ కోసం అందించిన ది సాలీడ్ లైఫ్ ఆఫ్ షుగర్ వాటర్, ఎడిన్‌బర్గ్ ఫ్రింజ్ ఫెస్టివల్ కోసం బన్నీ, ట్రాఫల్గర్ స్టూడియోస్ కోసం అందించిన స్టాసీ మరియు బుష్ కోసం రాసిన సెకండ్ మే 1997 మరియు వెన్ యూ క్యూర్ మీ లాంటివన్నీ ఆయన రచనలే. డాన్‌మార్ వేర్‌హౌస్ కోసం ది ఫిజిసిస్ట్స్ మరియు హైటైడ్ కోసం స్టర్ట్: ఏ లైఫ్ బ్యాక్‌వార్డ్స్ లాంటివి ఆయన అనుసరణలుగా వచ్చాయి. వార్ బుక్, ఏ లాంగ్ వే డాన్ మరియు ది స్కాటింగ్ బుక్ ఫర్ బాయ్స్ లాంటివి ఆయన సినిమా రచనలు. ది లాస్ట్ పాంథర్స్, డోంట్ టేక్ మై బేబీ, దిస్ ఈజ్ ఇంగ్లాండ్, ది ఫేడ్స్, గ్లూ, క్యాస్ట్-ఆఫ్స్ మరియు నేషనల్ ట్రెజర్ లాంటివి టెలివిజన్ కోసం రాశారు. 2016లో బెస్ట్ మినీ-సిరీస్ (దిస్ ఈజ్ ఇంగ్లాండ్ ' 90) మరియు బెస్ట్ సింగిల్ డ్రామా (డోన్ట్ టేక్ మై బేబీ) కోసం BAFTA అందుకున్నారు. 2012లో బెస్ట్ డ్రామా సిరీస్ (ది ఫేడ్స్) మరియు బెస్ట్ మినీ-సిరీస్ (దిస్ ఈజ్ ఇంగ్లాండ్ '88) కోసం BAFTA గెల్చుకున్నారు.

గుర్తింపు ప్రశంసలు

శాపగ్రస్త పిల్లాడు వర్క్ షాపులకి చెందిన అందరు నటీనటులు, మెల్ కెన్‌యోన్, రాచెల్ టెయిలర్, అలెగ్జాండ్రియా హోర్టన్, ఇమోజెన్ క్లేర్-వుడ్, ఫ్లోరెన్స్ రీస్, జెనీఫర్ టైట్, డేవిడ్ నోక్, రాచెల్ మాసన్, కోలిన్, నీల్, సోనియా, SFP మరియు ది బ్లెయిర్ పార్టనర్‌షిప్‌కి ప్రతిఒక్కరూ, JKR PR నుంచి రెబెక్కా సాల్ట్, నికా బర్న్స్ మరియు ప్యాలెస్ థియేటర్‌కి చెందిన సిబ్బందితో పాటు ఈ ప్లే ఇంత గొప్పగా రావడానికి సహకరించిన అందరికీ ఈ ప్రశంసలు దక్కుతాయి.

హ్యారీ పోటర్
కుటుంబ వృక్షం

ప్రాచీన తాంత్రిక ప్రపంచం నుంచి చూస్తే, పోటర్ వంశం అనేది పన్నెండో శతాబ్దానికి చెందినది. అప్పటినుంచి, ఆ కుటుంబం అనేక తాంత్రిక మరియు ముగెల్ కుటుంబాలు: పెవెరెల్స్, వీస్లే, మరియు చివరకు డూర్స్లే కుటుంబాలుగా విస్తరించింది.

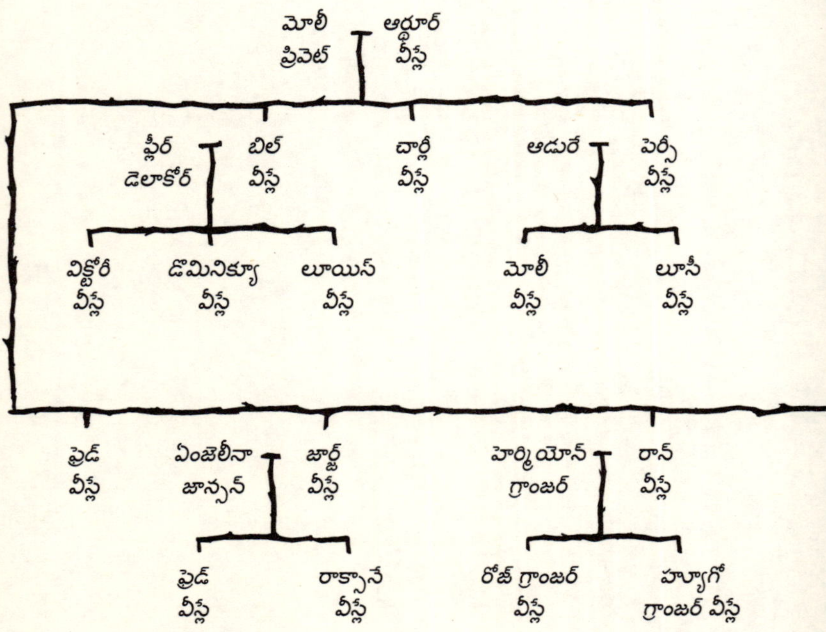

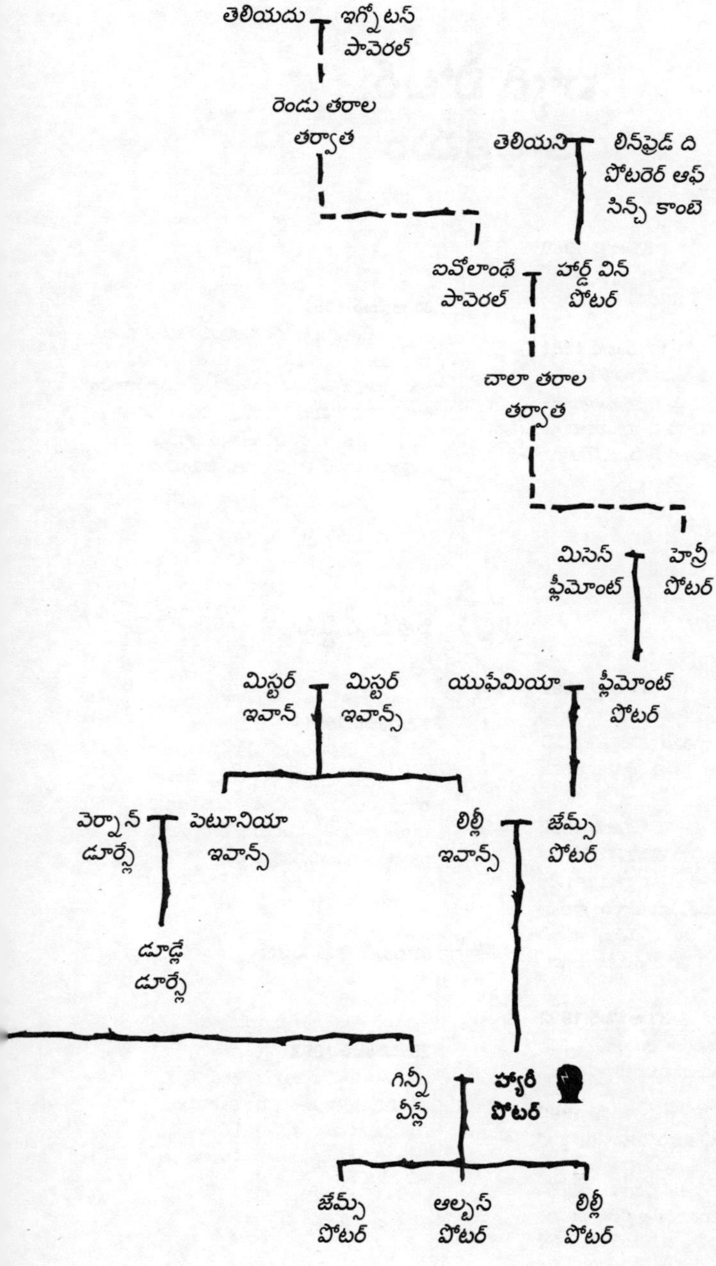

తెలియదు
ఇగ్నోటస్ పావెరల్
రెండు తరాల తర్వాత
తెలియని
లిన్‌ఫ్రెడ్ ది పోటరెర్ ఆఫ్ సిన్స్ కాంబె
ఐవోలాంథే పావెరల్
హార్డ్‌విన్ పోటర్
చాలా తరాల తర్వాత
మిసెస్ ఫ్లీమోంట్
హెన్రీ పోటర్
మిస్టర్ ఇవాన్
మిస్టర్ ఇవాన్స్
యుఫేమియా
ఫ్లీమోంట్ పోటర్
వెర్నాన్ డూర్స్లే
పెటూనియా ఇవాన్స్
లిల్లీ ఇవాన్స్
జేమ్స్ పోటర్
డూడ్లే డూర్స్లే
గిన్నీ వీస్లే
హ్యారీ పోటర్
జేమ్స్ పోటర్
ఆల్బస్ పోటర్
లిల్లీ పోటర్

హ్యారీ పోటర్:
కాలక్రమం

31 జులై 1980
ఇంగ్లాండ్ లోని గాడ్రిక్స్ హ్యాలోలో హ్యారీ పోటర్ జననం

31 అక్టోబర్ 1981
హ్యారీ తల్లితండ్రులైన లిల్లీ మరియు జేమ్స్ పోటర్ వారి ఇంట్లో లార్డ్ వోల్డెమోర్ట్ చేతిలో హత్యకి గురవుతారు. అదేసమయంలో, వోల్డెమోర్ట్ శాపం అతని నుదిడి మీద మెరుపు రూపంలోని మచ్చని ఏర్పరచడంతో, అతను హ్యారీని చంపడు. దాంతో హ్యారీ అనాధ అవుతాడు.

1 నవంబర్ 1981
హ్యారీని హ్యాగ్రిడ్ కాపాడి, తన ముగిల్ బంధువులైన డూర్స్లీ కుటుంబంలో పెంచుతాడు. వాళ్లు హ్యారీ మూలాలు పూర్తిగా మర్చిపోతారు.

పదేళ్ల తర్వాత ...

ఫిలోస్పర్ స్టోన్

31 జులై 1991
హ్యాగ్రిడ్ అపుడు హ్యారీకి హాగ్‌వార్ట్స్ లేఖ ఇస్తాడు. 'హ్యారీ – నువ్వొక తాంత్రికుడివి' అని అతనికి చెబుతాడు.

1 సెప్టెంబర్ 1991
హాగ్‌వార్ట్స్ ఎక్స్ ప్రెస్‌లో ఎక్కి హాగ్‌వార్ట్స్ పాఠశాలలో తాంత్రిక విద్యలు మరియు తాంత్రికత నేర్చుకోవడానికి బయలుదేరిన హ్యారీకి రాన్ వీస్లీ మరియు హెర్మియోన్ గ్రాంజెర్ పరిచయమవుతారు.

జూన్ 1992
ఫిలోస్పర్ స్టోన్ తిరిగి పొందడానికి ప్రొఫెసర్ క్విరెల్ చేసిన ప్రయత్నాన్ని హ్యారీ అడ్డుకోవడం ద్వారా అతను రెండోసారి వోల్డెమోర్ట్ నుంచి తప్పించుకుంటాడు.

ఛాంబర్ ఆఫ్ సీక్రెట్స్

31 అక్టోబర్ 1992
ఛాంబర్ ఆఫ్ సీక్రెట్స్ తెరుస్తారు. స్లిథెరెన్ భూతం వరుస దాడులు మొదలుపెడుతుంది.

25 డిసెంబర్ 1992
హ్యారీ, రాన్ మరియు హెర్మియోన్ మొదటిసారిగా పాలీజ్యూస్ కషాయం తీసుకుంటారు.

మే 1993
హ్యారీ మరియు రాన్ కలసి మోవానింగ్ మైర్టే బాత్రూమ్ ద్వారా ఛాంబర్ ఆఫ్ సీక్రెట్స్ లోకి అడుగుపెడుతారు. లోపలకి చేరగానే, బసిలిక్స్‌ని హ్యారీ చంపేస్తాడు, టామ్ రిడిల్ డైరీని ధ్వంసం చేస్తాడు. అది గిన్నీ వీస్లీ జీవితంతో ముడిపడి ఉంటుంది. ఆవిధంగా గిన్నీ జీవితాన్ని హ్యారీ కాపాడుతాడు.

అజ్కాబాన్ ఖైదీలు

ఆగస్ట్ 1993
సిరియస్ బ్లాక్ అనే ఖైదీ తప్పించుకున్నట్టు డెయిలీ ప్రోఫెట్‌లో హ్యారీ చదువుతాడు – ఆ వ్యక్తి అజ్కాబాన్ కోటలో ఉండే ఏమాత్రం ప్రఖ్యాతి చెందని ఒక ఖైదీ.

1 సెప్టెంబర్ 1993
హాగ్‌వార్ట్స్ ఎక్స్‌ప్రెస్‌ని డెమెంటోర్స్ అడ్డుకుంటారు.

6 జూన్ 1994
సిరియస్ అమాయకత్వం హ్యారీ గ్రహిస్తాడు. అతని మీద తప్పుగా నింద మోపినట్టు, నిజమైన దోషి పీటర్ పెటిగ్రూ అని హ్యారీ తెలుసుకుంటాడు.

సిరియస్‌ని కాపాడడం కోసం హ్యారీ మరియు హెర్మియోన్ టైమ్-టర్నర్ ఉపయోగిస్తారు, దోషిగా ఉన్న పెటిగ్రూ రెండోసారి కూడా తప్పించుకుంటాడు

గోబ్లెట్ ఆఫ్ ఫైర్

ఆగస్ట్ 1994
క్విడిచ్ వరల్డ్ కప్‌లో డార్క్ మార్క్ గారడీ ప్రదర్శించబడుతుంది, వోల్డెమోర్ట్ మళ్లీ అధికారంలోకి వస్తున్న విషయాన్ని అది సూచిస్తుంది.

సెప్టెంబర్ – అక్టోబర్ 1994
శతాబ్దం తర్వాత మొదటిసారిగా ట్రైవిజార్డ్ టోర్నమెంట్ జరగబోతోందని ప్రొఫెసర్ డంబెల్‌డోర్ ప్రకటిస్తాడు. ఊహించని విధంగా, తక్కువ వయసు కలిగిన హ్యారీ అందులో పాల్గొనే విధంగా గోబ్లెట్ ఆఫ్ ఫైర్ ఎంపిక చేస్తుంది, దాంతో, హాగ్‌వార్ట్స్ నుంచి ఇద్దరు: హ్యారీ పోటర్ మరియు సెడ్రిక్ డిగోరీ నిలుస్తారు.

24 నవంబర్ 1994
మొదటి ట్రైవిజార్డ్ పందెంలో, నిప్పులు చిమ్మే హంగేరియన్ డ్రాగన్ నుంచి బంగారు గుడ్డు సాధించడానికి హ్యారీ తన ఎగిరే నైపుణ్యాలు ఉపయోగిస్తాడు.

డిసెంబర్ 1994
విక్టర్ క్రూమ్, డ్రమ్‌స్ట్రాంగ్ ఛాంపియన్ కలసి హెర్మియోన్‌ని యూల్ బాల్‌కి ఆహ్వానిస్తారు. హ్యారీ మరియు రాన్ కలసి పార్వతి మరియు పద్మా పాటిల్‌ని అడుగుతారు.

24 ఫిబ్రవరి 1995
రెండో ట్రైవిజార్డ్ పందెంలో, రాన్ మరియు గాబ్రియెల్ డెలాకోర్‌ని గ్రేట్ లేక్ నుంచి కాపాడడం కోసం హ్యారీ తన గిల్లీ వీడ్ ఉపయోగిస్తాడు. అతని హీరోయిజం మీద వాదనలో జడ్జీలు రెండుగా విడిపోతారు.

24 జూన్ 1995
పూర్తిగా ప్రమాదకర జంతువులు మరియు అడ్డంకులు కలిగిన చిట్టడివిలో చివరి పందెం మొదలవుతుంది. హ్యారీ మరియు సెడ్రిక్ సంయుక్త విజేతలు అయినప్పటికీ, పోర్ట్ కీ అనే ట్రోఫీ వాళ్లని ఒక శ్మశానానికి పంపుతుంది. అక్కడ వోల్డెమోర్ట్ మరియు అతని డెత్ ఈటర్స్ ఎదురుచూస్తుంటారు. సెడ్రిక్‌ని వాళ్లు చంపేస్తారు. వాళ్లతో యుద్ధంలో ఓడిపోయిన హ్యారీ అక్కడి నుంచి సెడ్రిక్ మృతదేహంతో హాగ్‌వార్ట్స్ చేరుతాడు – వోల్డెమోర్ట్ మళ్లీ అధికారంలోకి వచ్చిన వార్త వినిపిస్తుంది.

ఫోనిక్స్ వరుస

సెప్టెంబర్ 1995

వోల్డెమోర్ట్ మళ్లీ వస్తున్నాడని నమ్మడానికి మినిస్టర్ ఫర్ మ్యాజిక్‌గా ఉన్న కార్నిలియస్ ఫుడ్జ్ నిరాకరిస్తాడు. డార్క్ ఆర్ట్స్ టీచర్‌కి వ్యతిరేకంగా అడ్వెర్సరీ ఆఫ్ డంబెల్డోర్‌గా డోలోరెస్ అంబ్రిడ్జ్ ని నియమిస్తాడు.

అక్టోబర్ 1995

డంబెల్‌డోర్ సైన్యాన్ని హ్యారీ గుర్తిస్తాడు, అంబ్రిడ్జ్ మీద తిరుగుబాటు చేయడం ద్వారా ఆమె వాళ్లకి నేర్పని నైపుణ్యాలని నేర్చుకోవడం కోసం కొందరు విద్యార్థులు రహస్యంగా సమావేశమవుతారు.

జూన్ 1996

ఏడాది మొత్తం వోల్డెమోర్ట్ నుంచి యుద్ధ సంకేతాలు అందుకోవడంతో, సిరియస్ ప్రమాదంలో ఉన్నట్టు హ్యారీ గ్రహిస్తాడు. సన్నిహిత మిత్రులతో కలవడం ద్వారా అతను మినిస్ట్రీ ఆఫ్ మ్యాజిక్ చేరుకుని మరోసారి వోల్డెమోర్ట్ తో యుద్ధం చేస్తాడు.

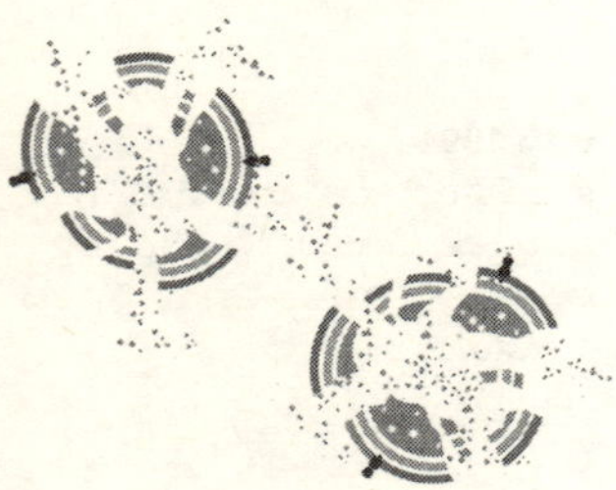

మినిస్ట్రీ ఆఫ్ మ్యాజిక్

ఒక ముఖ్యమైన భవిష్యవాణిని హ్యారీ గుర్తిస్తాడు. వోల్డెమోర్ట్ తో అతనికి యుద్ధం తప్పదనే విషయాన్ని అది సూచిస్తుంది.

మినిస్ట్రీ ఆఫ్ మ్యాజిక్

డెత్ ఈటర్ బెలాట్రిక్స్ లీస్ట్రేంజ్ చేతిలో సిరియస్ హత్యకి గురవుతాడు, మినిస్ట్రీ వద్ద ఉన్న మొత్తం టైమ్-టర్నర్‌లు డిపార్ట్ మెంట్ ఆఫ్ మిస్టరీస్‌లో ధ్వంసమవుతాయి.

హాఫ్-బ్లడ్ ప్రిన్స్

జనవరి 1997

వోల్డెమోర్ట్ ని ఓడించే ప్రయత్నంలో భాగంగా, చీకటి చక్రవర్తి గతం గురించి హ్యారీకి బోధించడాన్ని డంబెల్‌డోర్ ప్రారంభిస్తాడు.

మే 1997

క్విడిచ్ కప్‌ని గ్రిఫిండర్ గెలిచిన తర్వాత, ఎట్టకేలకు గిన్నీని హ్యారీ ముద్దాడుతాడు.

జూన్ 1997

హాగ్‌వార్ట్స్ మీద డెత్ ఈటర్స్ దాడి చేస్తారు. వోల్డెమోర్ట్ చెప్పినట్టు సెవెరస్ స్నేప్‌ని చంపడానికి బదులు డంబెల్డోర్‌ని చంపడం ద్వారా డ్రాకో మాల్ఫోయ్ ఆ పనిలో విఫలం కావడంతో, ఆ దాడి జరుగుతుంది.

డెత్లీ హ్యాలోలు

ఆగస్ట్ 1997
మినిస్ట్రీ కూలిపోతుంది. వోల్డెమోర్ట్ అధికారం అందుకుంటాడు. హ్యారీ, రాన్ మరియు హెర్మియోన్ అన్వేషణ మొదలుపెడుతారు. మిగిలిన హోర్‌క్రక్స్ అన్వేషించడంలో భాగంగా వాళ్లు చివరకు చీకటి చక్రవర్తిని ఓడిస్తారు.

డిసెంబర్ 1997
హ్యారీ, రాన్ మరియు హెర్మియోన్ డెత్లీ హ్యాలో నేర్చుకుంటారు – మూడు వస్తువులు ఏకమైనప్పుడు మాస్టర్ ఆఫ్ డెత్‌ని రూపొందిస్తాయని చెప్పే విషయమది.

మే 1998
మిగిలిన హోర్‌క్రక్స్ వెతకడం కోసం హ్యారీ, రాన్ మరియు హెర్మియోన్ కలసి హోగ్‌వార్ట్స్ కి వస్తారు. బ్యాటిల్ ఆఫ్ హోగ్‌వార్ట్స్ మొదలవుతుంది.

బ్యాటిల్ ఆఫ్ హోగ్‌వార్ట్స్
డెత్లీ హ్యాలోస్‌ని ఏకం చేయడం కోసం ఎల్డెర్ వాండ్ సంపాదించడం కోసం స్నేప్‌ని వోల్డెమోర్ట్ చంపేస్తాడు. స్నేప్ తన తల్లి లిలీతో ప్రేమలో ఉన్నట్టు హ్యారీ తెలుసుకుంటాడు; డంబెల్‌డోర్ మరియు అతను ఆరాధించే మహిళ చీకటి చక్రవర్తికి చెందిన వారు కాదని అతను ఎల్లప్పుడూ చెబుతుంటాడు.

బ్యాటిల్ ఆఫ్ హోగ్‌వార్ట్స్
తానే హోర్‌క్రాక్స్ అని గ్రహించిన హ్యారీ, తాంత్రిక ప్రపంచాన్ని కాపాడడం కోసం తనని తాను వోల్డెమోర్ట్ కి అర్పణ చేసుకుంటాడు.

బ్యాటిల్ ఆఫ్ హోగ్‌వార్ట్స్
నెవిల్లే లాంగ్‌బాటమ్ చేతిలో నాగిని హత్యకి గురవుతుంది, హ్యారీ ప్రదేశంలోని తుది హోర్‌క్రక్స్ ధ్వంసం చేస్తుంది.

బ్యాటిల్ ఆఫ్ హోగ్‌వార్ట్స్
వోల్డెమోర్ట్ చివరి దాడిని హ్యారీ తప్పించుకుంటాడు, చివరకు అతడిని ఓడిస్తాడు.

పందొమ్మిది సంవత్సరాల తర్వాత ...

1 సెప్టెంబర్ 2017
హ్యారీ (*ఇప్పుడు 37 ఏళ్లు*) మరియు గిన్నీ పెళ్లి చేసుకుని ఉంటారు. వాళ్లకి ముగ్గురు పిల్లలుంటారు. కింగ్స్ క్రాస్ స్టేషన్లో వాళ్లు రాన్ మరియు హెర్మియోన్ గ్రెంజర్-వీస్లీని వాళ్లు ప్లాట్‌ఫామ్ తొమ్మిదింపావు మీద కలుస్తారు. వారి ముగ్గురు పిల్లలు – ఆల్బస్ పోటర్ మరియు రోజ్ గ్రెంజర్-వీస్లీ వారి మొదటి సంవత్సరాన్ని హోగ్‌వార్ట్స్ లో ప్రారంభిస్తారు. తనని స్లిథెరిన్‌లో వేస్తారని ఆల్బస్ భయపడుతాడు. హ్యారీ అతనికి మాటిస్తాడు: 'ఆల్బస్ సెవెరస్ నీకు హోగ్‌వార్ట్స్ లోని ఇద్దరు హెడ్మాస్టర్ల పేర్లు కలిపి పెట్టాం. అందులో ఒకరు స్లిథెరిన్. నాకు తెలిసి అత్యంత ధైర్యవంతుడాయన'. ఈల శబ్దం వినిపిస్తుంది. ఆల్బస్ మరియు రోజ్ ప్రయాణం మొదలవుతుంది.

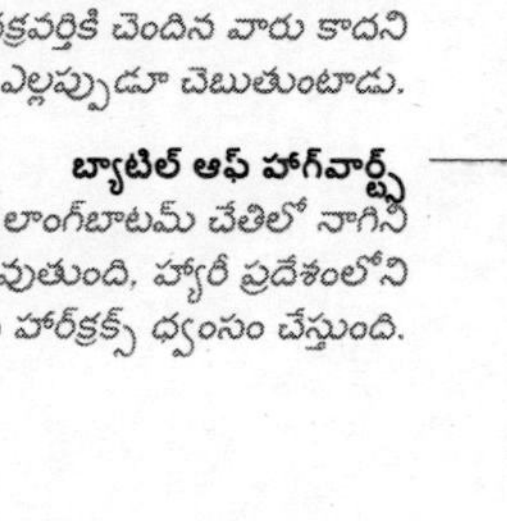